வீரப்பன் மரணம்
யாரால்? எப்படி?
வீரப்பன் (பாகம்-2)

நக்கீரன் கோபால்

பதிப்பு 2019
பக்கங்கள் 312
நூலின் அளவு (14X21.5) டெமி
விலை ரூ. 300/-

வெளியீடு
நக்கீரன் பப்ளிகேஷன்ஸ்
105, ஜானி ஜான்கான் சாலை
இராயப்பேட்டை
சென்னை 14

அட்டை வடிவமைப்பு
மதிராஜ்

நூல் வடிவமைப்பு
துரை.கணேசன்

புகைப்படங்கள்
சிவசுப்ரமணியம்

கட்டமைப்பு
ஆர்.எஸ்.பைண்டர்ஸ்
சென்னை 5

அச்சாக்கம்
ருபிரபா பிரிண்டர்ஸ்
சென்னை 14

VEERAPPAN MARANAM
YARAAL? EPPADI?
VEERAPPAN (PART-2)

Nakkheeran Gopal

Edition 2019
Pages 312
Book Size (14X21.5) Demy
Price Rs. 300/-

Published by
Nakkheeran Publications
105, Jani JahanKhan Road
Royapettah, Chennai 14

Cover Designed by
Mathiraj

Inner Designed by
Durai.Ganesan

Photos
Sivasubramaniam

Binding by
R.S.Binding Works
Chennai 5

Printed at
Saaruprabha Printers
Chennai 14

ISBN : 978-93-85125-90-4

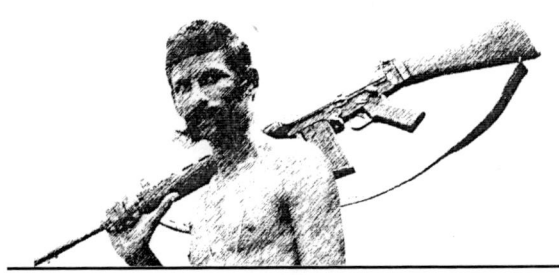

சமர்ப்பணம்

பதினாறாயிரம் சதுர கிலோமீட்டர்
காடுகளின் காவல்காரன்
மலைவாழ் மக்களின் பாதுகாவலன்
பிறன்மனை நோக்கா ஒழுக்க சீலன்
இருபதாம் நூற்றாண்டில் வாழ்ந்த
மதுரை வீரன்
வீரப்பனுக்கு...

"அமெரிக்காவா இருந்தால் புலிட்சர் அவார்டு கொடுத்திருக்கும்"

—வி.ஆர்.லட்சுமி நாராயணன்

ஒன்பது உயிர்களைக் காப்பாற்றிய உங்களுக்கு தமிழக மக்கள், கர்நாடக மக்கள், இந்திய மக்கள் எல்லோருடைய சார்பிலும் வணக்கம், பாராட்டு. நாங்களெல்லாம் இதற்காக கடமைப் பட்டிருக்கிறோம்.

9 உயிர்களைக் காப்பாற்றுவது என்பது... அவன் என்ன வேண்டுமானாலும் பண்ணியிருப்பான். 132 உயிர்களை எடுத்தவனுக்கு 9 உயிர்கள் பெரிதில்லை. வருகின்ற வதந்திகளைக் கேட்டால், அவன் எங்கே இந்த 9 பேர்களை விடப்போகிறான் என்றே நினைத்தோம். தலைகள்தான் வரப்போகிறது என நினைத்தேன். நான் நாகலாந்தில் மூன்று வருடம் வேலை பார்த்திருக்கிறேன். அங்கேயெல்லாம் இப்படிப் பிடித்துக்கொண்டு

போனால் நான்கு நாள் கழித்து தலைமட்டும்தான் கிடைக்கும். இந்த 9 அப்பாவிகள் இவனிடம் மாட்டிக்கொண்டுவிட்டார்களே என்றே வருந்தினேன். அந்த 9 பேர்களையும் கொண்டு வந்ததற்கு நாங்கள் எல்லோரும் நன்றி கூறுகிறோம்.

தூதுவராக யாரை வேண்டுமானாலும் அனுப்பலாம். யாரால் ஒரு நிவாரணம் கண்டுபிடிக்க முடியுமோ, மிஸ்டர் கோபால் இதற்கு முன்னால் போயிருக்கிறார். அவருக்கு இதில் பெரிய ஆர்வமிருக்கிறது. வீரப்பனிடமிருந்தும் அதிரடிப்படையினரிடம் இருந்தும் ஜனங்களைக் காப்பாற்ற வேண்டும். அதற்காகவே கோபால் உழைத்துக்கொண்டிருக்கிறார். அவரால்தான் முடியும்.

இவரை அனுப்பியது தவறு என்று சிலர் தேவையில்லாமல் கூறுகிறார்கள்.

இவரை அனுப்பியதில் எதுவும் தவறில்லை. இந்த அரசாங்கம் செய்வதெல்லாம் தப்பு என்று விமர்சனம் செய்கிறார்கள். அரசு செய்யும் எல்லாவற்றையும் நான் சரி என்று சொல்லவில்லை. ஆனால் இந்த விஷயத்தில் அரசின் அணுகுமுறையை ஆதரிக்கிறேன்.

இது இன்வெஸ்டிகேட்டிவ் ஜெர்னலிஸம்தான். அமெரிக்காவில் இந்த மாதிரி செய்திருந்தால் அவருக்கு புலிட்சர் (PULITZER) அவார்டு கிடைத்திருக்கும். அது பெரிய விருது. ஆனால் இங்கோ கோபாலுக்கு கல்லெறிதான் கிடைக்கிறது.

மீண்டும் சொல்கிறேன்.... கோபால் 9 பேரை காப்பாற்றியவர். அவரைக் கும்பிடுவேன்.

இப்படிக்கு,

வி.ஆர். லட்சுமிநாராயணன்,

காவல்துறை முன்னாள் டி.ஜி.பி.

(உச்சநீதிமன்ற முன்னாள் நீதியரசர் வி.ஆர். கிருஷ்ணய்யர் அவர்களின் சகோதரர்)

மகத்தான மைல் கல்!

அனைவருக்கும் அன்பான வணக்கம்.

'வீரப்பன் மரணம்... எப்படி? யாரால்?' என்றநூல் மிகச்சிறந்த புலனாய்வு ஆவணமாகும்.

எவரின் கண்களுக்கும் புலப்படாமல் இருந்த மாயாவி வீரப்பனை, முதன்முதலில் சந்தித்து, அவன் எப்படி இருப்பான்? என்று உலகிற்கு அதிரடியாய் அடையாளம் காட்டியது உங்கள் நக்கீரன்தான்.

நக்கீரனுக்கு என்று பல்வேறு அடையாளங்கள் இருப்பினும் வீரப்பன், தமிழக மக்கள் கவனத்திற்குள் நுழைந்து 26 ஆண்டுகள் கடந்த பின்னும்... நக்கீரனுக்கு அடையாளம் என்றால் அது சந்தன வீரப்பன்தான் என்று பெரும்பாலோர் சொல்கிறார்கள். காரணம் வீரப்பன் விவகாரத்தில் ஏடு இசட் வரையிலான அத்தனை எபிசோடுகளையும் முழுமையாக மக்கள் முன் கொண்டுவந்து நிறுத்தியது நக்கீரன். இதை யாராலும் மறக்கவோ மறுக்கவோ முடியாது.

கடந்த 32 ஆண்டுகளாக பல்வேறு சோதனை களைக் கடந்து, நக்கீரன் தன் சாதனைப் பயணத்தை நடத்திக்கொண்டு இருக்கிறது. தமிழகத்தின் சமூக

வரலாற்றோடும், அரசியல் வரலாற்றில் நக்கீரன் பின்னிப் பிணைந்திருக்கிறது.

நக்கீரனை விட்டுவிட்டு தமிழக அரசியல், சமூக வரலாற்றை எவராலும் எழுதிவிடமுடியாது என்பதுதான் நக்கீரன் பெற்றிருக்கும் உயர்ந்த தகுதியாகும்.

சமூகத்துக்கு முரணான பலரையும் அது தயவு தாட்சண்யம் இல்லாமல் அம்பலப்படுத்தியிருக்கிறது. ஆன்மீகம் உள்ளிட்ட சகல துறையிலும் கோலோச்சிய போலி மனிதர்களை, அது அப்பட்டமாக அடையாளப்படுத்தியிருக்கிறது. எதற்காகவும் எவருக்காகவும் நக்கீரன் வளைந்து கொடுத்ததில்லை.

குறிப்பாக முன்னாள் முதல்வர் ஜெயலலிதா, ஆட்சிக்கு வந்தது முதல் அவர் மரணம் அடைந்ததுவரை, நக்கீரன் தந்திருக்கும் பரபரப்பான தகவல்களுக்குப் பஞ்சமில்லை. அவரால் எவ்வளவோ பாதிப்பை அடைந்தபோதும், அவருடைய உரிமைகளுக்காகவும் நக்கீரன் குரல் கொடுக்கத் தயங்கியதில்லை.

அவர் மரணத்துக்குப் பின்னர் கடந்த ஆண்டே ஜெயலலிதாவின் இரண்டரை லட்சம் கோடி சொத்துக்களை, சசிகலா தரப்பு வளைத்ததையும் நக்கீரன்தான் முதன் முதலில் அம்பலப்படுத்தியது.

ஜெ.வின் உணவுப் பழக்கம் பற்றிய உண்மையை எழுதியதால், நக்கீரன் பலமான எதிர்ப்பை மட்டுமல்லாது கடும் தாக்குதலையும் எதிர்கொண்டது. ஏதோ பொய்யான தகவலை நக்கீரன் தந்துவிட்டது போல் சிலர் துள்ளிக் குதித்தார்கள். அதேசமயம் தந்தி டி.வி.க்குப் பேட்டி கொடுத்த டி.டி.வி.தினகரன், ஜெயலலிதா நான்வெஜ் உணவை விரும்பிச் சாப்பிடுவார் என்று சொன்னார். அதுமட்டுமல்லாது, சனிக்கிழமையும் வியாழக் கிழமையும் நாங்கள் அசைவம் சாப்பிடமாட்டோம் என்று சொன்னாலும், நான் சாப்பிடவில்லையா? நீங்களும் சாப்பிடுங்கள் என்று வலியுறுத்தி எங்களைச் சாப்பிட வைப்பார் என்று தெளிவாகவே சொன்னார். இதன் மூலம் நக்கீரன் சொன்னது உண்மைதான் என்பது அவர் தரப்பு மூலமே நிரூபணமானது.

இதேபோல் எத்தனையோ விவகாரங்களை நக்கீரன் அழுத்தம் திருத்தமாகச் சொல்லி பலரையும் வியப்பில் ஆழ்த்தியிருக்கிறது. குறிப்பாக நித்தியானந்தாவின் இருட்டுப் பகுதியை 2010-லேயே நக்கீரன் அம்பலப்படுத்தியது. அவரது மன்மதத் திருவிளையாடல்களையும் மோசடிகளையும் தமிழக மக்கள் முன் ஆதாரங்களோடு அம்பலப்படுத்தியது. அப்போது அதை ஏற்காதவர்கள் கூட இப்போது நித்தி பற்றி நக்கீரன்

சொன்னவை எல்லாம் சரிதான் என்று பாராட்டுவதோடு, ஆன்மீகக் கிரிமினலான நித்தியானந்தா மீது மண்ணை வாரி இறைத்துக்கொண்டு இருக்கிறார்கள்.

இதேபோல், வீரப்பன் மரணம் எப்படி நடந்தது? யாரால் நடந்தது? என்ற சந்தேகம் இத்தனை வருடங்களுக்குப் பிறகும், மக்கள் மத்தியில் இருக்கிறது.

வீரப்பன் விவகாரத்தில் என்ன நடந்தது? அவனைக் காட்டிக் கொடுத்தது யார்? அவன் எப்படி கொல்லப்பட்டான்? என்பதை நக்கீரன் அம்பலப்படுத்தும் என்ற நம்பிக்கையோடு பலரும் காத்திருக்கிறார்கள். அந்த நம்பிக்கையை காப்பாற்றுவதற் காகத்தான் இந்த நூல் உங்கள் கைகளுக்கு வருகிறது.

வீரப்பன் 132 கொலைகள் தொடர்பான குற்றச்சம்பவங் களுடன் தொடர்புள்ளவன். ஆனால் அவனைவிடவும் அதிகமான குற்றச்சம்பவங்களைச் செய்தது, அவனைப் பிடிக்கப் போவதாகக் காட்டுக்குள் நுழைந்த தமிழக, கர்நாடக காவல்துறை.

கொலை, கொள்ளை, கற்பழிப்பு என்று தொடர்ந்து அராஜக ஆட்டம் போட்டு, மலைவாழ் மக்களின் வாழ்க்கையையே இந்தக் காக்கிக் கும்பல் சூறையாடியது. இதையெல்லாம் மனித உரிமை ஆணையம்வரை கொண்டுபோய், சதாசிவம் கமிஷனை அமைக்கவும் நக்கீரன் காரணமாக இருந்தது. இந்தக் கொடுமைகளை விசாரிக்க அமைக்கப்பட்ட அந்த சதாசிவம் கமிஷன், எல்லாவற்றையும் விரிவாக ஆராய்ந்து கொடுத்த தீர்ப்பைக் கூட இத்தனை ஆண்டுகளாகியும் இருமாநில அரசுகளும் நிறைவேற்ற முன்வரவில்லை.

இதைவிடக் கொடுமை என்னவென்றால், மேற்சொன்ன குற்றச் சம்பவங்களில் ஈடுபட்ட காவல்துறையினருக்கும், வீரப்பன் வேட்டையோடு தொடர்பே இல்லாத சிலருக்கும் இங்கிருந்த ஜெயலலிதா அரசு கொடுத்த பரிசுத் தொகை எவ்வளவு தெரியுமா? கொஞ்ச நஞ்சமல்ல; 108 கோடி ரூபாய்.

இதுதவிர பலருக்கும் குபீர் குபீர் என பதவி உயர்வுகளும் வழங்கப்பட்டன. அதிலும் தேவாரம் போன்றவர்களுக்கு பலகோடி மதிப்புள்ள இடங்களையும் பதவி உயர்வையும் வாரிக்கொடுத்தது அப்போதிருந்த ஜெயலலிதா அரசு.

இதை யாராலும் கேட்க முடியவில்லை.

வீரப்பன் படுகொலையை வைத்து தமிழக அரசின் கஜானாவிலிருந்து ஏகத்துக்கும் பணத்தை வாரி இறைத்து ஒரு திருவிழாவையே, அப்போதைய ஜெயலலிதாவின் கோமாளித் தனமான அரசு நடத்தியது.

ஆனால், வீரப்பன் வேட்டை எப்படி நடத்தப்பட்டது என்பதற்கு அரசாங்கமும் காவல்துறையும் அள்ளிவிட்ட கதைகள், திரைக்கதைகளை விஞ்சுகிற கதைகளாகும். அவர்கள் திரைக்கதை அமைத்துச் சொன்னதெல்லாம் புழுத்துப்போன பொய்களின் ஊர்வலங்கள்.

உண்மையில் வீரப்பன் விவகாரத்தில் என்ன நடந்தது? அவனுக்கு என்ன நேர்ந்தது? அவன் எப்படி தந்திரமாக ஏமாற்றி காட்டுக்கு வெளியே கொண்டுவரப்பட்டான்? அவன் எப்படிக் கொல்லப்பட்டான்? என்கிற மர்ம முடிச்சுகளை இந்த நூல் எந்தவிதமான திரைமறைவும் இன்றி அவிழ்க்கிறது.

இது தமிழக புலனாய்விதழ் வரலாற்றில் உங்கள் நக்கீரன் ஊன்றும் மகத்தான மைல்கல். இந்த அரிய நூலுக்கும் தமிழக மக்களின் அமோக ஆதரவு கிடைக்கும் என்று நம்புகிறோம்.

-என்றென்றும் உங்கள்
நக்கீரன் கோபால்

உள்ளே...

1. வீரப்பன் மரணம் யாரால்? எப்படி? ... 13
2. செங்கப்பாடி ஒரு அறிமுகம் ... 29
3. வீரப்பன் குடும்பம் ... 41
4. காட்டு ராஜா வீரப்பன் ... 59
5. போலீஸ் சொன்ன புருடா ... 69
6. சித்தன் கும்பி கதை ... 75
7. வீரப்பன் காட்டில் விசாரணையும் தீர்ப்பும் ... 89
8. பேபி வீரப்பன் கொலை ... 98
9. கந்தவேல் கொலை ... 104
10. பக்தவத்சலம் கொலை ... 116
11. 9 பேர் மீட்பு! சாகசமும் சாதனையும் ... 125
12. மீண்டும் அட்டகாசம் ஆரம்பம் ... 126
13. மனதில் உறுதி ... 129
14. வீரப்பன் அனுப்பிய கேசட். ... 146
15. கர்நாடகாவின் இரட்டை வேடம் ... 153
16, குழப்பும் கர்நாடகம் ... 157
17. புறப்பட்டோம் ... 159
18. நேருக்கு நேர் காரசாரமான விவாதம் ... 160
19. இரண்டாம் லட்சியப் பயணம் ... 178
20, பத்திரிகையாளர்கள் முன் நக்கீரன் ... 184

21. கண்ணீர்க் கதறல்	186
22. பணயக் கைதிகளின் கண்ணீர்க் கடிதம்	189
23. நக்கீரனுக்கு அரசுகள் தந்த உறுதிமொழிகள்	192
24. வாக்கு மீறிய கர்நாடகா	197
25. தம்பிகளுக்கு...	199
26. பேச்சு யுத்தம்	209
27. முதல்வரிடம் பணயக் கைதி ஒப்படைப்பு	213
28. எட்டுபேரின் நிலைமை?	215
29. கூட்டாளிகள் கருத்து	217
30. வீரப்பனிடமே விடுங்க -மீட்கப்பட்ட ராஜு-	221
31. கதறும் குடும்பங்கள்	224
32. வீரப்பனுக்கு பகிரங்க கடிதம்	226
33. கர்நாடக வனத்துறையினர் கண்ணீர் கோரிக்கை	230
34. சரண்டர் எங்கே? எப்போது?	232
35. உலகமே எதிர்பார்க்கிறது	236
36. முதல்வர்கள் தந்த வாக்குறுதி	238
37. சரண்டர் ஏன்?	243
38. சரண்டர் மறுப்பு!	252
39. முதல்வரிடம் 8 பணயக் கைதிகள் ஒப்படைப்பு	262
40. பத்திரிகையாளர்கள் சந்திப்பு	264
41. சாதனைத் திருவிழா	267

1

வீரப்பன் மரணம் யாரால்? எப்படி?

சந்தன வீரப்பன் இறந்து பதினைந்து ஆண்டுகளுக்கு மேலாகியும் இன்னும் வீரப்பன் மரணம் குறித்த சந்தேகம் விலகியபாடில்லை. எப்படி செத்தார் வீரப்பன் என இப்போதும் அப்பகுதி மலைவாழ் மக்களிடமும், ஏன் போலீஸ் அதிகாரிகளின் ஒரு பிரிவினருக் கிடையே விவாதம் ஓடிக் கொண்டுதான் இருக்கிறது.

வீரப்பன் சுட்டுக் கொல்லப்பட்டு, ஓராண்டு கழிந்த நிலையில் பரந்து விரிந்திருந்த அடர்ந்த வனப்பகுதிகளிலும் கரடுமுரடான மலைப் பகுதிகளிலும் பல்வேறு சிரமங்கள், சோதனைகளுக்கிடையே நமது நக்கீரன் சேகரித்துத் தந்த திடுக்கிடும் தகவல்களை இப் போது தான் முதன்முதலாக வெளியிடுகிறோம்.

கன்னட நடிகர் இராஜ்குமார் கடத்தலுக்குப் பின்னர் இனி வீரப்பனை துப்பாக்கியைக் கொண்டு பிடிக்க முடியாது என்ற முடிவுக்கு வந்த தமிழக அதிரடிப்படை, வீரப்பனை பிடிக் கும் பணியை உளவுத்துறையிடம் பொறுப்பு ஒப்படைத்தது.

இரண்டாயிரம் பேர் இருந்த அதிரடிப் படை 750-பேராக குறைக்கப்பட்டது. அதே ஆண்டு, ஆயுதப்படை காவலர் தேர்வில் வெற்றி பெற்று பயிற்சி முடித்த ஐம்பது இளைஞர்கள் புதிதாக அதிரடிப்படையின் உளவுப்பிரிவுக்கு தேர்வு செய்யப்படுகிறார்கள்.

இவர்கள் அனைவருமே மலைப்பகுதியை பூர்வீகமாக கொண்ட, பல்வேறு மாவட்டங் களைச் சேர்ந்த கிராமத்து இளைஞர்கள். காடுகள், விலங்குகள், வேட்டை போன்றவற்றில் அனுபவம் கொண்ட மலைப்பகுதியில்

இயல்பாக போய் வரும் அளவுக்கு பயிற்சி பெற்றவர்கள்.

பென்னாகரம், கொளத்தூர், மேட்டூர், அந்தியூர், பங்களாபுதூர், சத்தியமங்கலம், பவானிசாகர், தாளவாடி, ஆசனூர் என வீரப்பன் நடமாட்டம் உள்ள காவல் நிலைய எல்லைகளில் நான்கு அல்லது ஐந்து பேர் என்ற அளவில் இந்த உளவுப்பிரிவு காவலர்கள் பணியமர்த்தப்படுகின்றனர்.

முதலில் இவர்கள் அனைவரும், அதிரடிப்படை கூடுதல் கண்காணிப்பாளராக இருந்த அசோக்குமார் மற்றும் துணைக் கண்காணிப்பாளர் இராமலிங்கம் இருவர் பொறுப்பிலும் பணியாற்றியுள்ளனர்.

ஆசனூர் முகாமில் இருந்த ADSP,அசோக்குமார் ஒருநாள் காலை அங்கிருந்த செடிகளுக்கு வாளியில் தண்ணீர் எடுத்து ஊற்றிக்கொண்டுள்ளார். அப்போது, அங்கு வந்த பழனி பட்டாலியனை சேர்ந்த முனி என்ற 22-வயது காவலர், 'ஐயா நீங்க போங்க நான் தண்ணி ஊத்தறேன்...' என்று சொல்லி வாளியை பிடுங்கிக்கொள்கிறார். 'நீ யார்...?' என்று விசாரித்த அசோக்குமாரிடம், தேனி மாவட்டத்தைச் சேர்ந்தவன் என்று அறிமுகம் செய்துகொண்ட முனி, தன்னுடைய அப்பா தலமைக்காவலராக இருந்து பணி நேரத்தில் மரணமடைந்து விட்டதால், கருணை அடிப்படையில் அவருடைய தாயாருக்கு எழுத்தர் வேலை கிடைத்துள்ளதாகவும், அவர் தேனி எஸ்.பி ஆபீசில் வேலையில் இருப்பதாகவும், பி.காம் படித்துள்ள தான் தமிழ்நாடு சிறப்பு காவல் படையில் வேலைக்கு வந்து ஒரு ஆண்டு ஆனதாகவும் சொல்லியுள்ளார்.

முனியை தன்னுடன் அழைத்து வந்த அசோக்குமார். விழுப்புரம் மாவட்டம், செஞ்சியை சேர்ந்த முருகன் என்ற இன்னொரு காவலருடன் சேர்த்து கொளத்தூர் காவல் நிலைய எல்லையில் உளவுப்பிரிவுக்கு பயிற்சி கொடுத்துள்ளார்.

கொடுக்கப்பட்ட வேலைகளை சரியாக செய்த இந்த இரு காவலர்களையும், கோவிந்தபாடி அருகிலுள்ள கோரப்பள்ளம் ராஜு என்ற ஒரு ஒப்பந்ததாரர் மூலமாக வீரப்பனின் சொந்த ஊரான செங்கப்பாடியில் வேலை கொடுக்குமாறு அதிரடிப்படை மூலமாக நெருக்குதல் கொடுக்கப்படுகிறது.

மாதேஸ்வரன் மலைப்பகுதியில் கர்நாடக அரசின் சார்பில் செய்யப்படும் சில வேலைகளை ஒப்பந்த அடிப்படையில் செய்துவந்த ராஜு, இருவரையும் பாலம் கட்டுதல், பள்ளிக்கூட பராமரிப்பு, ரோடு போடுதல் என பல வேலைகளை இந்த இருவருக்கும் வேலை கொடுத்து வந்துள்ளார். அதனால்,

இருவரும் செங்கப்பாடியிலேயே நிரந்தரமாக தங்கியுள்ளனர்.

இந்த நேரத்தில், லிங்கம் வீரப்பனுடன் நெருக்கமாக இருந்துகொண்டு, கொடுக்கப்பட்ட டாஸ்க்கை சரியாக முடிக்காமல் சொதப்பியதால், அவர் வேறு சிறைக்கு தூக்கியடிக்கப்பட்டுள்ளார். லிங்கம் சொதப்பியதை கண்காணிக்காமல் இருந்த காரணத்திற்காக அசோக்குமார், எஸ்.டி.எப்-பில் இருந்து விலக்கப்படுகிறார். அதே நேரத்தில் அவருக்கு பதவி உயர்வு வந்ததால், கிருஷ்ணகிரி மாவட்ட எஸ்.பி.யாக துரத்தப்படுகிறார்.

இதன் பின்னர் செந்தாமரைக்கண்ணனின் நேரடிக் கட்டுப்பாட்டில் வந்த உளவுப்பிரிவில் பணியாற்றிய முனி, முருகன் இருவரும், அப்போது கொளத்தூர் எஸ்.ஐ.யாக இருந்த துரைப்பாண்டியனின் கட்டுப்பாட்டுக்குள் வருகின்றனர்.

செங்கப்பாடியில் தங்கியிருந்த இருவருக்கும், ஊருக்கு தெற்கில், ஆத்தூர் செல்லும் ரோட்டுக்கு வடபுறம் உள்ள மாத்துப்பிரி என்ற இடத்தில் உள்ள மாதையன், அவருடைய அக்கா மகன்களான பழனி, அவருடைய தம்பி மயில் போன்றாவர்களின் வீடுகளுக்கு பக்கத்தில் இருந்து கண்காணிக்குமாறு உத்தரவு கொடுக்கப்பட்டுள்ளது.

இதையடுத்து, மாதையன் வீட்டுக்கு பக்கத்தில் இருந்த மாறுகொட்டாய் சேர்ந்த ஒருவரின் செங்கல் சூளையில் முருகன் வேலைக்கு சேருகிறார். இந்த நேரத்தில், செங்கப்பாடியின் வடக்கில், தேங்கல் முனியப்பன் கோவிலுக்கு போகும் வழியில் உள்ள வீரப்பனின் சின்னம்மா புட்டிரிச்சி என்பவரின் மகன் துரையுடன், வீரப்பன் தொடர்பில் இருப்பதை அறிந்த தமிழக அதிரடிப்படையினர், வீரப்பனை நெருங்கும் முன்பாகவே கர்நாடக போலீசார் துரையை தூக்கிக்கொண்டு போய்விட்டனர்.

இதையடுத்து, வீரப்பன் தன்னுடைய இருப்பிடத்தை ஏறக்கியம் காட்டிலிருந்து நாமதாரிகாடுகள், பெரியகுழிப் பள்ளம், கர்னமலை, பஞ்சமலை போன்ற இடங்களுக்கு மாற்றிக்கொள்கிறார்.

ஊருக்கு தெற்குப்பக்கம் வந்த வீரப்பன், மாத்துப்பரியில் உள்ள பங்காளி வகை உறவினர்களான அய்யம்பெருமாள் மகன்களிடமோ, அவர்களின் தாய்மாமனிடமே அல்லது, சிங்காபுரம் காட்டிலிருக்கும் வீரப்பனின் மாமனார் பூசாரியின் மகன் செங்கோடன், மருமகள் மல்லிகா போன்றவர்களிடம்

தான் உதவிகேட்டு செல்வார் என உளவுப்பிரிவு போலீசார் கணக்கிட்டுள்ளனர்.

இந்த நேரத்தில், செங்கல் சூளையில் வேலை செய்துகொண்டே மாத்துப்பரியில் உள்ள பழனி, மயில்சாமி, மாதையன் போன்றவர்களுடன் நெருக்கத்தை ஏற்படுத்திக் கொண்ட முருகனும், முனியும் அந்த குடும்பத்தில் ஒருவராக பழகி வந்துள்ளனர். முருகன் வன்னியர் சமூகத்தை சேர்ந்தவர் என்பது கூடுதல் சிறப்பு.

இதுபோலவே, கோட்டையூர், பகுதியில் உள்ள வீரப்பனின் ஆதரவாளர்கள் மற்றும் எதிரிகளை கண்காணித்து செய்திகளை சேகரிக்க அப்பன், மலை, பதி, குமார், வெங்கி, சாமி என பல உளவுத்துறை இளம் காவலர்கள் பணியமர்த்தப் பட்டுள்ளனர்.

செங்கப்பாடி முழுவதும், இந்த உளவுப்பிரிவு போலீசா ரின், கண்காணிப்பு, ஆசை வார்த்தைகள், மிரட்டல்கள், விசாரணை எல்லாம் ஊரில் பலமாக இருந்த நிலையிலும், முனியும், முருகனும் மற்ற யார் தொடர்பிலும் இல்லாமல் தங்கள் வேலையை மட்டும் பார்த்துக்கொண்டு இருந்துள்ள னர்.

நான்கு பேர் என்ற குறைவான எண்ணிக்கையில் இருந்த வீரப்பனுக்கு இன்னும் நான்கு பேர் உதவிக்குத் தேவைப்பட்டுள்ளது. அதற்காக தன்னுடைய பழைய கூட்டாளிகள் சிலரை மீண்டும் தன்னுடன் சேர்க்கும் முயற்சியில் ஈடுபட்டுள்ளார். அது முடியாமல் போகவே, புதிதாக ஆட்களை சேர்க்க முயற்சி செய்து வந்துள்ளார்.

இந்த நேரத்தில், செங்கப்பாடியில் இருந்த முனியும், முருகனும் தங்கள் வயதை ஒத்த உள்ளூர் இளைஞர்களுடனும் நெருக்கத்தை ஏற்படுத்திக் கொண்டதுடன், அவர்களிடம் வாரம் இருபது ரூபாய் என்ற அளவில் பணம் வசூல் செய்து, இருநூறு, முன்னூறு என்று தொகை சேர்ந்ததும், பத்து பேர் இருபது பேர் என்ற அளவில் குழு குழுவாக சமயபுரம், மேல் மருவத்தூர், திருப்பதி என பல ஊர்களில் உள்ள கோயில்களுக்கு சுற்றுலா அழைத்துச் சென்று அவர்களுடன் நெருக்கத்தை அதிகப்படுத்தி வந்துள்ளனர்.

இந்த நேரத்தில், மாதுப்பரி மாதையனுடன் வீரப்பன் தொடர்பில் இருப்பது உளவுப்பிரிவுக்கு தெரிந்துள்ளது. செங்கல் சூளையில் வேலையில் இருந்த முருகன், காண்டக்டரிடம் வேலையில் இருந்த இருவரும் மாதையனை

வீரப்பன் மரணம் யாரால்? எப்படி?

கொண்டுவந்து செந்தாமரைகண்ணனிடம் விட்டுவிடுகின்றனர்.

நெடிய மூளைச் சலவைக்கு பின்னர், மாதையன் அதிரடிப் படையின் கையாள் ஆகிறார். செங்கப்பாடிக்கு தெற்கில் உள்ள காடுகளில் தங்கியிருந்த வீரப்பனுக்கு மாதையன் வீட்டிலிருந்தே ஒரு நாள் விட்டு ஒருநாள் சாப்பாடு கொண்டுபோய் கொடுக்கப்பட்டுள்ளது.

இந்த நேரத்தில், பாலாற்றிலிருந்து, செங்கப்பாடிக்கு போகும் 18-கிலோ மீட்டர் தொலைவு சாலையும் கர்நாடக அதிரடிப்படை போலீசாரின் தீவிர கண்காணிப்புக்கு உள்ளாக்கப்படுகிறது. இந்த சாலை எந்த ஊரும் கிடையாது, ஒரு சில இடங்களில் ஆற்று ஓரமாக சிலர் முளுவடை காட்டில் விவசாயம் செய்துவருகிறார்கள். அதனால், பொதுமக்கள் பேருந்து தவிர வேறு வண்டியில் செல்ல போலீசார் அனுமதிக்கவில்லை.

செங்கப்பாடியில் உளவுப்பணியில் ஈடுபட்டிருந்த போலீசார் பலரும் தங்களுக்கென பல சோர்ஸ்களை தனித்தனியாக உருவாகியுள்ளனர். வீரப்பனை நேரடியாக கொல்ல முடியாது, நாங்கள் கொடுக்கும் சயனைடை வீரப்பன் சாப்பாட்டில் சேர்த்துவிட்டால் போதும், அவன் கூண்டோடு போய்விடுவான். உனக்கு ஒரு கோடி ரூபாய் தருகிறோம் என்று சாப்பாடுக்கு பயன்படும் பொடி, உப்புக்கட்டி போலிருந்த ஒரு வகை சயனைடு கலந்த பொருட்களை பலரிடமும் போலீசார் கொடுத்துள்ளனர். போலீசாரின் நெருக்குதலுக்கு இதை பலர் வாங்கியும் உள்ளனர், அவர்களுக்கு சில ஆயிரம் முன் பணமும் கொடுக்கப்பட்டுள்ளது. காரியத்தை முடித்தால், ஒரு கோடி கொடுப்போம் என்று விளம்பரப்படுத்தப்பட்டது.

இந்த நேரத்தில், மாத்துப்பரி மாதையனின் குடும்பத்தார் வீரப்பனுக்கு சாப்பாடு கொடுத்து வந்தது ஊரிலுள்ள எல்லோருக்குமே தெரிந்துள்ளது. அதிலும் குறிப்பாக மயில்சாமி என்பவர் தன்னுடைய பழைய TVS-50 மொப்பட்டில் சாப்பாடு எடுத்துப்போவதை வழக்கமாக வைத்துள்ளார்.

அவருடன், முனியும், முருகனும் கட்டிட வேலைக்கு சில பொருட்கள் வாங்கவேண்டும் என்ற பெயரில் அந்த வண்டியில் போவதும், வீரப்பன் குறிப்பிட்ட இடத்தில், மயில்சாமி இறங்கிக்கொள்வதும், தொடர்ந்து அதே வண்டியில் செல்லும் முனி, தமிழகத்தில் உள்ள கோவிந்தபாடிக்கு வந்து தனக்கு தேவையான பொருட்களை வாங்கிக்கொண்டு ஒரு மணி நேர இடைவெளியில் திரும்பவும் செங்கப்பாடிக்கு போகும் வழியில்

இருக்கும் காட்டுப்பகுதியிலிருந்து மயில்சாமி அந்த வண்டியில் ஏறிக்கொண்டு செல்வதுமாக இருந்துள்ளனர்.

இந்த தொடர்பின் மூலமாக முனி, முருகன் இருவரும் வீரப்பனை சந்தித்துப் பேசியும் உள்ளனர். சில நாட்கள் அவர்கள் மூலமாக சாப்பாடும் கொண்டுபோய் வீரப்பனுக்கு கொடுக்கப்பட்டுள்ளது.

ஊரை விட்டு வெளியே போகும் ஒவ்வொருவரையும் போலீசார் கண்காணிக்கிறார்கள். தனியாக பைக், மொப்பட்டில் யாரையுமே காட்டுக்குள்ளே விடமாட்டேன் என்று கர்நாடக போலீசார் தடுத்துவந்த அந்த நேரத்தில், கவர்ன்மென்ட் காண்ட்ராக்டரிடம் வேலைக்கு இருப்பவனை போலீசார் ஒன்னும் செய்யமுடியாது என்ற எண்ணம் வீரப்பன் மனதில் அழமாக பதிந்து விட்டது.

வீரப்பன் கொலை செய்யப்படுவதற்கு இரண்டு மாதம் முன்பிருந்து முனி ஆலோசனைப்படி மயில்சாமியின் TVS-50 மொப்பட்டின் சைலன்சரின் ஒரு பகுதி உடைக்கப்பட்டு அளவுக்கு அதிகமாக சத்தம் வரும் வகையில் இருந்த அந்த வண்டியில் சாப்பாடு எடுத்துக்கொண்டு போய் வீரப்பனுக்கு கொடுக்கப்பட்டு வந்துள்ளது. இந்த வண்டி செங்கப்பாடியில் கிளம்பினாலே, நமக்கு சாப்பாடு வருகிறது என்பது வீரப்பனுக்கு தெரியும் வகையில் அந்த வண்டி சத்தம் போட்டு வந்துள்ளது.. இந்த 18-கிலோ மீட்டர் சாலையில் ஏதாவது ஒரு இடத்தில் வீரப்பன் ஆளை அனுப்பி கையை காட்டி சாப்பாட்டை வாங்கிகொள்வார்.

மாதையன் வகையறாவை சேர்ந்தவர்கள் கொண்டுபோய் கொடுக்கா விட்டால் வீரப்பனுக்கு சாப்பாடு இல்லை என்ற நிலை வந்த நேரத்தில், இறுதியாக அதிரடிப்படையின் உயர் அதிகாரிகள் மூலமாக வீரப்பனுக்கு கொடுக்கப்படும் உணவில் விஷம் கலந்து கொடுக்கவேண்டும் என்ற நெருக்குதல் கொடுக்கப்பட்டுகிறது. இதற்காக ஓரளவுக்கு பணமும் அவர்களுக்கு கொடுக்கப்படுகிறது.

குறிப்பிட்ட இரு நாளில் வீரப்பனுக்கு சாப்பாடு கொண்டு போக முடியாத வகையில் சோதனை என்ற பெயரில் நெருக்கடி கொடுக்கப்படுகிறது. உப்பு போலவே இருக்கும் ஒரு வகை இரசாயனம் கலந்த மோரை முதலில் எடுத்துக்கொண்டு போன முனியும், மயில்சாமியும் வீரப்பன் ஆட்களிடம் கொடுத்து விட்டு, எதையும் எடுத்துவர முடியவில்லை. போலீசார் கண் காணிப்பு அதிகமாக உள்ளது. முடிந்தால் சாயங்காலத்துக்குள்

ஏதாவது தயார் செய்து முனி மூலமாக கொடுத்து விடுவதாக சொல்லிவிட்டு மயில்சாமியும், முனியும் அந்த இடத்தை விட்டு செல்கிறார்கள்.

இது நடந்த இரண்டு நாளுக்கு பின்னர், கண் அறுவை சிகிச்சைக்காக, இலங்கைக்கு செல்ல முயன்ற வீரப்பனை தருமபுரி மாவட்டம் பாப்பாரப்பட்டி அருகிலுள்ள பஞ்சனாம் பட்டி என்ற இடத்தில், கூடுதல் டி.ஜி.பி விஜயகுமார் தலைமையி லான அதிரடிப்படையினரால் சுட்டுக் கொல்லப்பட்டதாக அறிவிக்கப்படுகிறது.

வீரப்பனிடமும், விடுதலைப்புலிகளிடமும் நெருக்கமாக இருந்த ஒரு பிரமுகர் மூலம், வீரப்பனின் கண் அறுவை சிகிச்சைக்கு ஏற்பாடு செய்ய இலங்கை செல்ல அழைத்துச் செல்வதாக கூறி, வெள்ளைத்துரை, சரவணன், குமரேசன் என்று மூன்று காவல்துறையினர் மூலமாக, வீரப்பனை காட்டை விட்டு வெளியே அழைத்து வந்து, ஆம்புலென்சில் ஏற்றிக்கொண்டு வரும் வழியில் சுட்டுகொன்றதாக பரபரப்பாக செய்தியும் வந்தது.

வீரப்பன் செத்த மறுநாளே செங்கப்பாடிக்கு சென்ற உளவுப்பிரிவு போலீசார் எல்லோருமே மாத்துப்பரி மாதையன் குடும்பத்தார் மூலமாகவே விஷம் வைத்து வீரப்பன் கொல்லப் பட்டதாக தங்களுக்கு நெருக்கமாக இருந்த சோர்ஸ்களுக்கு சொல்லிவிட்டு, உனக்கு பங்குப் பணம் வரவில்லையா...? என்று மாத்துப்பரி மாதையன் குடும்பத்துக்கு நெருக்கமாக இருந்த பலரிடமும் கேட்டுள்ளனர்.

முனியும், முருகனும் தாங்கள் சுற்றுலா சென்ற நேரத்தில், செங்கப்பாடியை சேர்ந்த இளைஞர்களுடன் சேர்ந்து வெளியூர்களில் எடுக்கப்பட்ட புகைப்படங்களில் இருந்த தங்களின் படங்களை மட்டும் வாங்கிக்கொண்டு வந்து விட்டனர்.

வீரப்பன் கொல்லப்பட்ட ஒரு மாதத்திற்கு பின்னர், அங்கு சென்ற வீரப்பன் மனைவியிடம் கோட்டையூர் அம்மாசி என்பவர், வீரப்பனுக்கு சாப்பாடு கொடுக்க போகும்போது இந்த மருந்தை அதில் போட்டுக்குடுத்து விடு, உடனே அவன் செத்துப்போவான் என்று போலீசார் என்னிடம் கொடுத் தார்கள். நான் சாப்பாட்டில் கலந்து கொடுக்க பயந்துகொண்டு அந்த மருந்தை ஒரு மரப்பொந்தில் வைத்துள்ளேன்... என்று சொல்லியுள்ளார்.

உடனே முத்துலட்சுமி, ஒரு வகையான மாவில் கலந்து

வைக்கப்பட்டிருந்த அந்த மருந்தை வாங்கி, சேலம், வழக்குரைஞர் மூலமாக இரசாயன ஆய்வுக்கு அனுப்பியுள்ளார். அதில், விரைவாக ஆளை கொல்லக்கூடிய டைலூட் செய்யப்பட்ட சோடியம் பெரிக் சைனைட் என்ற விஷம் கலந்துள்ளதாக தெரிந்துள்ளது. இதை அடிப்படையாக கொண்டு உயர் நீதி மன்றத்தில் வழக்கும் தொடரப்பட்டு பின்னர் தள்ளுபடி செய்யப்பட்டது. இதை அடிப்படையாகக்கொண்டு இன்றளவும் வீரப்பன் விஷம் வைத்துக் கொல்லப்பட்டதாகவே தமிழகம் எங்குமுள்ள மக்களால் நம்பப்பட்டு வருகிறது.

வீரப்பன் கொலையில் சொல்லப்படும் இந்த இருவகை கதையிலும் உண்மையில்லை என்பதை தெரிந்த நக்கீரன் குழு கடந்த ஒரு ஆண்டுக்கு முன்பாக செங்கப்பாடியில் விசாரணையை தொடங்கியது.

அதிரடிப்படையின் உளவுப்பிரிவில் பணியாற்றிய பலருக்கும் பல பெயர் இருந்ததால் அவர்களை கண்டு பிடிப்பதில் பல சிரமங்கள் ஏற்பட்டது. வீரப்பன் கொலை செய்யப்படுவதற்கு ஒரு மாதம் முன்னதாக திருப்பதி சென்ற முனியனும், முருகனும் எடுத்துக்கொண்ட ஒரு படம் நெடிய தேடுதலுக்குப் பின் நமக்கு கிடைத்தது.

தலையில் முடியில்லாமல் இருந்த அந்த படத்திலிருந்த முனி பற்றி அதிரடிப்படையில் பணியாற்றிய பலரிடமும் விசாரணை செய்தோம்.

முதலில், இந்த படம் உங்களுக்கு எப்படி கிடைத்தது...? என்று வியப்பை காட்டியவர்கள், தனக்கு கொடுக்கப்பட்ட வேலையை சரியாக செய்து முடித்த முனியை சிங்கம் என்கிறார்கள். தற்போது தேனி மாவட்ட நக்சல் ஒழிப்பு பிரிவில் முதல் நிலை காவலராக பணியாற்றி வருகிறார்.

முருகன், விழுப்புரம் மாவட்ட ஆயுதப்படையில் இருந்தவர் 2008-ஆண்டில் நடந்த உதவி ஆய்வாளர் தேர்வில் கலந்துகொண்டு தற்போது சென்னை சி.பி.சி.ஐ.டியில் எஸ்.ஐ,யாக உள்ளார். வன்னியர் என்ற காரணத்தால் முருகன் கடைசி நேரத்தில் இந்த நடவடிக்கையில் இருந்து கழட்டி விடப்பட்டுள்ளார்.

முழுக்க முழுக்க வீரப்பனை வீழ்த்தியது சாதாரண காவலர்கள்தான். முனிக்கு 752- அதிரடிப்படை வீரர்களுக்கும் கொடுக்கப்பட்டது போல ஒரு படி பதவி உயர்வு மட்டுமே கொடுக்கப்பட்டுள்ளது. வேலையே செய்யாமல் இருந்த பல அதிகாரிகளுக்கு சென்னை அண்ணாநகரில் கோடிக்கணக்கில்

மதிப்புடைய பிளாட் கொடுக்கப்பட்டுள்ளது. ஆனால், முனிக்கு தேனியில் அதே அளவுக்கு ஒரு வீட்டு மனையும், மூன்று இலட்சம் ரூபாய் மட்டுமே கொடுக்கப்பட்டது. எங்கேயோ இருந்து வந்த துரைக்கும், விஜயகுமாரின் டிரைவரான சரவணனுக்கும் இரண்டு பதவி உயர்வுகள் கொடுக்கப்பட்டு, எல்லா வகையிலும் அவர்கள் இருவரையும் முன்னிலைப் படுத்தியுள்ளனர்.

வீரப்பன் விஷம் வைத்து கொல்லப்பட்டதாக மக்களால் பேசப்படுவதும் உளவுப்பிரிவு போலீசாரால் ஏற்படுத்தப்பட்ட ஒரு நாடகம் தான். அம்மாசி உள்ளிட்ட பலரிடமும், சயனைடு கலந்த பொருளை கொடுத்து வீரப்பனுக்கு கொடுக்கும் சாப்பாட்டில் கலந்து கொடுக்க சொன்ன போலீசார், மயில்சாமியிடம் கொடுத்து மோரில் கலந்து கொடுத்தது சாதாரணமான உப்பு தான். அதை குடித்த காரணத்தினால், வீரப்பன் சாகவில்லை. ஆனால், அந்த குடும்பம் இன்னும் நாம் கொடுத்த விஷம் கலந்த மோரால்தான் வீரப்பன் கொல்லப் பட்டான் என்று பயந்துபோயுள்ளது

செங்கப்பாடியில் உள்ள பலரிடமும் போலீசார் சாப்பாட்டில் கலக்கச்சொல்லி சயனைடு கொடுத்துள்ளது வீரப்பனுக்கும் தெரியும். அதனால், வீரப்பன் எச்சரிக்கையோடு முதலில், சேதுமணியையும் பின்னர் சந்திரகவுடரையும் சாப்பிடச் சொன்ன பின்னர் அவர்களுக்கு எதுவும் ஆகவில்லை என்ற நிலை வந்த பின்னர் தான் சேத்துக்குழி கோவிந்தனும், வீரப்பனும் சாப்பிட்டு வந்துள்ளனர்.

2004, அக்டோபர் 17-அன்று மதியம் முனியும், மயிலும், சென்று வீரப்பனுக்கு மோர் கொடுத்துவிட்டு வந்த பின்னர், மயிலுக்குத் தெரியாமல் சாப்பாடு எடுத்துக் கொண்டுபோன முனி சாதாரண உளவுப்பிரிவு காவலர் மட்டுமல்ல, ஒரு மிகச் சிறந்த வெடிகுண்டு தயாரிக்கும் நிபுணர் என்பது அதிரடிப் படையில் பணியாற்றிய பலருக்கும் கூடத் தெரியாத ரகசியம்.

எஸ்.ஐ. பாண்டியனின் ஆலோசனைப்படி தான் தயாரித்து வைத்திருந்த குளோரோபாம் அடங்கிய குண்டையும் சாப்பாட்டுடன் எடுத்துக்கொண்டுபோன முனி சேதுமணியும், சந்திரகவுடரும் சாப்பிட்டுக்கொண்டு இருக்கும்போதே அந்த குண்டை வெடிக்க செய்கிறார். பத்து மீட்டர் சுற்றளவில் இருக்கக்கூடிய எல்லோரையும் இரண்டு மணிநேரம் மயக்கமடைய செய்யும் வகையில் உருவாக்கப்பட்ட அந்த குளோரோபாம் குண்டு வெடித்ததில், வீரப்பன் உள்ளிட்ட

நால்வரும் மயக்கமடைதுள்ளனர்.

அதன் பின்னர், முனி கொடுத்த தகவலை தொடர்ந்து, எஸ்.பி. செந்தாமரைக்கண்ணன் உள்ளிட்ட சில உயர் அதிகாரிகள் மட்டும் வந்து வீரப்பன் உள்ளிட்ட மற்ற மூவரையும் பிடித்து கையை கட்டிப் போட்டுள்ளனர்.

அன்று இரவு முழுவதும் மேட்டூரில் தங்கிய மேலதிகாரிகள், வகுத்த திட்டம்தான் ஆப்ரேசன் 'குக்கூன்'. இதன்படி, ஒரு ஆம்புலென்ஸ் போலீசாருக்கு தேவைப்படுகிறது. அதற்காக புதுக்கோட்டை மாவட்டத்தில் பயன்படுத்தப் படாமல் இருந்த ஒரு வெள்ளை டெம்போ டிராவலர் வண்டியை கரூர் கொண்டுவந்து சில மாற்றங்கள் செய்து, அவசர அவசரமாக ஆம்புலென்ஸ் போல செட்டப் செய்துள்ளனர்.

18-ஆம் தேதி காலை வீரப்பன் கட்டிப்போடப்பட்டிருந்த பொரசல்நத்தம் காட்டுக்கு சென்ற போலீஸ் அதிகாரிகள், வீரப்பனிடம் விசாரணை மேற்கொண்டுள்ளனர். விசாரணை என்பதை காட்டிலும், அடியும், உதையுமே வீரப்பனுக்கும், அதைக்காட்டிலும் அதிகமாக கோவிந்தனுக்கும் கொடுத் துள்ளனர். சேதுமணியும், சந்திர கவுடரும் தனியாக பிரிக்கப்பட்டு வேறு ஒரு இடத்தில் கட்டிப்போடப் பட்டுள்ளனர். உணவு கொடுக்கப்படாத நிலையிலேயே மாலை வரை அவர்களை நிர்வாணமாக வைத்து, கணக்கில் அடங்காத சித்தரவதைகள் தொடர்ந்துள்ளது. இருபது ஆண்டுகளாக வீரப்பன் மீதிருந்த வெறி முழுவதையும் போலீசார் அடித்தே தீர்த்துள்ளனர்.

மாலை மூன்று மணிக்கு மேட்டூர் அதிரடிப்படை முகாமுக்கு வந்த ஆம்புலென்சில் எஸ்.கே.எஸ் ஆஸ்பிடல் SALEM என்பதற்கு பதிலாக SELAM என்று இருந்துள்ளது. அந்த எழுத்துக்களை எழுத்துக்களை மாற்ற மூன்று மணிநேரம் தேவை என்ற நிலையில், அவ்வளவு நேரம் காத்திருக்க முடியாது என்ற நிலையில், பிழையான எழுத்துக்களுடனே ஆம்புலென்சை விஜயகுமாரின் கார் ஓட்டுனரான சரவணன் எடுத்துக்கொண்டு செங்கப்பாடிக்கு சென்றுள்ளார்.

இதற்குள்ளாக, பொரசால்நத்தம் காடுகளில் இருந்து வீரப்பன் உள்ளிட்ட நால்வரையும் பஞ்சமலைக்கு தெற்கிலுள்ள பள்ளம் வழியாக பாலாறு செங்கப்பாடி ரோட்டுக்கு பக்கமாக வீரப்பன் உள்ளிட்ட நால்வரையும் அரைநிர்வாணமாகவே அழைத்து வந்த அதிகாரிகள் வீரப்பன், கோவிந்தன் இருவரின்

மீசையையும் கையாலேயே பிடுங்கி, மீசை இல்லாத வீரப்பனாக மாற்றியுள்ளனர்.

ஆம்புலென்ஸ் போலீஸ் அதிகாரிகள் இருந்த இடத்துக்கு பக்கமாக வந்த நேரத்தில் வெளிச்சம் கொஞ்சம் அதிகமாக இருந்ததாலும், 7.15-மணிக்கு மாதேஸ்வரன் மலையில் இருந்து செங்கப்பாடி போகும் பேருந்து அந்த பகுதியை கடந்து போகவேண்டும் என்பதாலும், அதற்கு ஏற்ற வகையில் ஆம்புலென்ஸ் செங்கப்பாடி வழியாக ஒகேனக்கல் வரை சென்றுவிட்டு திரும்புமாறு சொல்லப்பட்டுள்ளது.

7.30-மணிக்கு திரும்பவும் அந்த இடத்துக்கு வந்த ஆம்புலென்சில் சேதுமணியும், சந்திரகவுடரும் முதலில் ஏற்றப்பட்டு உள்ளே வைத்து சுடப்பட்டுள்ளனர்.

தாளவாடி அருகிலுள்ள நெய்தாலபுரம் காட்டில் தமிழக அதிரடிப்படை எஸ்.ஐ. செந்தில்குமார் என்பவரை, இடது கண்ணுக்கு சற்று மேலே சுட்டு வீரப்பன் கொன்றுள்ளார். அதை சுட்டிக்காட்டிப் பேசிய போலீஸ் அதிகாரி, அதுபோலேவே

தமிழக அதிரடிப்படை எஸ்.ஐ.செந்தில்குமார்

வீரப்பனின் கண்ணுக்கு மேலே மூளையை துளைத்துக்கொண்டு வெளியே செல்லும் வகையில் சைலன்சர் பொருத்திய பிஸ்ட்டல் மூலம் வீரப்பனையும் சுட்டுக்கொல்லச் சொல்லி யுள்ளார்.

நிர்வாணமாகவே வீரப்பன் உள்ளிட்ட நான்கு பேரின் உடலையும் ஏற்றிக்கொண்ட ஆம்புலென்சுடன் நான்கு ஜீப்பில் வந்த அதிகாரிகள், பாலாற்றை கடந்து, தமிழக எல்லையில் உள்ள சின்னகாவல் திட்டு மாரியம்மன் கோயில் பக்கமாக கொஞ்சநேரம் ஆம்புலென்சை நிறுத்தி வைத்து விட்டு, அனைவரும் மேட்டூர் வந்து, உடைகளை மாற்றிக்கொண்டு ஆபரேசன் குக்கூன் நடவடிக்கைக்காக தருமபுரிக்கு கிளம்பியுள்ளனர்.

புறப்படு... என்ற உத்தரவு வந்த பின்னர், சின்னகாவல் திட்டிலிருந்து கிளம்பிய ஆம்புலென்ஸ் மேட்டூர், மேச்சேரி, பெரும்பள்ளம், பென்னாகரம் என மக்கள் நடமாட்டமில்லாத சாலை வழியாக பாப்பாரப்பட்டிக்கு போய் சேர இரவு பத்தரை மணியாகியுள்ளது. இதற்கு முன்னரே அந்த இடத்துக்கு சென்ற போலீஸ் மேலதிகாரிகள், லாரியை நிறுத்தி, வழிமறித்து தாக்குதல் நடப்பது போல ஏமாற்றி, ஆம்புலென்சில் பிணமாக கிடந்த வீரப்பன் குழுவினர் மீது 358-குண்டுகள் சுட்டு வீரப்பன் உடலில் ஏழு குண்டுகள் ஏறி உயிரிழந்ததாக செய்தி சொன்னார்கள்.

30 அடி தூரத்திலிருந்து ஆம்புலன்ஸை நோக்கி சுற்றி வளைத்து சுட்டார்களாம். அதில் வீரப்பன் உடலில் 7 குண்டுகள் பாய்ந்து இறந்தாராம். 30 அடி தூரத்தில் ஆம்புலன்ஸ் உள்ளேயிருந்த வீரப்பனுக்கு கரெக்டா கண்ணுக்கு மேலே குண்டு பாய்ந்து பின்னாடி போகுமாம். இன்னொரு குண்டு தலையிலேயே இருந்ததாம். எவ்வளவு பெரிய பொய்.

வீரப்பன் வேட்டையின் நாயகனாக இருந்த முனி, எந்த விழாவிலும் முகம் காட்டப்படாமல் இருக்க காரணம் என்ன என்று அவரிடமே கேட்க முடிவு செய்தோம். நம்மை நேரில் சந்திப்பதை தவிர்த்து போனிலேயே பேசினார்.

"டாஸ்க் முடிவதற்கு இரண்டு நாள் முன்பாக பாண்டியன் சாருக்கு ஒரு பெரிய விபத்து ஏற்பட்டது. அதனால், அவர் இந்த ஆபரேசனில் இணைந்து செயல் முடியாத நிலை வந்தது. அந்த விபத்து இல்லாமல் போயிருந்தால், வெள்ளைத்துரை இருக்கவேண்டிய இடத்தில், பாண்டியன் சாரும், சரவணன் இருக்கவேண்டிய இடத்தில் நானும் இருந்திருப்போம். அதனால்

அப்படியே விட்டுவிட்டோம். என்னை நான் முன்னிலைப் படுத்திக்கொள்ள விரும்பாததற்கு இன்னொரு முக்கிய காரணம், என்னுடைய முகம் வெளியே தெரிந்தால், இந்த ஆபரேசனுக்கு எனக்கு உதவியாக இருந்த மூன்று, நான்கு குடும்பத்தினர் பாதிக்கப்படுவார்கள் என்பதால், நான் என் வேலையை மட்டும் பார்த்துக்கொண்டுள்ளேன்" என்கிறார் அடக்கமாக.

2004-ஆம் ஆண்டில் இந்த ஆபரேசன் முடிவுக்கு வந்திருந்தாலும், வீரப்பன் எப்படிச் செத்தார் என்ற உண்மை வெளியில் தெரிந்தால், தன் உயிருக்கும் ஆபத்து ஏற்படலாம் என்ற பயத்தில் இருந்த முனி, தன்னுடன் பணியாற்றிய திருவண்ணாமலை மாவட்டத்தைச் சேர்ந்த இன்னொரு அதிரடிப்படையை சேர்ந்த நண்பரிடம், தன்னுடைய வாய்மொழியாக பேசிய ஆடியோ கேசட் ஒன்றை கொடுத்து, என்னைக் காணவில்லை என்று எப்போதாவது தெரிந்தால் இந்த கேசட்டை கொண்டுபோய் நக்கீரன் அலுவலகத்தில் கொடுத்துவிடு. மற்றதை அவர்கள் பார்த்து கொள்வார்கள் என்று சொல்லி வைத்திருந்ததாகவும், 2010-ஆண்டுக்கு பிறகே அந்த ஆடியோ கேசட்டையும், சில படங்களையும் முனி வாங்கி அழித்து விட்டார் என்றும் அவருடைய நண்பர்கள் சொல்கிறார்கள்.

எத்தனை ஆண்டுகள் போனாலும் உண்மை சாகாது. சாகவே சாகாது.

2

செங்கப்பாடி

(வீரப்பன் பிறந்த ஊர்)

ஒரு அறிமுகம்

1920-ஆம் ஆண்டு அன்றைய சென்னை மாநிலத்தில் இருந்த சாம்பள்ளி என்ற ஊருக்கு அருகில் காவேரி ஆற்றின் குறுக்கே அணை கட்டி தண்ணீரைத் தேக்கவேண்டும் என்று முடிவு செய்த ஆங்கில அரசு, காவேரி ஆற்றின் இருகரையிலும் வசித்த மக்களையெல்லாம் அவர்களின் வாழ்விடங்களை விட்டு வெளியேறிச் செல்லுமாறு உத்தரவிட்டது. உழுது விவசாயம் செய்த நிலம் மற்றும் ஊர்களில் இருந்த வீடுகள் உள்ளிட்ட தங்களின் அடையாளங்களை விட்டு வெளியேறிய அம்மக்கள், காவேரி ஆற்றை ஒட்டியிருந்த காட்டுப்பகுதிக்குச் சென்று அங்கிருந்த சமமான நிலப்பரப்பில் கூட்டம் கூட்டமாகக் குடியேறியுள்ளனர்.

இன்றைய கர்நாடக மாநிலம் கொள்ளேகால் வட்டத்தில் உள்ள தமிழர்கள் வாழும் பெரும்பாலான ஊர்கள் எல்லாமே மூழ்கிப்போன ஸ்டேன்லி அணைக்குள் இருந்த தங்களின் வாழ்விடங்களை விட்டுவிட்டு பிழைக்கப் போனவர்களின் குடியிருப்புகளே. தங்கள் குழந்தை குட்டிகளுடன் நாடோடி யாகப் போன பல்லாயிரம் மக்கள், கர்நாடக மாநிலத்தில் உள்ள பல ஊர்களில் இப்போதும் எதிரிகளாகவே வாழ்ந்து வருகிறார்கள்.

மேட்டூர் அணையை ஒட்டியுள்ள

தமிழகத்திலும் பலர் சொந்த வீடு கூட இல்லாமல், அதே நிலையில் வாழ்கிறார்கள். அணைக்குள் மூழ்கிய நியாம்பாடி, காவேரிபுரம், கோவிந்தபாடி பகுதியிலிருந்து இப்படி பிழைக்கப்போனவர்களில் ஒரு பகுதியினர் காவேரி ஆற்றின் அக்கரையில் இருந்த கோட்டையூருக்கு அருகே ஆத்தூர் என்ற ஊரை அமைத்தனர். அதற்குப் பக்கத்திலேயே மாதேஸ்வரன் மலை மற்றும் பொன்னாச்சி மலைச்சரிவுகளுக்கு இடையில் உருவாகி ஓடிவரும் எரக்கியம் பள்ளத்தின் கரை ஓரத்தில் செங்கப்பாடி (கன்னடத்தில் கோபிநத்தம்) என்ற ஊரையும் அமைத்து அங்கே கொத்துக்காட்டு விவசாயம் செய்யத் துவங்கினர்.

நிலத்தை சமன் செய்து பண்படுத்தி விவசாயம் செய்ய போதிய கருவி வசதியில்லாத 1930-ஆம் ஆண்டுகளில் விவசாயத்துடன் வேட்டையாடுதல், மீன்பிடித்தல், மரம் வெட்டுதல் போன்ற பகுதி நேர வேலைகளில் பலரும் ஈடுபட்டு வந்தனர்.

சிலர் சாராயம் காய்ச்சுதல், கஞ்சா பயிரிடுதல் போன்ற சட்டத்துக்கு எதிரான வேலைகளிலும் ஈடுபட்டனர். தமிழகம்-கர்நாடகம் என பிரிக்கப்படாத சென்னை மாநிலத்தில் வாழ்ந்துவந்த அந்த மக்கள், கோவை மாவட்டம் கொள்ளேகால் வட்டத்தைச் சேர்ந்தவர்களாகவே இருந்துவந்தனர்.

1956, நவம்பர் ஒன்றாம் தேதி முதல் மொழிவாரி மாநிலங்கள் என்ற அடிப்படையில் பாலாற்றின் கரைக்கு அப்பாலிருந்த இடங்களை கர்நாடகத்துக்கும் பாலாத்துக்கு இக்கரையில் இருந்த இடங்களை தமிழகத்துடனும் சேர்த்து விட்டனர். அப்போதே கொள்ளேகால் வட்டம், தமிழகத்துடன் சேர்க்கப்படவேண்டும் என்று ம.பொ.சி. போன்றோர் கோரிக்கை வைத்தனர். ஆனால் அது ஏற்கப்படவில்லை.

கன்னட மக்கள் அதிகமாக வாழ்ந்த தாளவாடி நிலப்பகுதி தமிழகத்துக்கு வந்தது. தமிழர்கள் அதிகமாக வாழ்ந்த கோலார் தங்கவயல் மற்றும் கொள்ளேகால் நிலப்பகுதி கர்நாடகத்துக்குப் போனது. அப்போது இருந்த நம்முடைய

அரசியல்வாதிகளுக்கும், அதிகாரிகளுக்கும் புவியியல் மற்றும் நிலவியல் சார்ந்த தரவுகளில் போதிய அறிவின்மையால் ஏற்பட்ட இந்த வரலாற்றுப் பிழை, இன்று காவேரி எங்களுக்குத்தான் சொந்தம், மேகதாதுவில் அணை கட்டுவோம் என்று கர்நாடக அரசு சொல்வது முதல், எதிர்காலத்தில் இன்னும் பல தீராத சிக்கல்களுக்கு வழி வகுக்கும் வகையில் அமைந்துவிட்டது.

இப்படி உருவான செங்கப்பாடி என்ற ஊரில் வசித்து வந்த முனியக்கவுண்டருக்கு கூசன் முனுசாமி, கீரியான் பொன்னுசாமி என இரு மகன்கள். முதல் மகன் கூசன் முனுசாமி-பொன்னுத்தாயி தம்பதியினருக்கு மூன்று ஆண், இரண்டு பெண் என ஐந்து குழந்தைகள். இந்த தொடரின் நாயகனாக வரும் மொளுக்கன் என்கிற வீரப்பன் தமிழகம், கர்நாடகம் என்ற மாநிலங்கள் பிறப்பதற்கு சில ஆண்டுகளுக்கு முன் 1950-ஆம் ஆண்டு தை மாதத்தில் இந்த தம்பதிக்கு இரண்டாம் மகனாக பிறந்தவன். (ஜனவரி-18)

முதல் மகன் மாதையன். வீரப்பனுக்கு மூன்று வயது மூத்தவர். முதல் மகள் முனியம்மாள் வீரப்பனுக்கு மூன்று வயது இளையவள். இரண்டாவது மகள் மாரியம்மாள், வீரப்பனுக்கு ஆறு வயது இளையவள். கடைசி மகன் அர்ஜுனன், வீரப்பனுக்கு 13 வயது இளையவன்.

கூசனுக்கு அவருடைய அப்பன் முனியக்கவுண்டர் கொடுத்துவிட்டுப் போன நான்கு ஏக்கர் நிலமும், வானம் பார்த்த பூமியாக இருந்தது. விவசாயம் செய்ய போதிய தண்ணீர் வசதியில்லை. அதனால், சுற்றிலுமிருந்த காட்டில் வேட்டைக்குச் சென்றுதான் தன்னை நம்பியிருந்த ஆறு உயிர்களுக்கும் கால்வயிறு கஞ்சியாவது ஊற்றவேண்டிய கட்டாயத்தில் இருந்தார் முனுசாமி. இதனால், அந்தக் குடும்பத்தில் இருந்த யாருக்கும் பள்ளிக்குச் செல்லும் வாய்ப்பு கிடைக்கவில்லை. வீரப்பனின் தம்பி அர்ஜுனன் மட்டும் கொஞ்சம் படித்துள்ளார்.

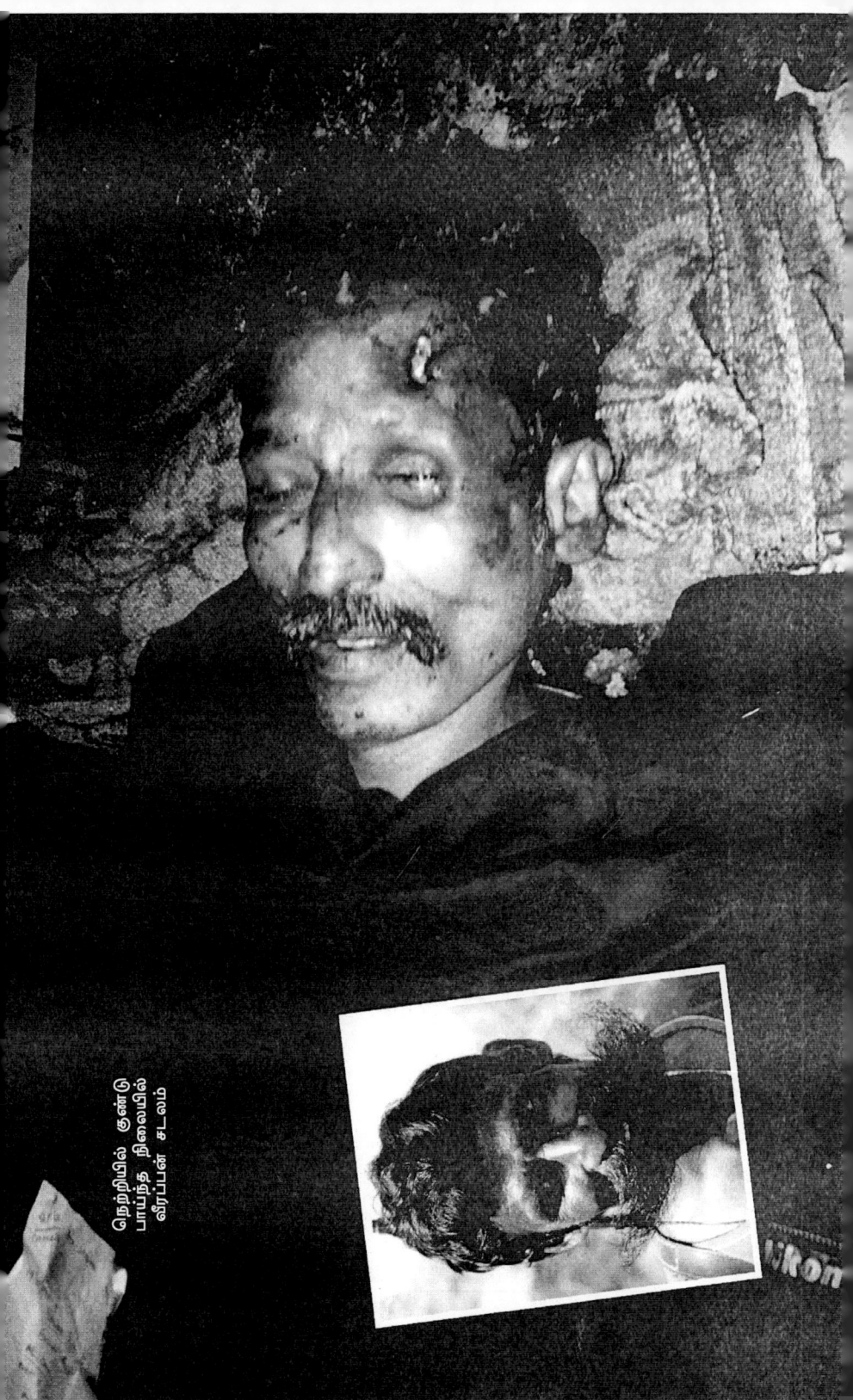

நெற்றியில் குண்டு பாய்ந்த நிலையில் வீரப்பன் சடலம்

சேத்துக்குளி
கோவிந்தன் சடலமாக

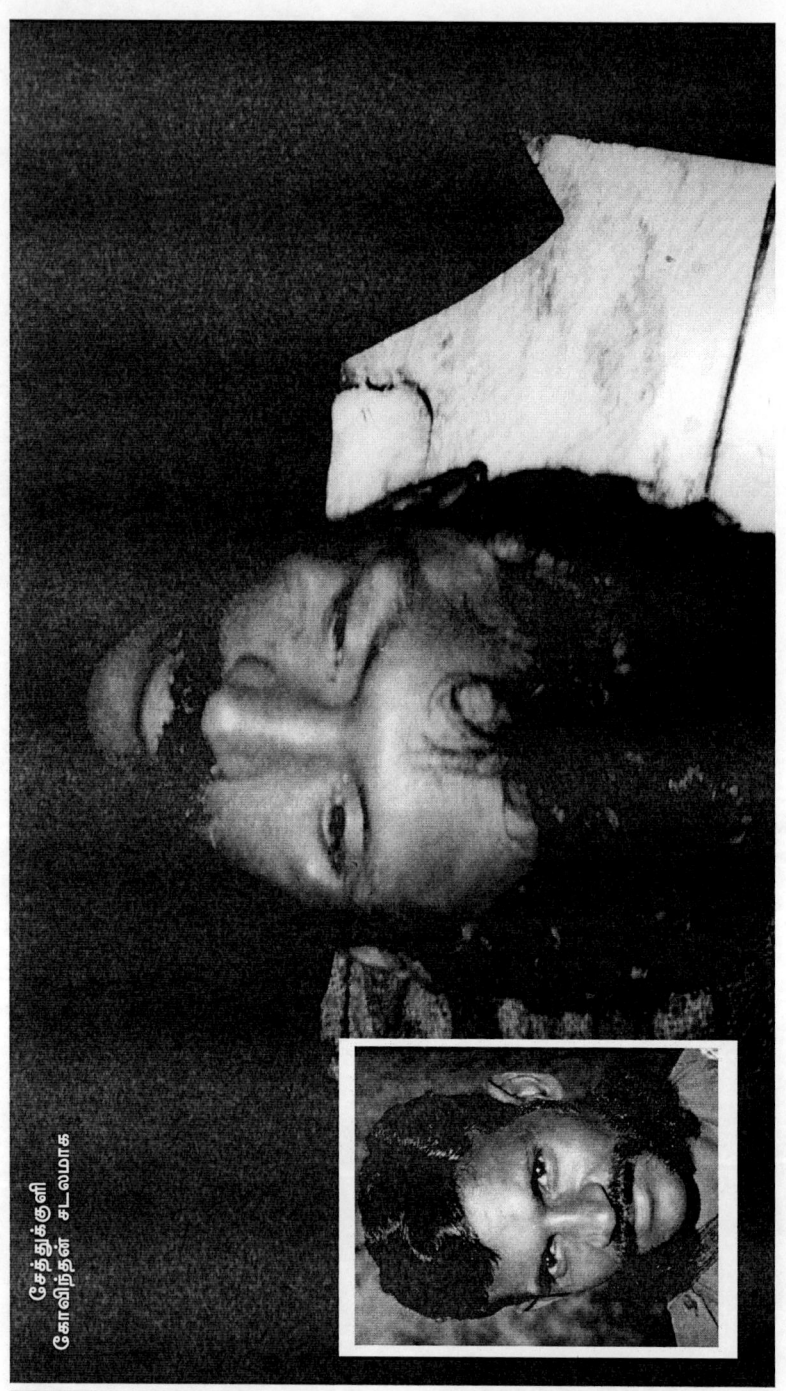

சந்திர கவுடர் சடலமாக

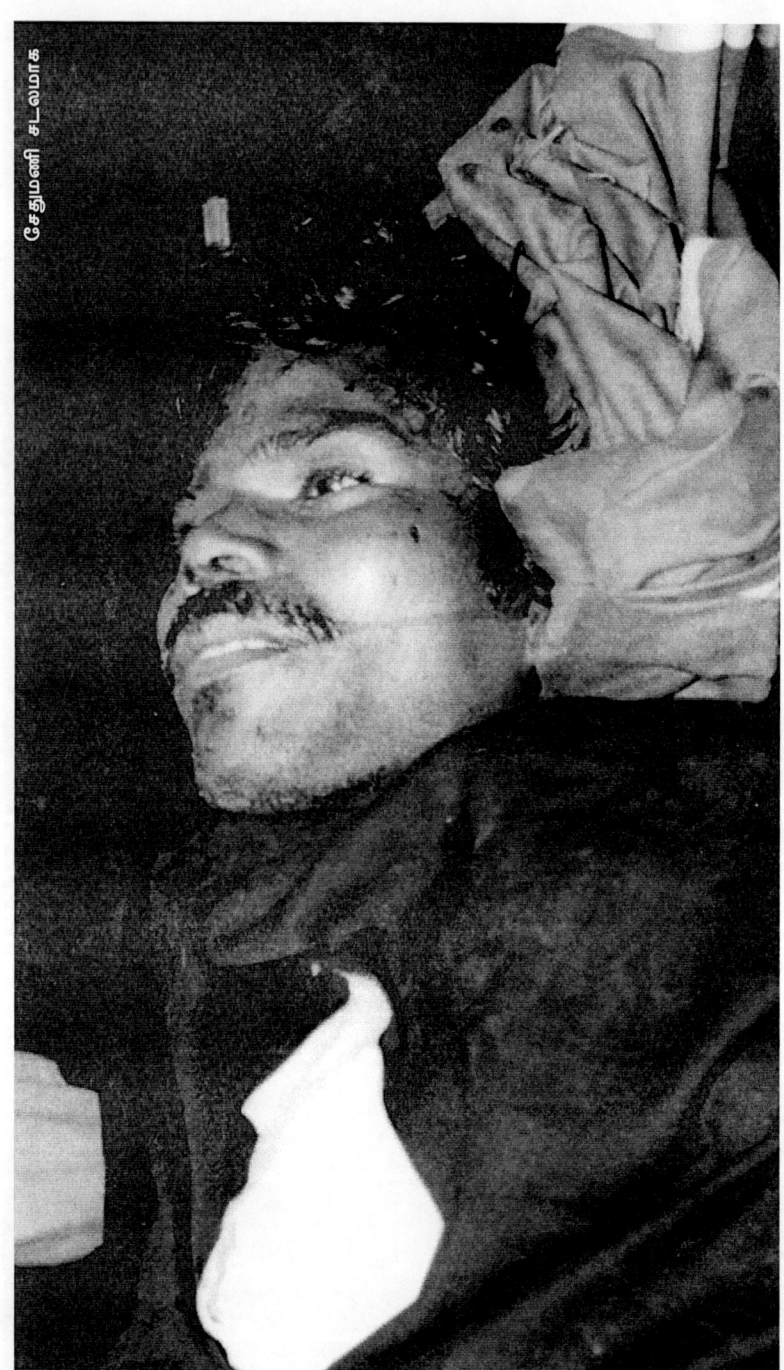

சேதுமணி சடலமாக

SALEM (சேலம்) என்பதற்கு பதிலாக
SELAM என்று மாற்றி அமைக்கப்பட்ட
அவசர ஆம்புலன்ஸ் வேன்

வீரப்பன் கொல்லப்பட்டதை அறிவிக்கும் விஜயகுமார்

அதிரடிப்படையின் கொண்டாட்டம்

வீரப்பன்
சமாதியில்
மனைவி
முத்துலட்சுமி

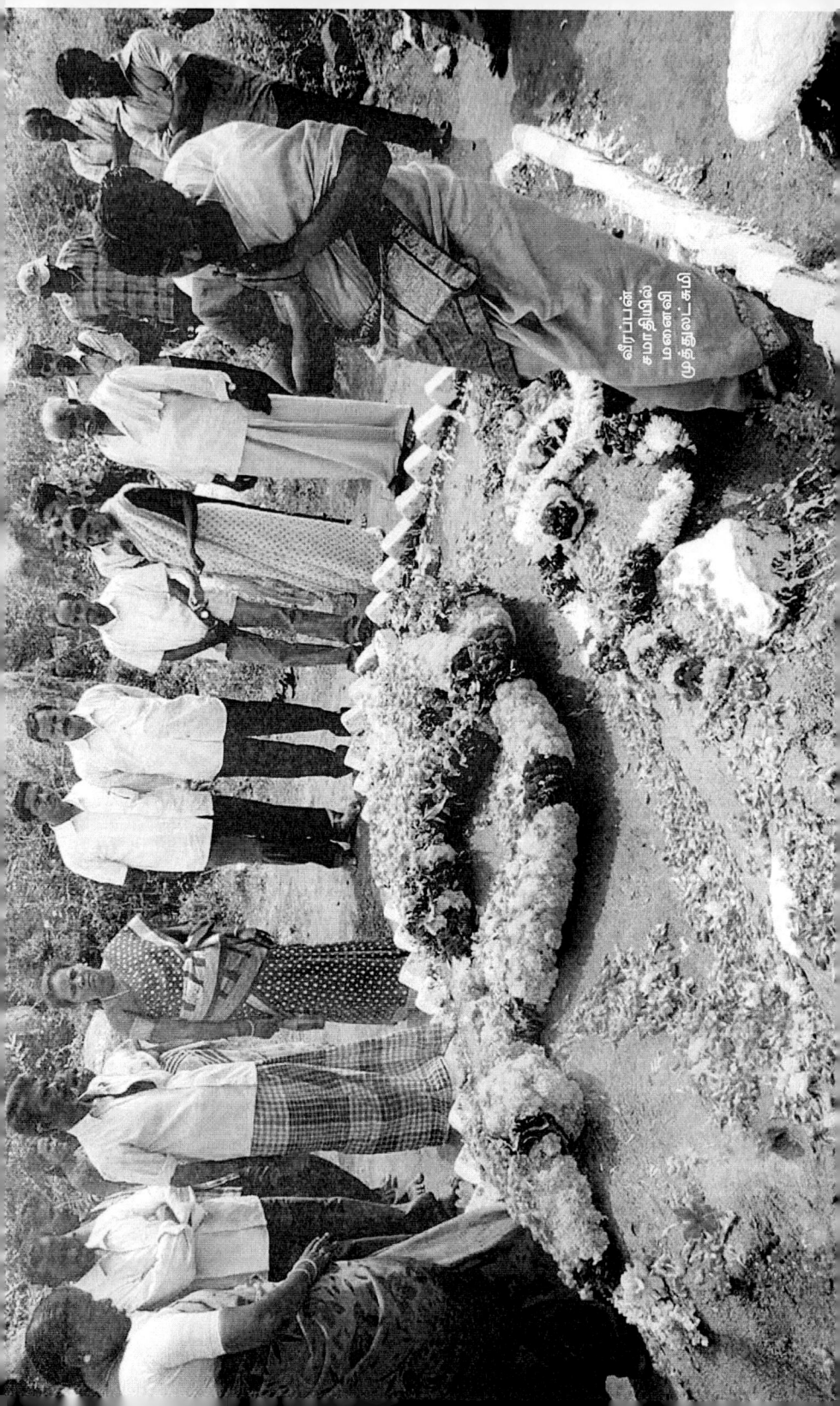

3

வீரப்பன் குடும்பம்

அந்தக் காலங்களில் செங்கப்பாடி மட்டுமல்ல, அதையொட்டிய காட்டுப் பகுதியிலுள்ள பெரும்பாலான ஊர்களிலும் இருந்த மக்கள் எல்லோருமே நாட்டுத் துப்பாக்கியை தங்களின் ஒரு உடமையாகவே பயன்படுத்தி வாழ்ந்து வந்துள்ளனர். யானை, கரடி, புலி, சிறுத்தை என தங்கள் உயிருக்குத் தீங்கு விளைவிக்கும் விலங்குகளிடமிருந்து தங்களைக் காப்பாற்றிக்கொள்ளவும், வெளியுலகத் தொடர்புகள் எதுவுமில்லாமல் காட்டுக்குள்ளேயே வாழ்ந்துகொண்டிருக்கும் இந்த மக்களுக்குத் தேவையான உணவுக்காக பன்றி, மான், காட்டு ஆடு, முயல், காடை, கவுதாரி போன்ற விலங்குகளை வேட்டையாடி உண்பதற்கும் இந்த துப்பாக்கிகள் பெரிதும் பயன்பட்டன. பெண் மானை கொல்லக்கூடாது என்ற நிபந்தனையுடன் ஆண்மான்களை வேட்டையாட ஆங்கில அரசு அனுமதித்திருந்தது. 1972-ஆம் ஆண்டு வரை இச்சட்டம் நடைமுறையில் இருந்தது.

பரந்த காடுகளில் வாழ்ந்த அம்மக்களுக்கு சட்டங்களும் தெரியாது. சட்ட மீறல்களும் தெரியாது. அதுபோலவே, அங்கு வாழ்ந்த மனிதர்களின் வயிற்றுத் தேவைக்கு சட்ட மீறல்களும் நிறைய நடந்தன. அவை சட்ட மீறல்களாக பாவிக்கப்படவுமில்லை. வயிற்றுப் பிழைப்புக்காக நடந்த சட்டமீறல்கள் சட்டத்துக்கு எதிரானதாகவும் கருதப்படவில்லை.

செங்கப்பாடிக்கு அப்போது பேருந்து வசதியில்லாத காலம் என்பதால், அங்கிருந்து வெளியில் போக வேண்டும் என்றால், பாலாறு வரை காவேரி ஆற்றங்கரை ஓரமாகவே தெற்குப் பக்கமாக 16 கிலோமீட்டர் தூரம் நடந்து சென்று பாலாற்றை கடந்து சின்னக்காவல் திட்டுக்கு வந்து அங்கிருந்து கோவிந்தபாடி, கருங்கநல்லூர், கொளத்தூர் போனால்தான் மளிகைப் பொருள்கள் வாங்க முடியும்.

இன்னொரு வழி, அதே காவேரி ஆற்றின் கரையின் ஓரத்திலேயே வடக்குப் பக்கமாக 12 கிலோமீட்டர் தூரம் சென்று காவேரி ஆற்றை கடந்து ஒகேனக்கல் சென்று அங்கிருந்து பேருந்து அல்லது லாரியைப் பிடித்து பென்னாகரம் போனால்தான் வெளியுலகத்தைப் பார்க்க முடியும்.

இல்லையானால் ஊரிலிருந்து நேர் மேற்காகச் சென்றால், பொன்னாச்சி வழியாக நடந்தால் 12 கிலோமீட்டர் தொலைவில் ஓடக்காப்பள்ளம் என்ற ஊர் உள்ளது. அங்கிருந்து, கவுதள்ளி வழியாக கொள்ளேகால் போயாக வேண்டும்.

இப்படி செங்கப்பாடியில் இருந்து எந்தப் பக்கம் போனாலும் பத்து கிலோமீட்டர் தூரத்துக்கு மேலே காட்டுக்குள்ளேயே நடந்துதான் போயாக வேண்டும். அடர்ந்த காடான இந்தப் பகுதியில் காட்டெருமை மற்றும் யானைகளின் நடமாட்டம் அதிகமாக இருக்கும். அதனால் இந்தப் பகுதியைச் சேர்ந்த யாரும் துப்பாக்கியில்லாமல் காட்டுக்குள் போகமாட்டார்கள்.

விவசாயத்தை மட்டுமே நம்பி இந்த ஊரில் வாழ முடியாது என்ற நிலையில், முனுசாமி காட்டுக்குப் போய் வேட்டையாடும் முழுநேர 'சிகாரி' வேட்டைக்காரனாகவும் இருந்துள்ளார்.

பெரும்பாலான நாளில் காலையில் வேட்டைக்குப்போகும் முனுசாமி மதிய வேளையில் முசுக்கொந்தி அடித்துக் கொண்டுவந்து கொடுத்தால், அதை எடுத்து கூடையில் போட்டு தலையில் தூக்கி வைத்துக்கொண்டு

போகும் பொன்னுத்தாயி, காவேரியின் அக்கரையில் (தருமபுரி மாவட்டம்) இருக்கும் சிகரல்பட்டி என்று சொல்லப்படும் சிகரல்ஹள்ளியில் கொண்டுபோய் அந்த முசுக்கொந்தியை விற்று அதில் கிடைக்கும் காசில் இராகி மாவும், சர்க்கரையும் வாங்கிக்கொண்டு வந்துதான் இரவு சாப்பாட்டுக்கு களி கிளறிச் சாப்பிட்டு வந்துள்ளனர். 'அவ்வளவு வறுமையில் வாழ்ந்தவர்கள் நாங்கள்' என்று வீரப்பனே என்னிடம் சொல்லி யுள்ளார்.

எந்த நேரமும் துப்பாக்கியும் கையுமாகவே இருக்கும் முனுசாமியுடன் வேட்டைக்குச் சென்றுகொண்டிருந்த வீரப்பன், அவருடன் மட்டுமல்லாமல் ஆடு, மாடு மேய்க்க காட்டுக்குள் போகும் வேறு பல ஆட்களுடன் சுற்றிக்கொண்டேயிருப்பார். சிறுவயது முதலே வீரப்ப னுக்கு துப்பாக்கியின் மீதும் வேட்டையின் மீதும் தீராத காதல்.

வயதானவர்களும் சிறுவர்களும் பெரிய விலங்குகளையெல்லாம் வேட்டையாட முடியாது. அதனால், அவர்களுக்கு ஏற்றபடி கொக்கு, குருவி போன்ற பறவை மற்றும் அணில், எலி, முயல் போன்ற சிறு விலங்குகளை வலை போட்டு வேட்டையாடுவார்கள். சிலர் வேட்டை நாய்களை கூட்டிக்கொண்டு போய் வேட்டையாடுவார்கள்.

சேவி என்ற எண்பது வயதுடைய பெரியவர் நாமதாரி காடுகளில் மாட்டுப்பட்டி போட்டு மாடு மேய்ப்பவர். இவருடன் சில இளைஞர்களும் மாட்டுப்பட்டியில் தங்கி மாடு மேய்க்கவும், சமையல் செய்யவும், மாட்டுச்சாணத்தை பொறுக்கி ஒன்று சேர்ப்பது என பல்வேறு வேலைகளைச் செய்துகொண்டிருந்தனர். வீரப்பனுக்கு இந்த சேவியின்மீது எப்போதுமே பிரியம் அதிகம். காரணம், இவர் வீரப்பனை அடிக்கடி காட்டுக்குள் வேட்டைக்கு கூட்டிக்கொண்டு போவார். சிறிய விலங்குகள், பறவைகளைப் பிடிப்பது எப்படி என்று வேட்டை விதிமுறைகளைச் சொல்லியும் கொடுப்பார்.

ஒவ்வொரு ஆண்டும் ஏப்ரல், மே மாதங்களில் பெரும்பாலும் காட்டுப்பகுதியில் இருக்கும் ஆறுகள் மற்றும்

ஓடைகளெல்லாம் வறண்டுவிடும். அடுத்து மழை பொழியும் வரை இந்த ஓடைகளில் உள்ள பாறை இடுக்குகளிலும் பள்ளங்களிலும் தேங்கி நிற்கும் தண்ணீரைக் குடித்துதான் காட்டிலுள்ள விலங்குகள் உயிர்வாழும். இப்படித் தண்ணீர் தேங்கி நிற்கும் இடங்களைத் தேடிவரும் சிறு விலங்குகளை வேட்டையாட பெருவிலங்குகளும் வேட்டைக்காரர்களும் காத்துக்கொண்டிருப்பார்கள். பொழுதுசாயும் நேரத்திலும் இரவு நேரத்திலுமே விலங்குகள் அதிகம் தண்ணீர் தேடி இந்த இடங்களுக்கு வரும். பகலில் பறவைகள் மட்டுமே வரும்.

வீரப்பன் 13 வயது சிறுவனாக இருந்த நேரத்தில், ஒருநாள் மதிய வேளையில் சேவியும் வீரப்பனும் தண்ணீர் குடிக்கவரும் குருவிகளைப் பிடிக்கும் ஆர்வத்தில் தண்ணீர் வறண்டு போயிருந்த ஒரு சிற்றோடையில், தேங்கி நின்ற தண்ணீரைச் சுற்றிலும் இருந்த மணலில் தாங்கள் கொண்டுபோயிருந்த மீன்வலையை மணலில் புதைத்துக் கொண்டிருந்தனர்.

'புதைவலை' என்று சொல்லப்படும் இந்த வேட்டையில் தண்ணீரைச் சுற்றியுள்ள இடங்களில் இருக்கும் மணலுக்குள் வலையைப் புதைத்து வைத்துவிட்டு மேலே மணலையும், காய்ந்து கிடக்கும் சருகுகளையும் போட்டு மூடிவிட வேண்டும். பின்னர் வலையில் ஒரு பகுதி சுருக்கு கயிற்றை நீண்டதூரம் மறைவாக மணலுக்குள்ளே புதைத்துக்கொண்டு சென்று ஒரு மரத்துக்குப் பின்னர் ஒளிந்து கையில் பிடித்துக்கொள்ள வேண்டும்.

நிறைய பறவைகள் வந்து மணலில் புதைக்கப்பட்டிருக்கும் வலையின் மீது உட்கார்ந்துகொண்டு தண்ணீர் குடிக்கும் போது வலையை இழுத்துச் சுருட்டி உள்ளே இருக்கும் பறவைகளைப் பிடித்து வேட்டையாடும் முறைதான் 'புதைவலை' வேட்டையாகும்.

வீரப்பனும் சேவியும் புதைவலையை மணலில் பதித்துக்கொண்டிருந்த நேரத்தில், தண்ணீர் குடிப்பதற்கு வந்த ஒரு யானை அதனுடைய பாதையில் உட்கார்ந்து கொண்டு வலை புதைத்துக்கொண்டிருந்த வீரப்பனுக்குப்

பின்னால் வந்து நின்றுள்ளது. வீரப்பனுக்கு எதிர் திசையில் உட்கார்ந்துகொண்டு மணலையும் இலை, சருகுகளையும் அள்ளி வலையின் மீது தூவிக்கொண்டிருந்த சேவி, இயல்பாக தலையைத் தூக்கிப் பார்த்தபோது வீரப்பனின் தலைக்கு மேலே யானை நின்றது தெரிந்தது.

யானையைப் பார்த்த பயத்தில் வீரப்பனிடம் என்ன சொல்லுவது என்பது கூட சேவிக்கு தெரியவில்லை. 'பே... பே...' என உளறியபடியே இரண்டு கையிலும் ஆற்றுமணலை அள்ளி யானையின் மீது வீசிவிட்டு நாலுகால் பாய்ச்சலில் பின்னோக்கி ஓடியுள்ளார்.

எதற்காக பாட்டன் இப்படி பயந்து ஓடுகிறார் என்பது தெரியாமல், திரும்பிப் பார்த்த வீரப்பனின் முதுகில் யானையின் தும்பிக்கை உரசியது. யானை துதிக்கையால் சுருட்டிப் பிடித்து வீரப்பனை தூக்குவதற்கு முன்பாகவே யானையிடமிருந்து தப்பித்த வீரப்பன், பாட்டன் பின்னோக்கி ஓடியது போலவே வீரப்பனும் முன்னோக்கி கையை நிலத்தில் ஊன்றியபடி நாலுகால் பாய்ச்சலில் ஓடினான். பத்து எட்டு ஓடிக்கொண்டிருக்கும்போதே யானை வாலைத் தூக்கிப் பிடித்துக்கொண்டு பிளிறத் தொடங்கியது.

எடுத்த எடுப்பிலே மனிதனால் 40 கிலோமீட்டர் வேகத்தில் ஓடமுடியும். ஆனால் யானை 20 கிலோமீட்டர் வேகத்தில் ஓடத்தொடங்கி போகப்போக அறுபது வரைக்கும் ஓடும். ஆனால் மனிதன் நாற்பதில் தொடங்கி போகப்போக 30, 20-க்கு வந்துவிடுவான். இந்தக் கணக்கின் அடிப்படையில் நேரான பாதையில் ஓடினால் சராசரியாக அதிகபட்சம் ஆயிரம் அடி தூரத்துக்குள் மனிதனை யானை பிடித்து விடும்.

சிறுவனாக இருந்தாலும் வீரப்பனுக்கு இந்தச் செய்தி தெரியும். தனக்கு முன்னால் பாட்டன் ஐம்பது அடி தூரத்தில் ஓடிக்கொண்டிருக்கிறார். எப்படியும் அவர் தப்பிவிடுவார். நாம் எப்படி தப்பிப்பது எனக் கணக்கிட்டான். யானையின் வாயிலிருந்து வரும் எச்சில்கூட வீரப்பன் மீது பட்டுத்

தெறிக்கிறது. அவ்வளவு பக்கத்தில் ஓடிக்கொண்டிருக்கிறான். யானையின் வேகம் அதிகரித்துவிட்டது. தன்னால் இனி யானையிடமிருந்து தப்பிக்க முடியாது என்ற நிலையில். ஓடிக்கொண்டிருந்த பாதைக்கு வலது பக்கமிருந்த இண்டஞ்செடிகள் நிரம்பிய ஒரு பள்ளத்தில் குதித்து விடுகிறான்.

மனிதனுக்கு உள்ளதுபோல் யானையின் கண்கள் நேராக இல்லாமல், பக்கவாட்டில் இருப்பதால் ஓடும்போது யானையால் நேராகப் பார்க்க இயலாது. அதனால், ஆயிரம் கிலோ எடை கொண்ட தன்னுடைய தலையை இலேசாக இடதும் வலதுமாக ஆட்டி ஆட்டித்தான் முன்னால் சென்றுகொண்டுள்ள உருவத்தைப் பார்த்துக்கொண்டு துரத்தும். யானை அப்படி தலையை ஆட்டிக்கொண்டே இடதுபக்கம் பார்த்த நேரத்தில்... வீரப்பன் வலது பக்க பள்ளத்தில் விழுந்துவிட்டார்.

வீரப்பனை பார்வையிலிருந்து தப்பவிட்ட யானை மீண்டும், கொஞ்சம் நின்று நிதானித்து சேவியைப் பார்த்த பிறகு அவரை துரத்திக்கொண்டு ஓடியது. காட்டுக்குள் ஓடிக்கொண்டிருக்கும் யானையின் முதுகில் பட்ட மரக்கிளைகள் எல்லாம் சடீர் சடீரென உடைந்து விழும் சத்தம் கொஞ்சநேரம் வீரப்பனுக்கு கேட்டுக் கொண்டே யிருந்தது.

ஊனாங்கொடியும் இண்டஞ்செடியும் நிரம்பியிருந்த அந்த பள்ளத்தில் கொஞ்சநேரம் இளைப்பாறிய வீரப்பன், உள்ளே தொங்கிக்கொண்டிருந்த ஊனாங்கொடிகளைப் பிடித்துத் தொங்கி மேலே ஏறிவந்தான். யானை மீண்டும் வருமா? பாட்டன் யானையிடமிருந்து தப்பித்தானா? எதுவும் தெரியாமல் குழப்பத்துடன் மீண்டும் வலைவிரித்த பள்ளத்துக்கு வந்து முகம் கழுவி, கொஞ்சம் தண்ணீர் மொண்டு குடித்துவிட்டு, நிலத்தில் போட்டிருந்த வலையைச் சுருட்டி கையில் பிடித்துக்கொண்டு செங்கப்பாடிக்குப் போகும் காட்டுப்பாதையில் நடந்தான்.

பாட்டனை யானை மிதித்துக் கொன்றிருக்கும். ஊருக்குள் போய் இந்தச் செய்தியைச் சொல்லி

துப்பாக்கியுடன் ஆளை கூட்டி வந்துதான் பாட்டனைத் தேடவேண்டும் என்று நினைத்துக்கொண்டே ஓடையின் ஓரமாக நடந்துகொண்டிருந்தான். செங்கப்பாடிக்கு வடக்கிலுள்ள தேங்கல் முனியப்பன் கோயில் அருகிலுள்ள கொடிக்கால் பள்ளத்துக்குப் பக்கமாக வரும்போது சிலர் கூட்டமாக பேசிக்கொண்டு காட்டுக்குள் வருவது வீரப்பனுக்கு கேட்டது. 'யாராக இருக்கும்?' என நினைத்துக்கொண்டிருக்கும்போதே வீரப்பனுடன் புதைவலை போட்ட பாட்டன் சேவியுடன் உள்ளூர்க்காரர்கள் பத்துபேர் துப்பாக்கியுடன் வந்துகொண்டிருந்தனர்.

எதிரில் வந்த வீரப்பனை பார்த்த சேவி, 'அடசாமி அந்த மொழுக்கா மோள யானை கிட்டருந்து எப்படிடா தப்பிச்சே...?' என்று வீரப்பனை கட்டிப்பிடித்து அணைத்துக் கொண்டார். பிறகு, வீரப்பன் தப்பியது, பாட்டன் தப்பியது என கொம்பில்லாமல் இருந்த அந்த மோள யானையிட மிருந்து தப்பித்த கதையை பேசிக்கொண்டு ஊருக்கு நடந்து சென்றனர்.

பதினாறு வயதாக இருக்கும் காலத்திலேயே வீரப்பன் துப்பாக்கியைத் தூக்கிவிட்டார். ஊருக்கு தெற்கிலிருக்கும் செங்கப்பாடி ஆற்றுக்கு வடக்குப் பக்கமாகவே எரக்கியம் பாங்காட்டுக்குள் வேட்டைக்குப் போகும் வீரப்பன் முயல், புள்ளிமான், கொண்டக்கொரை, கேளையாடு போன்ற விலங்குகளை வேட்டையாடி போட்டுவிட்டு வந்து, தன் வயதுடைய சில நண்பர்களைக் கூட்டிக்கொண்டு போய் வேட்டையாடிய மான்களை எடுத்துக்கொண்டு வந்து ஊருக்குள் கறி போட்டு விற்பது வாடிக்கையானது.

அந்த காலக்கட்டத்தில் வீரப்பன் குடும்பம் மட்டும் ஏழ்மையில் இருக்கவில்லை. செங்கப்பாடியில் இருந்த பல குடும்பங்களும் வீரப்பன் வேட்டைக்குப் போனால்தான் சோறு கிடைக்கும் என்ற நிலையில் இருந்தன. அப்படிப்பட்ட பல குடும்பங்களைச் சேர்ந்த சிறுவர்கள் சிலரும் வீரப்பனுடன் வேட்டைக்குப் போவார்கள். அதனால் வீரப்பன் துப்பாக்கியை தூக்கிக்கொண்டு போய் வேட்டையாடுவதை யாரும் எதிர்க்கவில்லை... மாறாக பலரும் ஆதரித்து

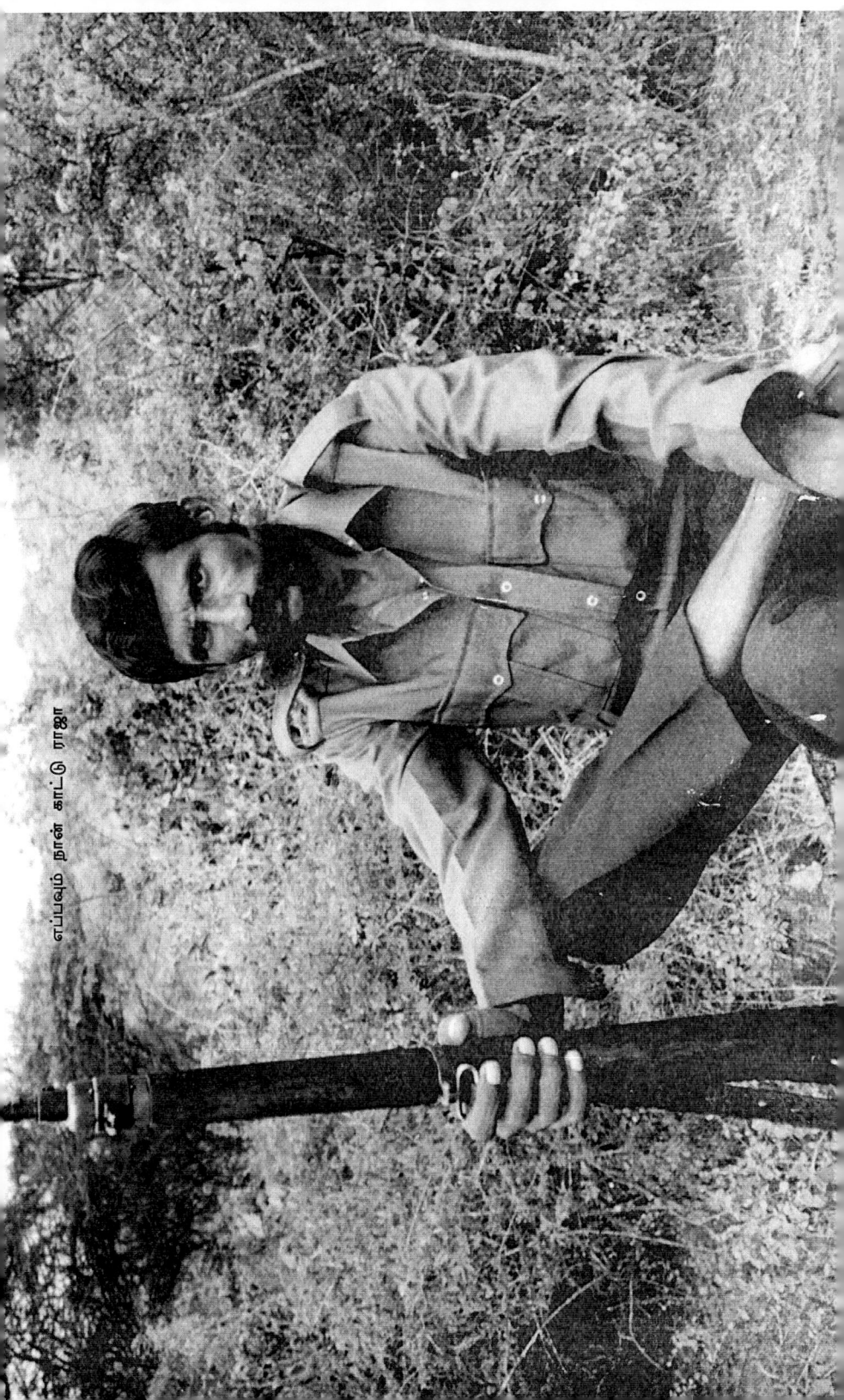

எப்பவும் நான் காட்டு ராஜா

வீரப்பனின் மகள்கள் வித்யா, பிரபா

வீரப்பன் மனைவி முத்துலட்சுமி

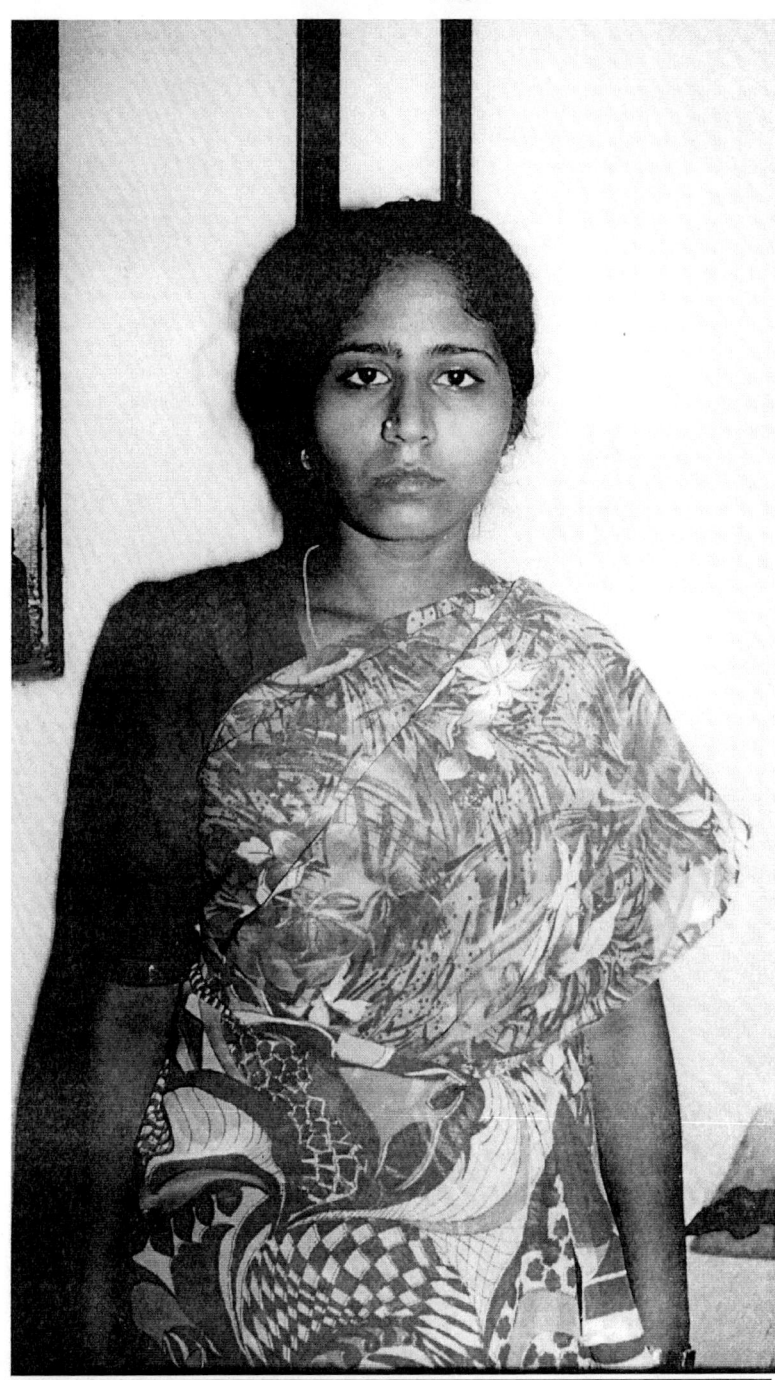

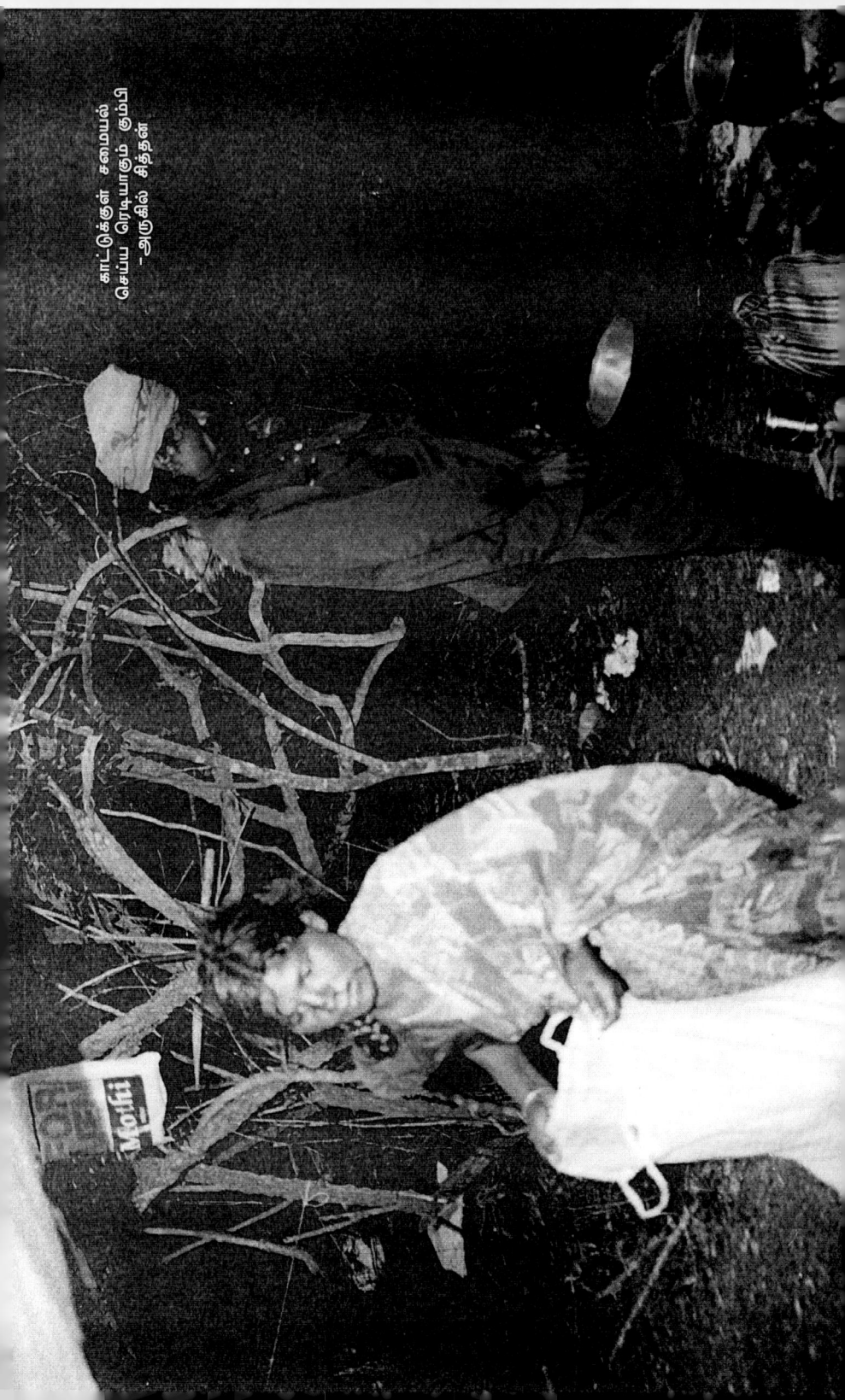

காட்டுக்குள் சமையல்
செய்ய ரெடியாகும் கும்பி
-அருகில் சித்தன்

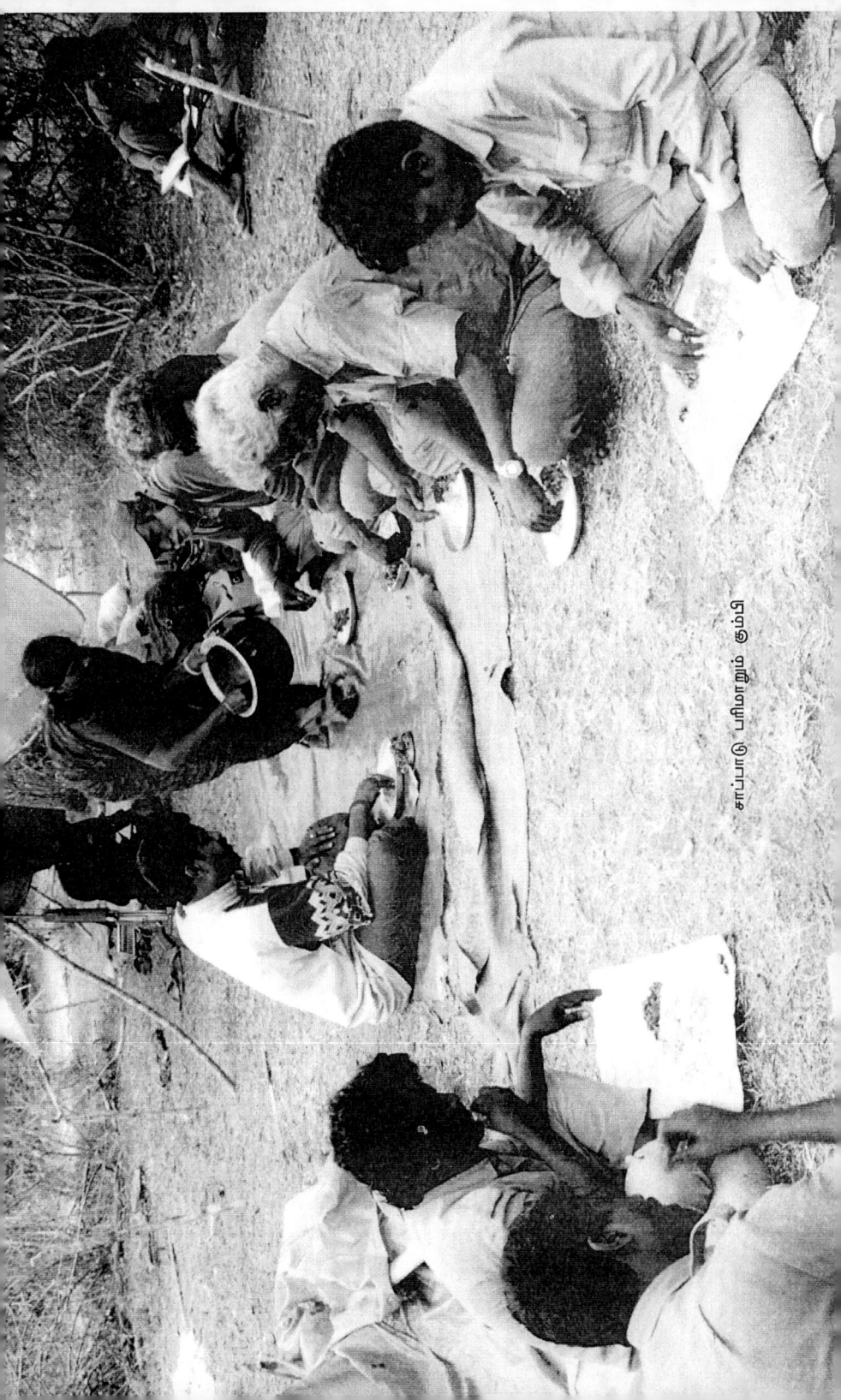

சாப்பாடு பரிமாறும் கும்பி

எல்லாம் இறைவன் செயல்...

வீரப்பன் கொல்லப்பட்ட பிறகு... பதட்டத்தில் மக்கள்

ECURITY

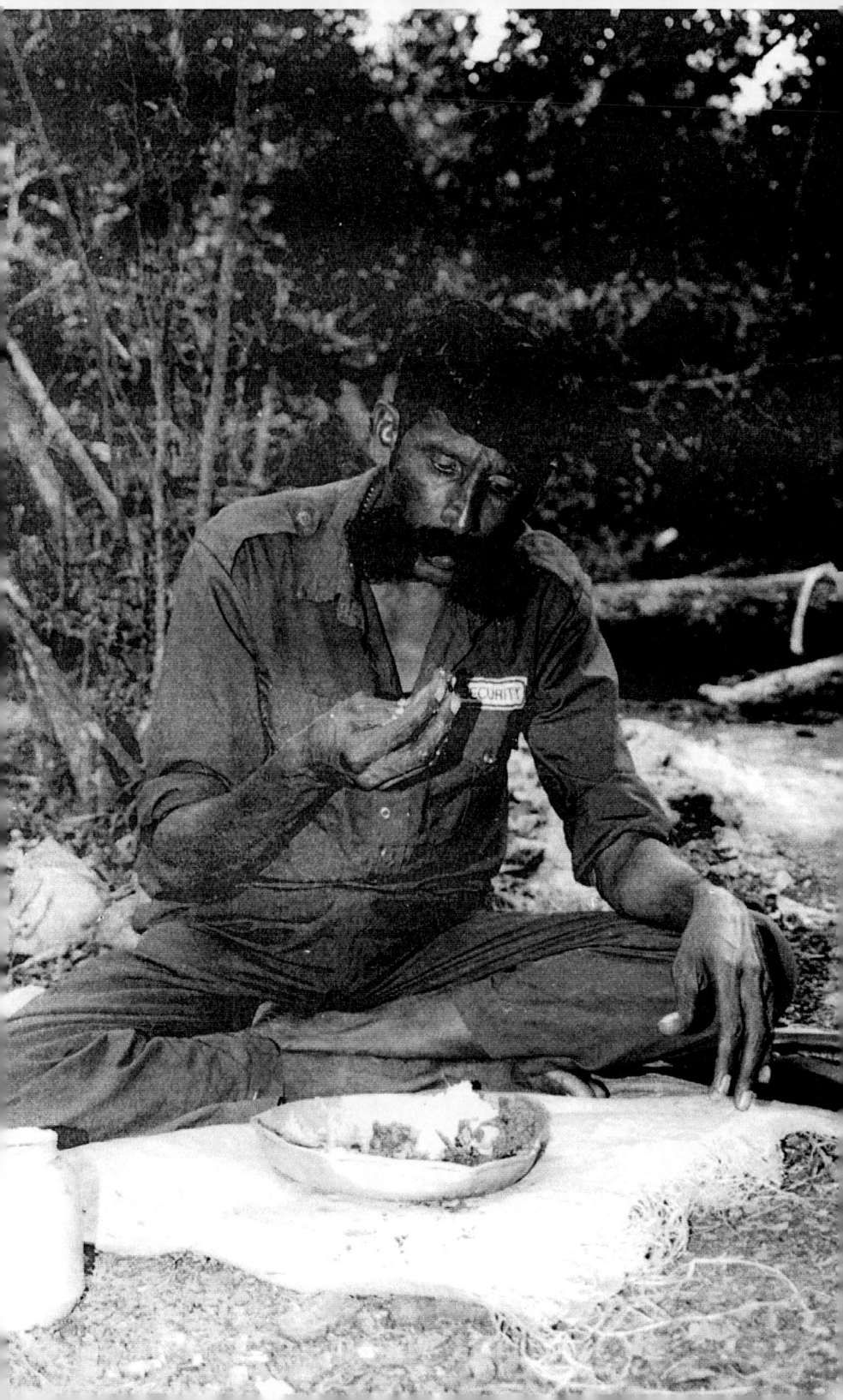

வந்துள்ளனர்.

கூசன் முனுசாமியின் குடும்ப உறுப்பினர்களின் எண்ணிக்கை கூடியதால், தங்களின் பரம்பரை நிலத்தை நம்பி மட்டுமே வாழ முடியாது என்ற நிலையில் ஊருக்கு தெற்கிலிருக்கும் பொன்னாச்சி மணியக்காரர் பி.கே.பொன்னப்பா என்பவரின் நிலத்தையும் கூசன் குத்தகைக்குப் பிடித்து அதில் விவசாயம் செய்துவந்தார்.

அந்த நேரத்தில் செங்கப்பாடியின் கிழக்கிலிருந்த ஆத்தூர், கோட்டையூர் போன்ற ஊர்களில் வாழ்ந்து வந்த வீரப்பன் பங்காளி வகை உறவினர்கள் சிலர் யானை வேட்டைக்குப் போவார்கள். பெரிய தந்தங்களுடன் காட்டில் திரியும் ஆண் யானையைக் கொன்று தந்தத்தை வெட்டியெடுத்து கருங்கலூரில் இருக்கும் சேவிக்கவுண்டர் என்ற வீரப்பனின் மாமன் வகை உறவினர் ஒருவருக்கு விற்பனை செய்து வந்துள்ளார். இவர்கள் மற்றவர்களைப்போல முழுநேரமும் வேட்டைக்குப் போவதில்லை. மான், பன்றி போன்ற சிறுவிலங்குகளை வேட்டையாடுவதும் இல்லை. உள்ளூரில் இருக்கும் யாருக்குமே தெரியாமல், உள்காடுகளுக்கு சென்று யானை வேட்டையாடி, அதன் தந்தங்களை வெட்டியெடுத்து பரிசலில் போட்டு, காவேரி ஆற்று வழியாகவே சேவிக்கவுண்டர் இருக்கும் கருங்கலூர் கொண்டுபோய் விற்பனை செய்துவிட்டு வந்துவிடுவார்கள்.

யானைக் கொம்பு விற்பனையில் கிடைக்கும் பணத்தை கிணறு வெட்டவும், புதிதாக காடு, தோட்டங்களை வாங்கவும் ஆயில் எஞ்சின் வாங்கி கிணறுகளில் வைத்து விவசாயத்தை மேம்படுத்தி வந்தனர். ஜனதா கட்சியில் தீவிரமாக இருந்த காமகரே நாகப்பாவின் ஆதரவாளர்களாக இருந்த இவர்களுக்கு பலமான அரசியல் செல்வாக்கும் இருந்தது. இதன்மூலம் வனத்துறை அதிகாரிகளை சரிக்கட்டி தங்கள் மீது வழக்கு வராமலும், யானை வேட்டைக்கு தடையில்லாமலும் பார்த்துக்கொண்டனர்.

'மொழுக்கன்' என்ற பெயருக்கான காரணம் -வீரப்பனுக்கு பத்து வயது இருக்கும்போது அவன் தலையில்

வண்டு கடி ஏற்பட்டு தலையிலிருந்த முடி முழுவதும் கொட்டிவிட்டது. இதனால், பல ஆண்டுகள் வீரப்பனின் தலையில் முடியில்லாமல் மொழுமொழுவென்று இருந்துள்ளது. அப்போது வீரப்பனுக்கு பெரியவர்கள் 'மொழுக்கன்' என்று பட்டப்பெயர் வைத்து கூப்பிட்டுள்ளனர். நாட்டு வைத்தியத்தின் மூலமாக இழந்துவிட்ட முடியை வீரப்பன் பிறகு பெற்றுவிட்டாலும் இந்தப் பட்டப்பெயர் மட்டும் வீரப்பனுடனேயே ஒட்டிக்கொண்டது.

4

காட்டு ராஜா
வீரப்பன்

பெற்றோர்கள், சகோதர, சகோதரிகள் உற்றார், உறவினர்கள் என்று நம்மைப்போலவே உள்ள ஒரு குடும்பத்தில் பிறந்தவன் தான் வீரப்பன். நிரந்தரமான வேலை, நிரந்தரமான வருமானம் இல்லாத ஏழை விவசாய குடும்பம். ஒவ்வொருநாள் சாப்பாட்டுக்கும் ஏங்கியவன்தான் வீரப்பன். தன் குடும்பம் போலவே பல குடும்பங்கள் அந்த கிராமத்தில், அந்தப் பகுதியில் உள்ள எல்லா கிராமங்களிலும் இருந்தது. அவர்களுக்கு தன்னால் முடிந்த ஏதாவது கொடுத்து உதவ வேண்டும் என்று நினைத்தான் வீரப்பன். ஒன்றுமே இல்லாதவன் அடுத்தவர்களுக்கு எதை, எப்படி கொடுத்து உதவமுடியும்? அப்போது கையிலெடுத்ததுதான் யானை வேட்டை. பிறகு சந்தனமரம் கடத்தும் தொழில்.

வயதானவர்கள், பெண்களிடம் நாகரிகமாக நடந்துகொள்வான், தன்னை மற்றவர்கள் உயர்வாக பார்க்கவேண்டும் என்ற எண்ணம் வீரப்பனிடம் இருந்தது. மனதுக்கு நல்லது என்று பட்டதை உடனடியாக செய்யவேண்டும் என்ற வேகம். அதிகார பலத்தில் மக்களை மதிக்காமல் சித்தரவதை செய்யும் சில நபர்களுக்கு தண்டனை கொடுக்கத்தான் இறைவனால் படைக்கப்பட்டவன் என்கிற நம்பிக்கை வீரப்பனிடம் இருந்தது. அதனால், நான் செய்வது எல்லாமே சரி என்று வாதிடுவான். அவருடைய ஆட்களில் விரல் விட்டு எண்ணக்கூடிய ஒரு சிலர் தவிர மற்ற அனைவருமே வீரப்பனுக்கு மாமன், மச்சான், அண்ணன், தம்பிகள் உறவுமுறை

உள்ளவர்கள்தான். அவர்களுக்குள் எப்போதும் பதவி ஏற்றத் தாழ்வுகள், நீ பெரியவன், அவன் சிறியவன் என்ற ஏற்றத்தாழ்வுகள் இல்லை. எந்த வசதியும் இல்லாமல், காட்டுக்குள் தலைமறைவு வாழ்க்கை வாழுகின்றவர்களுக்குள் பெரிய அளவில் சிக்கல்கள் இருக்காது.

காடு, மலை, கிராமம், நகரம் என்று அனைத்து பகுதிகளையும் ஒரே நேரத்தில் தொடர்புகொள்ள வசதியாக செல்போன் தொழில்நுட்பம் வந்தது தான் வீரப்பன் வரலாற்றுக்கு முடிவுரை எழுத முக்கிய காரணம். காடுகளில் இருந்து அவனது நடவடிக்கைகளை கண்காணித்து மிக வேகமாக தகவல் சொல்ல போலீசாருக்கும், அவர்களது ஆதரவாளர்களுக்கும் வசதியாக இருந்துள்ளது. வீரப்பனை பிடிக்க முடியாது என்று மக்கள் நம்பியதற்கும், பிடிக்க முடியாமல் இருந்ததற்கும் முக்கியமான காரணம் பெரிய அளவில் பரந்து விரிந்திருந்த அந்த காடுதான் காரணம். அடுத்ததாக அந்த காடுகளில் உள்ள இயற்கையான பல விஷயங்கள். குறிப்பாக தண்ணீர் எப்போது எங்கே கிடைக்கும், எந்தப்பக்கம் மக்கள் நடமாட்டம் இருக்கும், எந்த பக்கம் போனால் பாதுகாப்பாக இருக்கும் என்கிற காட்டைப் பற்றிய விபரங்கள் முழுமையாக வீரப்பன் தெரிந்து வைத்திருந்தது.

வீரப்பனுக்கு அரசியல்வாதிகள், தொழிலதிபர்கள், இராணுவவீரர்கள் என்று யார் தொடர்புமே பெரிய அளவில் இல்லை.

அவனது தம்பி மற்றும் மனைவியை போலீசார் பிடித்தபோதும் கூட, வீரப்பனின் தொடர்புகள், நடவடிக்கைகள், பற்றி போலீசாரால் கொஞ்சம் கூட தெரிந்து கொள்ளமுடிய வில்லை.

வீரப்பனை ஒரு இடத்தில் பார்த்துவிட்டு ஒருவர் காட்டைவிட்டு வெளியே சென்ற அடுத்த நிமிடமே வீரப்பன் தனது இருப்பிடத்தை மாற்றிக்கொள்வான். சில நேரங்களில், வீரப்பன் நேற்று எங்கே இருந்தார் என்ற விபரம் கூட போலீசாருக்கு தெரியும். ஆனால், இப்போது எங்கே இருக்கிறான் என்ற விபரம் மட்டும் தெரியாது. நாளை எங்கே போவான் என்பது யாருக்கும் தெரியாது, அதனால் தான் வீரப்பனை நீண்ட நாட்களாக போலீசாரால் பிடிக்கமுடியவில்லை. இதுதான் போலீசார் வீரப்பனை பிடிக்க முடியாததற்கான உண்மையான காரணம்.

காட்டுக்குள் பயணம்

RBM

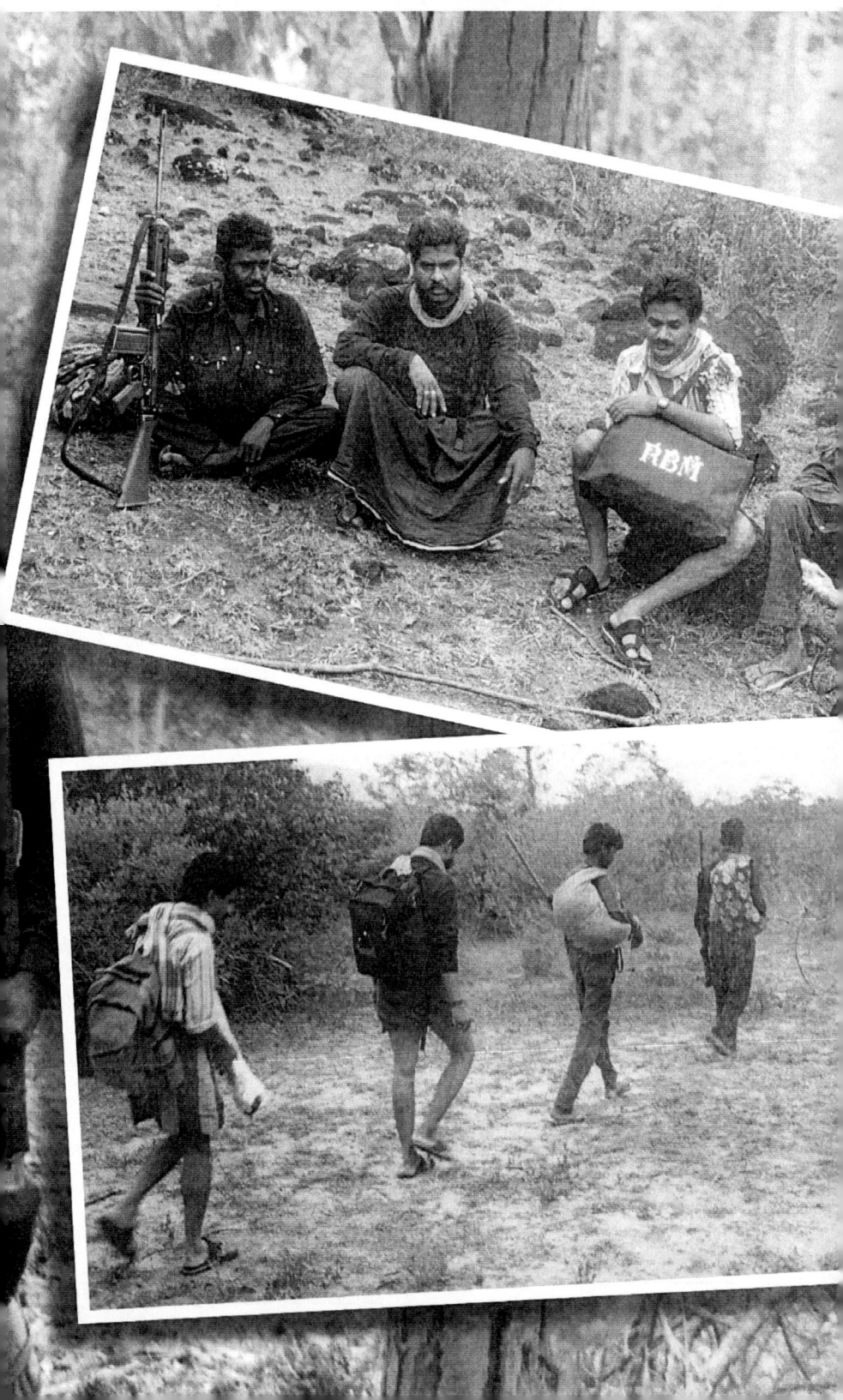

பல வகையிலும், போலீசாரால் பாதிக்கப்பட்டவர்கள், சிலர் பாதிக்கப்பட்டதை நேரடியாக பார்த்தவர்கள், அல்லது செவி வழியாக கேள்விப்பட்டவர்கள் என பொதுமக்களில் பெரும்பாலானோர் போலீசாரின் நடவடிக்கைகளை வெறுத்தார்கள். அதனால் தான் போலீசாருக்கு எதிராக வீரப்பன் செய்யும் செயல்களை பார்த்து ரசித்தார்கள், சிரித்தார்கள்.

வீரப்பன் கிரிமினல் என்பதை ஒத்துக்கொள்கிறார்கள். ஆனால், யார் கிரிமினல் இல்லை நம் ஊர் அரசியல் தலைவர்கள், போலீஸ் அதிகாரிகள் என பெரும்பாலோனோர் கிரிமினல் களாகத்தான் உள்ளார்கள் என்பது பொதுமக்களின் கருத்து. சந்தர்ப்ப வசத்தால் தான் வீரப்பன் கிரிமினல் ஆனான் என்று நம்புகிறார்கள். வீரப்பனின் நடமாட்டம் பற்றி போலீசுக்கு தகவல் சொல்லும் தகவலாளிகள், அவனால் பாதிக்கப்பட்டவர்களின் வீடுகளை சார்ந்தவர்கள். வீரப்பனை பிடிப்பதற்காக காடுகளில் சுற்றியலையும் போலீசார் தவிர வேறு யாரும் வீரப்பனை ஒரு கொலையாளியாக பார்க்கவில்லை.

வீரப்பனை ஏழைகளுக்கு உதவும் ஹீரோவாகத்தான் வெளியில் உள்ள பொதுமக்கள் பலரும் பார்த்தார்கள், பார்க்கிறார்கள். ஆனால், அதில் உண்மை இல்லை. வீரப்பன் ஏழை மக்களுக்கு பணம் கொடுப்பது, உதவிகள் செய்வது எல்லாமே, காட்டில் தனக்கு எளிதில் கிடைக்காத சில பொருட்களை அந்த மக்கள் மூலமாக காட்டை விட்டு வெளியில் இருந்து வாங்கிக்கொண்டு வருவதற்காகத்தான். பொதுமக்கள் கொண்டுபோய் கொடுக்கும் ஒரு பொருளுக்கு அதன் நியாயமான விலையை காட்டிலும் கூடுதலான விலை கொடுப்பது எல்லாமே தன்னுடைய தேவைக்காகத்தான்.

ஒருவர் வீரப்பனிடம் ஆயிரம் ரூபாய் பணம் வாங்கிய விஷயம் போலீசுக்கு தெரிந்தால் போதும், அவன்மீது போலீசார் போடும் வழக்கிலிருந்து அவன் விடுதலை ஆவதற்குள் அவனது சொத்து முழுவதும் போய்விடும். பலருடைய உயிரும் போயுள்ளது. சிலர் நிரந்தர ஊனம் ஆகிவிட்டார்கள். இப்படி பலபேரின் வாழ்க்கையே வீணாக போய்விட்டது. வீரப்பன் உதவி செய்த ஏழை மக்களில் பலர் இப்போது உயிருடன் இல்லை. இருப்பவர்கள் பரம ஏழைகள் ஆகிவிட்டார்கள்.

காலை எழுந்ததும் காலைக் கடன்களை முடித்ததும் வனதேவதை வழிபாடு, ஆயுதபூஜை எல்லாம் முடிந்த பிறகு சாப்பாடு தயார் செய்தல், மதிய வாக்கில் உணவு, பிறகு கொஞ்சம் ஓய்வு, மாலையில் இரவு சாப்பாட்டுக்கான

திட்டமிடல், அல்லது தாங்கள் சந்திக்கவேண்டிய ஆட்கள். அல்லது உணவுபொருட்கள் வாங்குவதற்கு யாரையாவது பார்ப்பதற்கு தங்கியிருக்கும் இடத்திலிருந்து யாராவது வெளியே போய்விட்டு திரும்புதல். மாலை இறைவணக்கம் அல்லது வழிபாடு. இருட்டும் முன்பாகவே இரவு உணவை முடித்துவிட்டு படுத்துக்கொள்ளுதல். பெரும்பாலும் எல்லா நாட்களும் இப்படித்தான் இருக்கும்.

வீரப்பன் தன்னிடம் இருந்த பணத்தை தனக்கு தேவையான பொருட்கள் வாங்கவே பயன்படுத்தியிருப்பார். எதிர்காலத்தில் இவர்கள் தனக்கு தேவைப்படுவார்கள் என்று வீரப்பன் நினைத்தவர்களுக்கும், போலீசாரால் பாதிக்கப்பட்டவர்களுக்கும், ஏழைகளுக்கும் கொஞ்சம் கொடுத்து உதவியுள்ளார். ஆனால், அவர்கள் பெரும்பாலோனோர் போலீசாரிடம் சிக்கி தாங்கள் ஏற்கனவே வைத்திருந்த சொத்துகளையும் இழந்துள்ளார்கள்.

ஆரம்ப காலங்களில், காட்டுப்பகுதியை விட்டு வெளியில் உள்ள யாரும் வீரப்பனை சந்தித்து அவனது குழுவில் இணையவில்லை. பெரும்பாலும் காடுகளிலும், அதை சுற்றியுள்ள பகுதிகளிலும் வாழ்பவர்கள்தான் வீரப்பன் குழுவில் இருந்தனர். இவர்களும் கூட எதிர்பாராத வகையில் காடுகளில் சுற்றும் போதும், வேட்டையாடும் போதும், மரம் வெட்ட காட்டுக்குள் செல்லும்போது என்று வேறு ஏதாவது ஒரு காரணத்துக்காக காட்டுக்குள் போகும் போது வீரப்பனை பார்த்து பேசி இணைந்தவர்கள் தான் அதிகம்.

அந்த குழுவில் சேரவேண்டும் என்ற நோக்கத்தில் போய் யாரும் போய் சேர்ந்ததாக தெரியவில்லை. வீரப்பனுடன் ஒருவர் தொடர்பு வைத்திருக்கிறார் என்று தெரிந்தாலோ, அல்லது அவர் அடிக்கடி காட்டுக்குள் போய்விட்டு வருகிறார் என்று போலீசாருக்கு தெரிந்துவிட்டால் போதும், போலீசார் அந்த நபரின் வீடு, வழக்கமாக அவர் போய்வரும் இடங்களில் எல்லாம் தேடுவார்கள். வெளியே போனால் போலீசில் சிக்கிக்கொள்வோம் என்ற பயத்தில் அந்த நபர் பயந்துகொண்டு வீரப்பனுடனே இருந்துவிடுவார். இப்படி வீரப்பனுடன் சேர்ந்தவர்கள் தான் அதிகம்.

1994-ல், கோவை மாவட்டம், சிறுமுகை அருகில் டி.எஸ்.பி சிதம்பரநாதனை கடத்தி வைத்திருந்தபோது வீரப்பன் மீது தாக்குதல் நடத்தியது அதிரடிப்படை. அப்போது கடத்தி வைத்திருந்தவர்களை விடுதலை செய்த வீரப்பன் நேராக மலையில்

ஏறுகிறார். அப்போது, நீலகிரி மாவட்டம், குஞ்சப்பனை என்ற கிராமத்துக்கு சென்ற வீரப்பன் அங்கு தன்னுடன் இருக்கும் மூட்டை முடிச்சு பொருட்களை தூக்கிக்கொண்டு காட்டில் நடந்துவர யாராவது ஆட்கள் இருக்கிறார்களா என்று கேட்டு அங்கிருந்த பாலன் மற்றும் இன்னொருவரை கூடவே கூட்டிக்கொண்டு போயுள்ளார்.

அதேபோல, 1996-ல், அந்தியூர் அருகே உள்ள காகையநூர் என்ற கிராமத்தில் இருந்த அன்புராஜ், தங்கராஜ், அப்புசாமி என்ற மூன்று சிறுவர்களை வீரப்பன் கூட்டிக்கொண்டு போனார். இவர்கள் முதலில் காட்டுக்குள் மூட்டை முடிச்சு சாமான்களை தூக்கிக்கொண்டு போகத்தான் பயன்பட்டார்கள்.

சினிமாவில் காட்டப்படும் தீவிரவாத அமைப்புகளில், உள்ளதுபோல கடுமையான பயிற்சிகள், தினமும் துப்பாக்கியால் சுட்டும், வெடிகுண்டுகளை வீசியும் பயிற்சி எடுப்பது போன்ற நடைமுறைகள் இங்கு இல்லை. காட்டுக்குள் தேவையில்லாமல் துப்பாக்கியால் சுடவே அனுமதிக்கமாட்டார் வீரப்பன். சாதாரணமாக காட்டில் ரைபிள் தோட்டா வெடிக்கும் சத்தம் பல கிலோமீட்டர் தூரம் வரை கேட்கும். பத்து கிலோமீட்டர் தூரத்துக்கு ஒரு இடத்தில் முகாம் போட்டிக்கும் அதிரடிப்படையினருக்கு இந்த சத்தம் கேட்டுவிடும் என்று பயப்படுவார். முதலில் நாட்டுத்துப்பாக்கியில் சிறு விலங்குகளை வேட்டையாட அனுமதிப்பார். அதை வைத்துதான் யாரிடம் எந்த துப்பாக்கியை கொடுக்கலாம் என்று முடிவு செய்வார்.

குழுவில் இருப்பவர்கள் எத்தனை காலம் அங்கே இருக்கலாம், எப்போது விலகிச் செல்லலாம் என்பதை யாரும் முடிவு செய்ய முடியாது. வீரப்பனிடம் இருந்து விலகிச் சென்றவர்கள் யாரும் இப்போது உயிருடன் இருப்பதாக தெரியவில்லை. ஏதாவது ஒரு வேலைக்காக காட்டைவிட்டு வெளியில் செல்லும் போதோ, அல்லது காட்டுக்குள் பிரிந்து சென்றுவிட்டு மீண்டும் வீரப்பன் அணியினருடன் சேரமுடியாமல் போலீசிடம் சிக்கி அடிபட்டு, உதைபட்டு, பல ஆண்டுகள் சிறையில் இருந்த பலர் இப்போதும் உயிருடன் இருக்கிறார்கள்.

ஒரு இடத்திலிருந்து வேறு ஒரு இடத்துக்கு போகவேண்டிய முக்கியமான வேலைகள் இருந்தால் மட்டுமே இடம் மாறுவார்கள். தவிர புது ஆட்கள் யாராவது இவர்கள் இருக்கும் இடத்தை பார்த்துவிட்டாலோ, அல்லது பார்த்திருப்பார்கள் என்று வீரப்பன் சந்தேகப்பட்டாலோ உடனே இடம் மாறிவிடுவார்கள்.

தண்ணீர் உள்ள இடமாகவும், பொதுமக்கள் அதிகம் வந்து போகாத இடமாகவும், போலீசார் அல்லது மக்கள் காட்டுக்குள் போகும் போது அவர்களின் கண்களில் படாத அளவுக்கு மரங்கள் நிறைந்த இடமாகவும், தாங்கள் இருக்கும் பகுதிக்கு யார் வருகிறார்கள் என்பதை வீரப்பனோ அவர் குழுவில் உள்ளவர்களோ கவனிக்கும் அளவுக்கு மேடான பகுதியை தங்கள் இருப்பிடமாக தேர்வு செய்வார்கள்.

வீரப்பன் தங்கியிருக்கும் இடம், கிராமங்களில் இருந்து பத்து கிலோமீட்டர் தொலைவும் இருக்கும், சில இடங்களில் இருபது கிலோமீட்டர் தொலைவிலும் இருப்பார்கள். சில இடங்களில் 30, 40 கிலோமீட்டர் தூரமும் இருப்பார்கள். காடுகளின் அமைப்பு, அங்கு மக்கள் வந்து போகும் அளவு போன்றவையை வைத்தே தாங்கும் இடம் முடிவு செய்யப்பட்டும்.

தாங்கள் அங்கே அவசியம் தங்கி இருந்து ஆகவேண்டிய அவசியம் இருந்தால் ஊருக்கு மிகக்குறைவான தூரத்திலும் கூட இருப்பார்கள். ஆனால், அதிகநாள் அப்படி இருக்கமாட்டார்கள்.

வெயில் காலங்களில் காடுகள் வரண்டு போய் கிடக்கும். அப்போது, அதிகம் நடமாடமுடியாது. எல்லா இடங்களிலும் தண்ணீரும் கிடைக்காது அதனால், அமைதியாக ஒரே இடத்தில் இருப்பார்கள். மழைக் காலங்களில் எல்லா இடங்களிலும் தண்ணீர் கிடைக்கும், காடும் அடர்ந்து வளர்ந்திருக்கும், அதனால், யார் கண்ணிலும் படாமல் இடம் விட்டு இடம் செல்லுவது எளிது. போலீசார் துரத்தினாலும் எளிதில் தப்பிவிடலாம். ஆனால், விறகு எடுத்துவந்து அடுப்பு எரித்து சமைப்பது சிரமம். புகை எளிதாக ஆட்கள் இருக்கும் இடத்தை காட்டிக்கொடுத்துவிடும்.

வீரப்பனின் விசுவாசமான மெய்ப் பாதுகாவலன் கோவிந்தன், வீரப்பன் தான் எடுத்த முடிவை மீறினாலும் மீறுவார். அனால், கோவிந்தன் எடுத்த முடிவை மீறி நடக்கமாட்டார். மலைப்பகுதி, வெளியுலக தொடர்புகள், வரவு செலவு விபரங்கள் என்று எல்லாமே கோவிந்தனின் வசம்தான் இருக்கும். காடுகளை பற்றியும், மிருகங்களை பற்றியும் மிகவும் அதிக விபரங்களை கோவிந்தன் தெரிந்து வைத்திருப்பார். இரவில் அனைவரும் தூங்கும்போதும்கூட கோவிந்தன் விழித்துக் கொண்டு இருப்பார். பதினைந்து வயது சிறுவனாக இருந்த போதிருந்தே கோவிந்தன் வீரப்பனோடு இருந்தவர். வீரப்பனுக்கு எல்லாமே இந்த சேத்துக்குளி கோவிந்தன் தான்.

5

போலீஸ் சொன்ன புருடா...!

வீரப்பன் விவகாரத்தில் தமிழக-கர்நாடக போலீஸ் இன்று வரை உண்மையை சொன்னதே இல்லை. அவர்கள் அவிழ்த்து விடுவது எல்லாமே வடிகட்டிய பொய்கள். அப்பாவிகளை பிடித்து வீரப்பன் ஆட்கள் என்பார்கள். அந்த வகையில் இதோ இன்னொரு புரூடாவை அவிழ்த்து விடுகிறார் அசோக் குமார் எஸ்பி.

“கடந்த இரண்டு நாட்களாகவே தாளவாடி காட்டுப்பகுதியில் வீரப்பன் கூட்டாளிகளின் நடமாட்டம் இருப்பதாக தகவல் கிடைத்தது. ஞாயிறு காலை 8.30 மணிக்கு எனது தலைமையில் எஸ்.ஐ. மோகன் நிவாஸ் உட்பட அதிரடிப்படை போலீசார் கல்மண்டிபுரம் காட்டுப்பகுதியில் தேடுதல் வேட்டையில் ஈடுபட்டனர். மங்கள மாதப்பன் கோயில் அருகே உள்ள காட்டுப்பகுதியில் வீரப்பன் கூட்டாளிகளான துப்பாக்கி சித்தன் உட்பட சிலர் மறைந்திருப்பதைப் பார்த்து சுற்றி வளைத்தோம். அப்போது அவர்கள் எங்களை நோக்கி சுட்டனர். நாங்களும் இரண்டு ரவுண்டு சுட்டோம். எல்லோரும் சிதறி ஓடினர். சித்தன் தப்பிவிட்டான். அவன் மனைவி கும்பி, தம்பி மகாதேவன், மைத்துனர் சுரேஷ், சித்தனின் அக்கா மகன் ஜடையப்பன், கூட்டாளி ஜெயராமன் ஆகியோரையும் அவர்கள் வைத்திருந்த இரண்டு துப்பாக்கிகள், அரிவாள் மற்றும் சமையல் பொருட்களையும் கைப்பற்றினோம்” என்றார் அசோக்குமார்தாஸ்.

கர்நாடக வன ஊழியர்கள் 9 பேர் கடத்தப்பட்டதிலும், விஞ்ஞானி சேனானி கிருபாகரன் உட்பட 6 பேர் கடத்தப்பட்டதிலும் சித்தன் முக்கிய பங்கு வகித்ததால், அதிரடிப்

படையின் கவனம் முழுவதும் அவன் பக்கம் திரும்பியது. அதனால் பாதுகாப்பு கருதி சித்தனையும் அவனது மனைவி கும்பியையும், தலைமலை காட்டுப்பகுதியில் தங்கியிருக்கும்படி வீரப்பன் கூறினான். சித்தனும் கும்பியும் கல்மண்டிபுரத்திலிருந்து 15 கி.மீ. தொலைவில் உள்ள அடர்த்தியான காட்டுப்பகுதியில் தங்கினார்கள். சுமார் 4 மாத காலம் அவர்கள் இங்கு தங்கியிருந்தபோது வீரப்பனின் ஆட்கள் வந்து சந்தித்துச் செல்வது வழக்கம். காட்டுப்பகுதியில் வீரப்பன் புதைத்து வைத்திருக்கும் உணவுப் பொருட்களை பயன்படுத்திதான் சித்தனும் கும்பியும் சமைத்து சாப்பிட்டனர். கடந்த 3 மாத காலமாக வீரப்பன் விவகாரம் அமைதியாக இருந்ததால் சித்தனும் கும்பியும் எந்தப் பிரச்சினையுமில்லாமல் காட்டுக்குள் இருந்தனர்.

சமீபத்தில், வீரப்பனின் கும்பலில் இருந்த அன்புராஜ், அப்புசாமி, தங்கராஜ் ஆகிய மூவரும் கமிஷனர் காளிமுத்துவிடம் சரணடைந்த பிறகு வீரப்பன் விவகாரம் மறுபடியும் சூடுபிடித்தது. வீரப்பனின் ஆட்கள் எங்கு உள்ளனர் என்பதை இன்ஃபார்மர்கள் மூலம் அதிரடிப்படை தெரிந்து கொண்டது.

கல்மண்டிபுரம் பகுதியில் தனது கூட்டத்தில் உள்ள முக்கியமானவர்களுக்கு மட்டும் கல்மண்டிபுரம் பகுதியில்தான் தங்கியிருப்பது பற்றி சொல்லியிருந்தான் வீரப்பன். சித்தனை பார்க்க வீரப்பன் ஆட்கள் வந்து செல்வதை 'இன்பார்மர்கள்' மூலம் தெரிந்து கொண்ட அதிரடிப்படை, அவன் மறைந்திருக்கும் இடத்தை ரகசியமாகக் கண்காணிக்கத் தொடங்கியது. மறைவிடம் எது என்பது உறுதி செய்யப்பட்டதும் ஆபரேஷன் தொடங்கியது.

சித்தனின் தம்பி மகாதேவன் சோளகர் தொட்டியில் விவசாயம் செய்து வருகிறார். இவர் தமிழ்நாடு பழங்குடி மக்கள் சங்கத்தின் தாளவாடி ஒன்றியத் தலைவராகவும் உள்ளார். இவருக்கும் வீரப்பன் விவகாரத்திற்கும் எந்தத் தொடர்பும் கிடையாது. அதேபோல் சித்தனின் அக்கா மகன் ஜடையப்பன் மாடு மேய்த்து வருபவன். இவனுக்கும் வீரப்பன் விவகாரத்தில் எந்தத் தொடர்புமில்லை.

சம்பந்தமில்லாத இவர்கள் இருவரையும் சோளகர் தொட்டியில் கைது செய்த அதிரடிப்படை, அவர்களை காட்டுக்குள் கூட்டிச் சென்றது. சித்தன் இருக்குமிடத்தை நெருங்கியதும் இருவரையும் முன்னேவிட்டு, அதிரடிப்படை பின் தொடர்ந்து சென்று இடத்தை வளைத்தது.

துப்பாக்கியோடு போலீஸ் சுற்றி வளைத்த சூழ்நிலையிலும்

சித்தன் தப்பி ஓடிவிட்டான். ஏமாற்றமடைந்த அதிரடிப்படை எஸ்.ஐ. மோகன் நிவாஸ், அங்கிருந்த சித்தனின் மனைவி கும்பி, சுரேஷ், ஜெயராமன் (ஜெயராமன் எப்படி வீரப்பன் காட்டுக்குள் சென்றான். சித்தனோடு எப்படி சேர்ந்தான் என்பது பெட்டிச் செய்தியில் காண்க) ஆகிய மூவரையும் பிடித்துக் கொண்டார். அதிரடிப்படையினரால் கவசமாக பயன்படுத்தப்பட்ட சித்தனின் தம்பி மகாதேவனையும், அக்கா மகன் ஐடையப்பனையும் வீரப்பனின் கூட்டாளிகள் என அதிரடிப்படை கூறியிருப்பது உச்சகட்ட பொய்களில் ஒன்று.

வேலை எதுவுமின்றி இருந்த அருப்புக்கோட்டை ஜெயராமனுக்கு திருப்பூரில் உள்ள நண்பர் வேலை வாங்கித் தருவதாகச் சொல்லியிருந்தார். நண்பர் தந்த முகவரிக்கு ஜெயராமன் போனபோது அவர் அங்கிருந்து மாறிவிட்டதாக தகவல் கிடைத்தது. வேலையின்றி பட்டினியால் தவித்த ஜெயராமன், லாரிகிளீனராக ஆனார். ஊட்டிக்கு லோடு ஏற்றிச்செல்லும் வழியில் டிரைவரின் ஏச்சும் பேச்சும் உதையும் ஜெயராமனை காயப்படுத்தியது. அதன் விளைவாக நடுவழியிலேயே இறக்கிவிடப்பட்டார். மலைக்காடுகளின் வழியே தன்னந்தனியே வந்தவரை ஒரு கும்பல் பிடித்துச் சென்று சித்தன் முன்பாக நிறுத்தியது. வீரப்பன் கும்பலிலிருந்து விலகி, சித்தன் தனி கும்பல் சேர்ந்திருந்த நேரம் அது. ஜெயராமனை இன்பார்மர் என்று நினைத்து சித்தனும் அவர் ஆட்களும் மாறி மாறி அடித்தனர். ஜெயராமன் அழுதபடியே தன் கதையைச் சொல்ல... பரிதாபப்பட்ட சித்தன், பணம் கொடுத்து ஆட்கள் 3 பேரை அனுப்பி ஜெயராமனை பஸ் ஏற்றிவிடச் சொன்னான். பஸ் பிடிக்க வரும் வழியில் போலீஸார் சூழ்ந்துகொள்ள சித்தன் ஆட்கள் தப்பிவிட்டனர். ஜெயராமன் மட்டும் போலீஸ் பிடியில். அவரும் சித்தன் ஆள் என நினைத்து அதிரடிப்படை போலீஸார் நையப் புடைத்தனர். மோகன்நிவாஸ் கஸ்டடியில் 4 நாட்கள் அடிபட்ட ஜெயராமன், போலீஸிடமும் தன் கதையைச் சொன்னார். அதைக்கேட்ட மோகன்நிவாஸ், "அப்படியானால் நீ திரும்பவும் காட்டுக்குப் போய் சித்தனின் ஆளாக இருந்துகொண்டு எங்களுக்கு தகவல் கொடு. உனக்கு 4 லட்சம் பணம் கிடைக்கும். முதல்வரின் அவார்டும் கிடைக்கும்" என்றார். அதன்படியே ஜெயராமன் காட்டுக்குள் சென்று சித்தன் ஆட்களுடன் நெருங்கி தகவல் கொடுக்க அதை ஃபாலோசெய்து கும்பலைப் பிடித்தது அதிரடிப்படை. அப்போது சித்தன் மட்டும் தப்பித்ததும் பிறகு அவன் நம் மூலமாக சரணடைந்ததும் தனிக்கதை.

சித்தன் கும்பலை காட்டிக் கொடுத்ததால் தனக்கு பணமும் பதக்கமும் கிடைக்கும் என ஜெயராமன் கனவு கண்டுகொண்டிருக்க... அவர் வீரப்பன் கும்பல் ஆள் என வழக்குப் பதிவு செய்து உள்ளே தள்ளி வதைத்துக்கொண்டிருக்கிறது அதிரடிப்படை.

6

சித்தன் கும்பி கதை!

அதிரடிப்படையிடம் சிக்கிய சித்தனின் மனைவி கும்பி, வீரப்பன் கும்பலில் இருந்து காட்டுக்குள் சமையல் வேலைகளை செய்து வந்தவர். கர்நாடக வனத்துறை ஊழியர்கள் 9 பேரின் உயிரை மீட்பதற்காக நாம் வீரப்பனுடனும் அவனது கூட்டாளிகளுடனும் பேச்சுவார்த்தை நடத்தியபோது, கும்பி தனது வாழ்க்கைக் கதையை கன்னடம் கலந்த தமிழில் சொன்னார்.

"எனக்கு சொந்த ஊரு தாளவாடி பக்கத்திலே இருக்கிற பாலபடுகு. அவங்களுக்கு (சித்தன்) சோளகர் தொட்டிதான் சொந்த ஊரு. ஆடு, மாடு மேய்க்கிறதுதான் எங்களுக்கு வேலை. ஒருநாள் அவங்க பஸ்ஸிலே போய்க்கிட்டிருக்கும் போது பாரஸ்ட்டுக்காரங்க புடிச்சுக்கிட்டுப் போயி சந்தன கட்டை கடத்தினாங்கன்னு கேசு போட்டு, அடிச்சு உதைச்சு, சித்ரவதை செஞ்சாங்க. அப்புறமா அவங்க ஜாமீனிலே வந்தாங்க. அடிக்கடி பாரஸ்டு ஆளுங்க வந்து புடிச்சுட்டுப் போறதும், அடிக்கிறதுமா இருந்தாங்க. உசிருக்கே உத்தரவாதமில்லாமதான் வாழ்ந்தோம்.

ஒருநாள் ரேஞ்சர், டி.எப்.ஓ., வாட்சர் எல்லோரும் அவங்ககிட்டே வந்து, "இனிமேல் நீ சந்தனக் கட்டை கடத்த வேண்டாம். உனக்கு 350 ஏக்கர் பிளாட் தர்றோம். அதை நீதான் பராமரிக்கணும். மாடு, வெள்ளாடு இதெல்லாம்

துப்பாக்கிச் சித்தன்

உள்ளே வராம நீதான் பார்த்துக்கோணும்னு சொன்னாங்க. சரின்னுட்டு நானும் அவங்களும் 350 ஏக்கர் பிளாட்டை பார்த்துக்கிட்டோம். அவங்க முள்ளுச்செடியையெல்லாம் வெட்டி க்ளீன் பண்ணுவாங்க. நான் கவுட்டி பிடிச்சு முள்ளு எல்லாத்தையும் தள்ளிப்போடுவேன். வேலை முடிஞ்சதும் நானும் எங்க பொண்ணும் அவருக்கு சமைச்சுப் போடுவோம்.

நாங்க மாரியாத்தா கோயிலுக்கு வேண்டிகிட்டு கிடா வளர்த்தோம். கிடா வெட்டு பண்டிகை வந்தப்ப, அதுக்கு திருநீறு பூசி கோயிலுக்கு இழுத்துக்கிட்டுப் போனோம். அப்ப அவங்க ஒரு வேலையா பஸ் ஸ்டாண்டு பக்கம் போனாங்க. அங்க வந்த போலீசு, அவரைப் பிடிச்சு உன் பேரென்னன்னு கேட்டுச்சு. அவங்க பேரைச் சொன்னதும், ஸ்டேசனுக்கு கொண்டு போயிட்டாங்க. அங்கேயிருந்து ஆசனூர் கேம்ப்புக்கு கொண்டு போனாங்க.

அப்ப கேம்ப்பிலே இருந்த எஸ்.ஐ. ரொம்ப பொல்லாதவருங்க. அவரு எங்க வூட்டுக்காரர் கிட்டே, 'டேய், நீதானே வீரப்பனுக்கு 50 கிலோ அரிசி, பருப்பெல்லாம் வாங்கிக் கொடுத்தேன்'னு மிரட்டினாரு. அவங்களுக்கு ஒண்ணுமே புரியல. எனக்கு வீரப்பனை தெரியாதுன்னு சொன்னாங்க. ஆனா, எஸ்.ஐ. நிவாசு கேட்காம அவங்களுக்கு விலங்கு போட்டு சோறு கஞ்சி எதுவும் கொடுக்காம, மாடு மாதிரி கட்டிப் போட்டு கேம்பிலேயே அடைச்சுப் போட்டுட்டாரு. பச்சைத் தண்ணி மட்டும் ஒரே ஒரு கிளாஸ் கொடுப்பாங்களாம். கை விலங்கோட ஒரு மாசத்துக்கு மேலே கேம்ப்பிலேயிருந்துட்டு அவங்க தப்பிச்சு, காட்டுக்கு வந்து வீரப்பன் அய்யாகிட்ட சேர்ந்துட்டாங்க. தப்பிச்சிட்டதாலே போலீஸ் ஆளுங்க அடிக்கடி எங்க வூட்டுக்கு வந்து பொம்பளப்புள்ளைங்களை மிரட்டினாங்க. அசிங்கமா பேசினாங்க. அதனால நான் பயந்து போயி காட்டுக்குள்ள வந்து, அவங்கள கண்டுபிடிச்சு நானும் வீரப்பன் அய்யா ஆளுங்களோடு சேர்ந்துட்டேன். எல்லோருக்கும் சமையல் பண்ணுற வேலையை பார்த்துக்கிட்டேன்.

அவங்க தப்பிச்சதாலே, போலீசு என்னைத் தேடிப் பார்த்துச்சு. நானும் காட்டுக்குள்ளே வந்துட்டதாலே அவங்க குடும்பத்திலே இருக்கிற அண்ணன், தம்பி, அக்கா, தங்கச்சி எல்லோரையும் போலீசு புடிச்சிக்கிட்டுப் போய் சித்ரவதை செஞ்சது. பொம்பளைங்கன்னு கூட பாக்காத அவங்க அக்கா, தங்கச்சி உடம்பிலே எல்லாம் கரண்ட்டு உட்டாங்க. அண்ணன்,

தம்பிங்களோட மூக்குல, நாக்குல எல்லாம் கரண்ட்டு உட்டு சித்ரவதை செஞ்சாங்க. எல்லோருக்கும் நாக்கெல்லாம் வெந்து போயிடுச்சு. பொம்பள பசங்களுக்கு, சொல்ல முடியாத இடத்திலயெல்லாம் போலீஸ் ஆளுங்க கரண்ட் உட்டு சித்ரவதை பண்ணியிருக்காங்க. இவ்வளவு கொடுமைப்படுத்தியும் போலீசார் எங்களை கண்டுபிடிக்க முடியலை.

அதனால எங்களோட 15 வயசு மகளை போலீஸ்காரங்க தூக்கிக்கிட்டுப் போயி கேம்ப்புல அடைச்சுப் போட்டுட்டாங்க. அங்க எங்க மகளை கெடுத்து, குட்டிச் சுவராக்கி சீரழிச்சுட்டாங்கய்யா... அந்த சின்னப் பொண்ணு கையெடுத்துக் கும்பிட்டும் போலீஸ்காரங்க இரக்கமேயில்லாமல் எங்க பொண்ணை கெடுத்து சீரழிச்சிட்டாங்க. அது மட்டு மில்லீங்கய்யா... கெட்டு சீரழிஞ்சு போன உன்னை எவனும் கட்டிக்கமாட்டான்னு எங்க பொண்ணுகிட்ட சொல்லி போலீஸ் ஆளுங்களே ஒரு பையனை புடிச்சுக் கொண்டாந்து, இவன்தான் உனக்கு மாப்பிள்ளை... இவனை கல்யாணம் பண்ணிக்கன்னு சொல்லி எங்க பொண்ணை மிரட்டியிருக்காங்க. எங்க பொண்ணு முடியாதுன்னு சொன்னதாலே அதைப் போட்டு அடி, அடின்னு அடிச்சு கல்யாணம் பண்ணி வச்சிருக்காங்க. அந்த பையன் யாருன்னே எங்களுக்குத் தெரியாது. அந்தப் பையனுக்கும் இந்தக் கல்யாணத்திலே இஷ்டமேயில்லை. ஆனா போலீஸ்காரங்க அந்தப் பையனை மிரட்டி மாலையெல்லாம் போட்டு கல்யாணம் பண்ணி வச்சிருக்காங்க.

போலீஸ் ஆளுங்ககிட்டேயிருந்து எங்க பொண்ணு எப்படியோ தப்பிச்சு, காட்டுக்குள்ளே ஓடி வந்திடுச்சு. எங்கெல்லாமோ சுத்தி, கடைசியா எங்களை வந்து பார்த்துச்சு. மகளைப் பார்த்ததும் அவங்க கதறி அழுதுட்டாங்க. பொண்ணோட உடம்பெல்லாம் ரத்தக்காயமா இருந்துச்சு. என்னம்மா ஆச்சுன்னு அவங்க கேட்டப்ப, எங்க மக அழுதுக்கிட்டே இருந்துச்சு. அம்மாகிட்ட சொல்லுன்னு அவங்க என்கிட்டே அனுப்பிச்சாங்க.

என்னை தனியா அழைச்சுக்கிட்டுப் போன எங்க பொண்ணு, போலீஸ் ஆளுங்க செஞ்ச கொடுமையை சொல்லிச்சு. துணியை அவிழ்த்துட்டு காயம்பட்ட இடத்தையெல்லாம் காட்டுச்சு. அத பார்த்ததுமே எனக்கு ரத்தக் கண்ணீரா வந்துச்சுங்க. போலீஸ்காரப் பாவிங்க எங்க மவளை கெடுத்து சீரழிச்சிட்டாங்களே..."

-பீறிட்டு வெடித்த துக்கத்தை அடக்க முடியாமல் அழுத கும்பியின் கண்ணீரை நிறுத்த வெகு நேரமானது.

அதன்பிறகு, "நீங்கள் சரணடைவீர்களா?" எனக் கேட்டபோது, "எங்க மகளை சீரழிச்சவங்களை பழிக்குப் பழி வாங்கிட்டு அதன்பிறகு சரணடைவோம். இல்லேன்னா உசிரை விட்டுடுவோம்" என்றனர் கும்பியும் சித்தனும்.

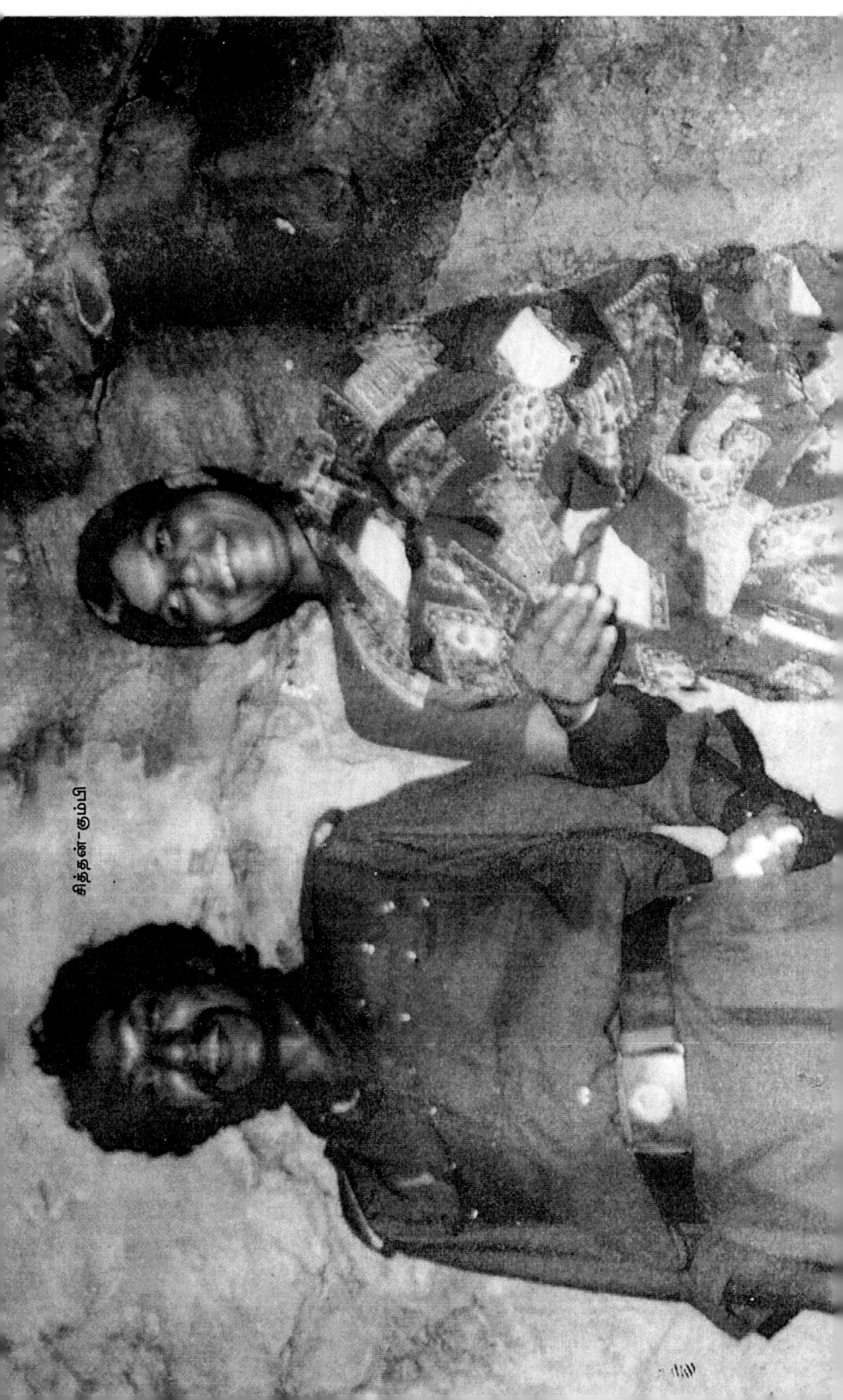

சித்தன்-கும்பி

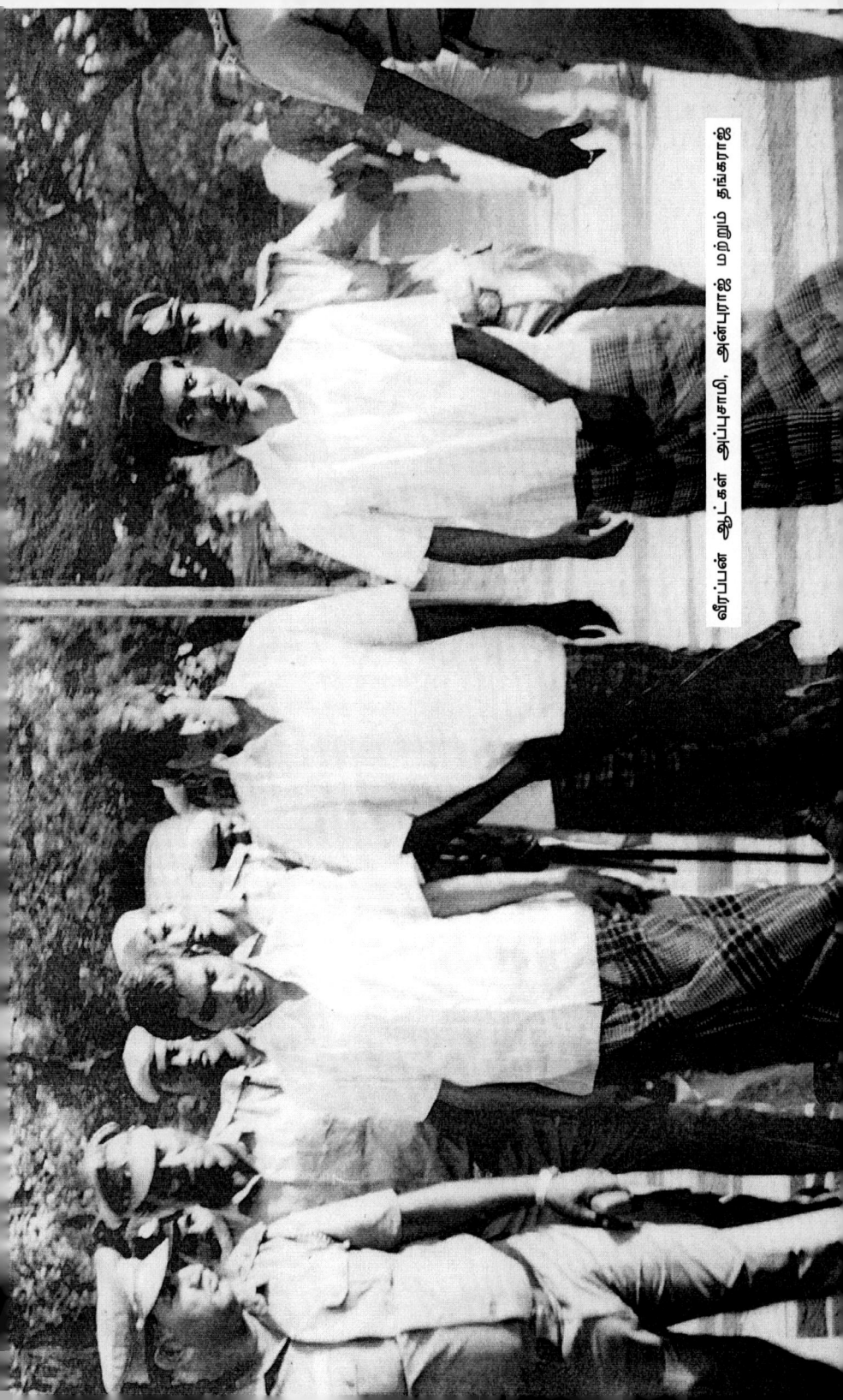

வீரப்பன் ஆட்கள் அப்புசாமி, அன்புராஜ் மற்றும் தங்கராஜ்

கடத்தப்பட்ட சேனானி-மைத்தி

நம்மிடம் கதறும் சேனானியின் மனைவி

எல்லாத்துக்கும் நம்மட்ட மருந்து இருக்கு...

சேத்துக்குளி
கோவிந்தனின்
வழிபாடு

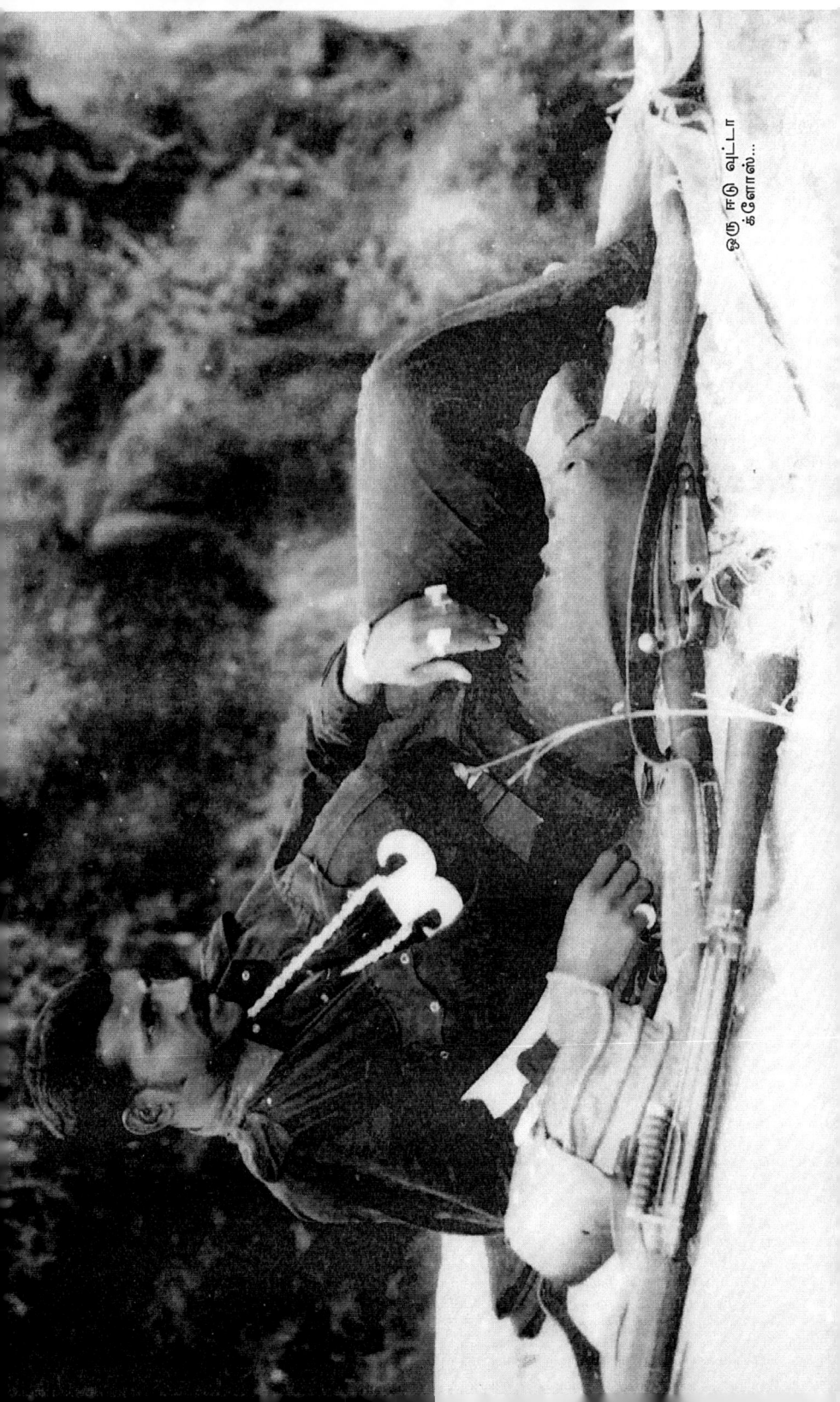

ஒரு ஈடு வுட்டா
க்ளோஸ்...

மான் வேட்டை

7

வீரப்பன் காட்டில் விசாரணையும் தீர்ப்பும்!

சப்-இன்ஸ்பெக்டர் தினேஷ் கொலை

சத்தியமங்கலம் வனச்சரகர் சிதம்பரம், காவலர் மோகனையா என வனத்துறை அதிகாரிகள் மீது வீரப்பன் 'கை'வைத்த பின்னர், கர்நாடக போலீஸார் வீரப்பனைப் பிடிப்பதில் தீவிரம் காட்டினர். வீரப்பன் விவகாரம் அம்மாநில அரசுக்கும் நெருக்கடிகளை ஏற்படுத்தியது. இதனால், மாதேஸ்வரன் மலையில் தனி காவல்நிலையம் துவங்கப்பட்டது. தனி உதவி ஆய்வாளர் மற்றும் கூடுதல் காவலர்கள் நியமனம் செய்யப்பட்டனர். வீரப்பனை பிடிப்பதற்காக தினேஷ் என்ற உதவி ஆய்வாளர் தலைமையில் ஒரு தனிப்படையும் அமைக்கப் பட்டது.

செங்கப்பாடி மற்றும் ஆலாம்பாடி பகுதியிலிருந்த பெரும்பான்மையான தமிழர் கள், வன்னியர் சமூகத்தைச் சேர்ந்தவர்கள். இவர்கள் அனைவருமே வீரப்பன் உறவினர்கள். இவர்களையெல்லாம் அவரது கூட்டாளி களாகவே கருதினார் தினேஷ். மாட்டுப்பட்டிக் காரர்கள்தான் வீரப்பனுக்கு உதவி செய்து வருகிறார்கள் என்று நினைத்தவர். காடுகளில் ஆடு, மாடு மேய்ப்பவர் களை வீரப்பனுக்கு உதவி செய்கிறார்கள் என்று கூறி அவர்களை காரணமில்லாமல் அடித்து உதைத்துள்ளார்.

அவர்களிடமிருந்து தனக்கு பயனுள்ள செய்திகள் எதுவும் கிடைக்காமல் போனதால், தமிழ் மக்களைப் பார்த்தாலே தினேசுக்கு பிடிக்காமல் போனது. வீரப்பன் உறவினர்கள் பலரை முறைகேடாக கைது செய்து, காவல் நிலையத்திற்கு கொண்டு சென்று காவலில் வைத்து விசாரணை செய்து வந்துள்ளார்.

அந்த நேரத்தில் டி.எப்.ஓ.வாக இருந்த சீனிவாசனும், மாதேஸ்வரன் மலை வனச்சரகர் உதயகுமாரும், தமிழ் மக்களிடம் இயல்பாகப் பழகி வந்துள்ளனர். சொல்லப்போனால் தினேஷிடமிருந்து பல தமிழர்களை இவர்கள் இருவரும்தான் காப்பாற்றியுள்ளனர்.

ஆலாம்பாடி கோட்டைக்கு எதிரிலிருந்த அரங்கசாமி மற்றும் ஆஞ்சநேயர் கோயில் பூசாரியாக இருந்தவர் இராசுக் கவுண்டர். இவருடைய பூர்வீகம், தருமபுரி மாவட்டம் தொப்பூர் பகுதியிலுள்ள உம்மியாம்பட்டி என்ற ஊர். சொந்த ஊரில் விவசாயம் செய்ய போதிய தண்ணீர் வசதி இல்லாத காரணத்தால், வயிற்றுப் பிழைப்புக்காக அங்கே வந்தவர், கோயிலில் பூசை செய்துகொண்டே பக்கத்திலிருந்த கொஞ்சம் நிலத்தில் மானாவாரி விவசாயம் செய்து கொண்டிருந்தார்.

பெருமாள் மீதும், ஆஞ்சநேயர் மீதும் தீவிர இறையன்பு கொண்ட வீரப்பன், அந்தப் பக்கமாகச் சென்றால், இந்தக் கோயிலுக்குச் சென்று இறைவனை வேண்டி வழிபட்டுவிட்டுச் செல்வது வழக்கம். அந்த வகையில் பூசாரிக்கும் வீரப்பனுக்கும் ஓரளவு அறிமுகம் இருந்துள்ளது.

பூசாரி இராசுக்கவுண்டரும் வீரப்பனும் வன்னியர் இனத்தைச் சேர்ந்தவர்கள். இந்தச் செய்தியைத் தெரிந்த தினேஷ் ஒருநாள், ஆலாம்பாடிக்கு வந்துள்ளார். ஜீப் சத்தம் கேட்டதுமே சுற்றுப்பகுதியில் ஆடு, மாடு மேய்த்துக்கொண்டிருந்தவர்கள் மற்றும் காட்டில் விவசாய வேலைகளைச் செய்துகொண்டிருந்த ஆண்கள், பெண்கள் என எல்லோருமே வேலையை விட்டுவிட்டு பக்கத்திலிருந்த காட்டுக்குள் ஓடி ஒளிந்துகொண்டனர்.

கோயிலில் இருந்த பூசாரி இராசுக்கவுண்டனையும்

அவருடைய மனைவி கோவிந்தம்மாளையும் பிடித்த தினேஷ் தலைமையிலான போலீசார், "வீரப்பன் எங்கே இருக்கிறான்?" என்று கேட்டு அடித்து உதைத்துள்ளனர்.

"வீரப்பன் இந்தப் பக்கமாக வந்தால் கோயிலுக்கு வந்து சாமி கும்பிட்டுவிட்டுப் போவான் சாமி. நான் இருந்தா சாமிக்கு பூசை பண்ணி திருநீறு கொடுப்பேன். இல்லையினா வெளியிலேயே நின்று சாமி கும்பிட்டுவிட்டுப் போயிடுவான் சாமீ. எங்கிருந்து வந்தான், எங்கே போகிறான், எதுக்குப் போறான் என்ற விவரமெல்லாம் எனக்குத் தெரியாதுங்க சாமி..." என்று தனக்குத் தெரிந்த உண்மையை சொல்லி யுள்ளனர் பூசாரியும் அவருடைய மனைவியும்.

விசாரணை என்ற பெயரில் சுமார் மூன்று மணி நேரம் கோயிலுக்கு முன்பாகவே செங்கல்லை வைத்து அடுக்கி அதன்மீது பூசாரியின் கால்களை வைத்து லாடம் கட்டியுள்ளனர் தினேசுடன் வந்த காவலர்கள். கைகள் கட்டப்பட்ட நிலையில், பின்பக்கத்திலும் அடிவயிற்றிலும் துப்பாக்கியின் பின்பக்க கட்டையாலும் கையிலிருந்த லத்தியாலும் குத்திக் குத்தி விசாரித்துள்ளனர். வெளியில் காயமில்லாமல் போனாலும் உடலெல்லாம் உள்காயமானதால் எழுந்து நிற்கக்கூட முடியாமல் பூசாரி விழுந்துவிட்ட நிலையில் அவரை அப்படியே போட்டுவிட்டு தினேஷ் தலைமையில் வந்த போலீசார் அங்கிருந்து வல்லுந்தில் புறப்பட்டு செங்கப்பாடிக்கு சென்றுவிட்டனர்.

போலீசார் சென்ற பின்னரும் கூட கோயிலுக்குப் பக்கமாக அங்கிருந்த மக்கள் யாரும் வராமல் போனதால், தனது கணவனைக் காப்பாற்றவேண்டி காவேரிஆற்றின் கரையிலுள்ள பரிசல் துறைக்குச் சென்ற கோவிந்தம்மாள், அங்கிருந்த பரிசல் ஓட்டிகளிடம் காயம்பட்டுக் கிடக்கும் தனது கணவரை தூக்கிக்கொண்டு வந்து பரிசலில் ஏற்றிவிடுமாறு கேட்டுள்ளார். தினேசுக்குப் பயந்த பரிசல் ஓட்டிகள் யாரும் பூசாரிக்கு உதவிக்கு வரமாட்டோம் என்று சொல்லிவிட்டதால், தண்ணீரில் இறங்கி பாதியளவு ஆற்றுக்குள் சென்று இக்கரையிலிருந்த (தமிழகத்திலுள்ள ஒகேனக்கல்) பரிசல் ஓட்டிகளிடம் சத்தம் போட்டு தனது

கணவரை காப்பாற்றச் சொல்லி அழுதுள்ளார். அங்கிருந்த பரிசல் ஓட்டிகள் பலரும் தினேசுக்கு பயந்துகொண்டு கோவிந்தம்மாளுக்கு உதவிக்கு வராத நிலையில், திருமால் என்ற ஒரு பரிசல்காரர் மட்டும் துணிந்து அக்கரைக்கு சென்று காயம்பட்டுக் கிடந்த பூசாரியையும், அவருடைய வீட்டிலிருந்த பண்டபாத்திரங்களையும் பரிசலில் ஏற்றிக்கொண்டு ஒகேனக்கல் கரைக்கு கொண்டுவந்து சேர்த்துள்ளார்.

அதன்பின்னர், வாடகை கார் வைத்து பென்னாகரம் சென்ற கோவிந்தம்மாள் தனது கணவருக்கு முதலுதவி செய்துகொண்டு தருமபுரி வையாபுரி டாக்டர் மருத்துவமனைக்கு கொண்டு சென்றுள்ளார். இருபது நாட்களுக்குப் பின்னர், "பூசாரி எப்படியிருக்கிறார் என்று பார்த்துவிட்டு, அவருக்கு நல்லமுறையில் வைத்தியம் செய்யச் சொல்லி வையாபுரி ஐயாகிட்டே சொல்லிவிட்டு வா" என்று செங்கப்பாடியிலிருந்து ஒரு ஆளை அனுப்பியுள்ளார் வீரப்பன்.

இந்தத் தகவலைத் தெரிந்துகொண்ட கோவிந்தம்மாள், வையாபுரி டாக்டரிடம் இருந்தால் நமக்கு போலீசார் மூலமாக மீண்டும் ஏதாவது சிக்கல் வந்தால் என்ன செய்வது என்ற பயத்தில், பூசாரியை அங்கிருந்த டாக்டரிடம் கூட சொல்லாமல், தருமபுரி அரசு மருத்துவமனைக்கு தூக்கிக்கொண்டு சென்றுள்ளார். அங்கு சிலநாள் இருந்தும், பூசாரியின் உடல்நிலையில் முன்னேற்றம் இல்லாமல் போனதால், மீண்டும் சேலம் அரசு மருத்துவமனைக்கு கொண்டு செல்லப்பட்ட பூசாரி இராசுக்கவுண்டர் அடுத்த சில நாளில் இறந்துவிட்டார்.

இது நடந்த சிலநாளுக்குப் பின்னர் 09-04-1990 அன்று உதவி ஆய்வாளர்கள் தினேஷ், ஜகநாதன், இராமலிங்கம் ஆகிய மூவரும் ஏழு காவலர்களுடன் தங்களது ஜீப்பில் செங்கப்பாடியை அடுத்துள்ள மாறுகொட்டாய், ஆலாம்பாடி பகுதிக்கு தேடுதல் வேட்டைக்குச் சென்றுவிட்டு, மாலை ஐந்து மணிக்கு திரும்பி வரும்போது மெட்டுக்கல் முனியப்பன் கோயிலுக்கு சற்று வடக்கே இருந்த ஒரு கல்லட்டில் மறைந்திருந்த வீரப்பன் ஆட்கள், போலீசார் வந்த

வல்லுந்தின் மீது நடத்திய துப்பாக்கிச் சூட்டில் உதவி ஆய்வாளர்கள் தினேஷ், ஜகநாதன், இராமலிங்கம் மற்றும் காவலர் சங்கர்ராவ் ஆகிய நால்வரும் நிகழ்விடத்திலேயே உயிரிழந்தனர். இரண்டு பேர் பக்கத்திலிருந்த இருபதடி ஆழமுள்ள காவேரி ஆற்றுக்குள் இறங்கிக்கொண்டனர்.

படுகாயமடைந்த மற்ற ஐந்து காவலர்கள் அந்த ஜீப்பிலேயே கிடந்துள்ளனர். இரவு பத்துமணிக்கு அங்கு வந்த மைசூர் மாவட்ட காவல்துறை கண்காணிப்பாளர் ஹரிகிருஷ்ணா தலைமையிலான போலீசார் மெட்டுக்கல் காட்டுப்பகுதிக்குச் சென்று இறந்துபோன நால்வரின் உடலையும் காயம்பட்டுக் கிடந்த ஆறு காவலர்களையும் எடுத்து வந்துள்ளனர். இந்த நிகழ்வுக்குப் பிறகுதான் கர்நாடக அரசு வீரப்பனை சுட்டுப் பிடிக்க உத்தரவிட்டது.

ஆடு, மாடு, பட்டிபோட்டு மேய்க்கிற அப்பாவி மக்களை அடிக்கறது, ஆட்டுக்குட்டிகளை புடிச்சுக்கிட்டுப் போய் விக்கறது, அதை வெட்டித்திங்கறது இப்படிப்பட்ட வேலையைத்தான் தினேஷ் பண்ணிக்கிட்டிருந்தான். ஒருநாள் மத்தியானம் நான் ஆலாம்பாடி வழியா நட்ராபாளையத்துக்குப் போனப்ப, பெருமாள்கோயில் பூசாரிய பார்த்துட்டு, சாமி கும்பிட்டுட்டுப் போனேன். நாலுநாள் கழிச்சு திரும்பி வரும்போது கோயில் பூட்டிக் கிடந்தது. பூசாரி என்ன ஆனாருன்னு நான் விசாரிச்சப்பதான், ‘நீங்க வந்துட்டுப்போன மறுநாள் இங்கே வந்த தினேஷ், பூசாரியையும் அவருடைய பொண்டாட்டியையும் புடிச்சு கோயிலுக்கு முன்னாலயே வச்சு அடி அடியடின்னு அடிச்சே கொன்னுட்டான். பூசாரியோட பொண்டாட்டி எல்லாத்தையும் விட்டுட்டு ஊரைவிட்டே போயிடுச்சு’ன்னு அங்கிருந்த மக்கள் எல்லாம் சொன்னாங்க... இவனை என்ன செய்றதுன்னு நெனைச்சுக்கிட்டே காட்டு வழியா எங்க ஊருக்கு நடந்துவந்துகிட்டிருந்தேன்.

அப்ப மூணுமணி சுமாருக்கு ஒரு ஜீப் ஆலாம்பாடி பக்கமா போச்சு. யாருன்னு போய் ஊருக்குள்ளிருந்தவங்க கிட்ட விசாரிச்சேன். தினேஷ்தான் போறான்னு சொன்னாங்க. ‘வாடா மாப்ளே உன்னை இன்னைக்கு விடக்கூடாது’ன்னு

திட்டம் போட்டு மெட்டுக்கல் என்ற இடத்திலிருந்த ஒரு கல்லட்டில் நாங்க ஏழுபேர் ஏறி ஆளுக்கு ஒரு பாறையில் மறைந்து படுத்துக்கிட்டோம். வடக்கிலிருந்து ஜீப் வரும்போது ரோட்டுக்கு கிழக்கு பக்கமா ஒரு கல் இச்சிமரம் இருக்கும். அந்த இடத்துக்கு முன்னாலே ஒரு பெரிய கல்லு கிடந்தது. அந்த கல் மேலே ஜீப் ஏறி எறங்கும்போது டிரைவருக்கு மொத ஈடு நான் குடுப்பேன். வண்டி அப்படியே நின்றுபோயிரும். அப்புறமா மத்த ஆறுபேரும் இடுங்க... வண்டிக்குள்ளே இருக்கிற அத்தனை பேரையும் காலி செய்யணும்.

இதுதான் நான் போட்ட திட்டம். ஆனால் வண்டி வர்றதுக்கு கொஞ்சம் நேரமாகிவிட்டது. இருட்டுக் கட்டுனதாலே யாரையும் நாங்க குறிபார்த்து சுட முடியல. ஒரு நெதானமா புடுச்சு சுட்டோம். ரெண்டுபேர் கீழே ஆத்துக்குள்ள இறங்கிட்டானுங்க. என்ன செய்யறது இருட்டாப்போச்சு. அதனால விட்டுட்டேன். பகல் நேரமா இருந்தால், ஒருஆள் கூட அங்கிருந்து தப்பியிருக்க முடியாது. எப்படியோ... நான் போட்ட திட்டப்படியே தினேஷை கொன்னுட்டேன்..." என்றார் வீரப்பன்.

8

பேபி வீரப்பன் கொலை

சந்தன வீரப்பன் கூட்டத்தில் இணைந்து ஐந்து வருடங்களாக போர்க்குணம் மிக்கவனாக செயல்பட்டவன் பேபி வீரப்பன். வீரப்பனுக்கு நம்பிக்கையான ஆள். இப்படிப்பட்டவன் திடீரென மர்மமான முறையில் இறந்து கிடந்தான் என்று வந்த செய்தி, உண்மையா? பொய்யா? என்ற சந்தேகத்தை கிளப்பிவிட்டது.

கர்நாடக சிறப்பு அதிரடிப்படையின் கமாண்டர் ஸ்ரீவத்சவா, "சந்தனக் கடத்தல் மன்னன் வீரப்பனின் நெருங்கிய கூட்டாளி பேபி வீரப்பன் (வயது 25) கர்நாடக மாநில போலீஸ் கண்காணிப்பாளர் ஹரிகிருஷ்ணா கொல்லப் பட்டது உள்பட பல கொலைகளில் சம்பந்தப் பட்டுள்ளான். இவனது தலைக்கு 20 லட்சம் ரூபாய் பரிசுத் தொகையும் அறிவிக்கப்பட்டிருந்தது. இந்நிலையில் பேபி வீரப்பன் நேற்று முன்தினம் தமிழ்நாடு எல்லையில் உள்ள புனஜனூர்-சத்தியமங்கலம் சாலையில் குண்டுக் காயங் களுடன் மர்மமான முறையில் இறந்து கிடந்தான். கர்நாடக மாநில போலீசார் அவனது உடலை கண்டெடுத்தனர்" என்று தனது அறிக்கையில் தெரிவித்திருந்தார்.

உண்மையில் நடந்ததுதான் என்ன?

போலீஸ் சொன்னதுபோல் தமிழக, கர்நாடக எல்லையில் கர்நாடக பகுதியில் உள்ள புனஜனூர் (புளுஞ்சூர்) பகுதியில் இச்சம்பவம் நடக்கவில்லை என்பதை உறுதிப்படுத்திக் கொண்டு சம்பவம் நடந்த தமிழக கிராமமான கல்மண்டிபுரத்தில் கர்நாடக அதிரடிப்போலீசார் ஜீப்புகளில் காட்டுக்குள் செல்வதும், வருவதுமாக பரபரப்பாக

இருந்தனர். கல்மண்டிபுரத்திலிருந்து 2 கிலோமீட்டர் தொலைவில் சோளகர்தொட்டி என்ற குக்கிராமம் உள்ளது. இக்கிராமத்தை ஒட்டியே அடர்ந்த மலைப்பகுதி ஆரம்பமாகிறது. இங்கிருந்து மூன்று கிலோமீட்டர் தூரத்தில் அடர்த்தியான காட்டுப் பகுதியில் உள்ள சிக்கிரன்குட்டை மலை உச்சியில்தான் சம்பவம் நடந்துள்ளது.

நடந்த சம்பவங்களை மறைமுகமில்லாமல் அப்படியே விவரித்தனர் கிராம மக்கள்.

“18-ந்தேதி வெள்ளிக்கிழமை காலைல எட்டு மணி இருக்கும். மலை உச்சியில இருந்து திடீர்னு ஒரு வேட்டு சத்தம். ஒரே ஈடுதான் கேட்டது. நாங்க ஏதோ கார்டு வாட்சர்களோ அல்லது வேட்டைக்கு போனவங்களோ சுட்டாங்கன்னு சந்தேகப் பட்டோம். அப்பவும் காலையில யாரும் சுடமாட்டாங்களே, போலீஸ்காரங்களும் யாரும் வரலையேன்னு நெனைச்சோம். மத்தியானம் மணி 12 இருக்கும். யாரோ ஒரு ஆள் அங்க செத்து கெடக்குதுன்னு அந்த வழியா வந்த ஒரு மலைவாசி எங்ககிட்ட சொல்லிட்டு போனாரு. அதுக்குப் பின்னால நாங்க நாலஞ்சு பேரு சேர்ந்து அங்க போனோம். அடுப்புல உப்புமா அப்படியே இருந்தது. அடுப்புக் கல்ல ஒட்டி, கால் மடங்கி மல்லாந்த நிலையில கெடந்துச்சு உடம்பு. அப்படியே போர்வையால மூடியிருந்தது. முகம் மட்டும் தெரிஞ்சுது. உடனே நாங்க கண்டுபிடிச்சிட்டோம். செத்துக் கெடந்தது பேபி வீரப்பன்தான். வாயிலும், மூக்கிலும் ரத்தம் வடிஞ்சு ரத்தம் திட்டுத் திட்டா கெடந்தது. கண்ணு அப்படியே தெறந்து கெடந்தது. பேபி வீரப்பனின் முடியப் பார்த்துதான் கண்டுபிடிச்சோம். தலையில அவன் கட்டியிருந்த துணி முடியவிட்டு வெலகி கிடந்தது. திங்கள்கிழமை மத்தியானம்தான் கர்நாடக போலீஸ்காரங்க வந்தாங்க. மக்களையெல்லாம் விசாரிச்சிட்டு காட்டுக்குள்ளே போயி சாயங்காலம் 5 மணிக்குத்தான் பிணத்தை எடுத்துக்கிட்டு போனாங்க. மற்றபடி எங்களுக்கு எதும் தெரியாதுங்க” என்றனர் ஊர்மக்கள்.

“செவ்வாய்க்கிழமை காலையில நான் தாளவாடியில நின்னுகிட்டு இருந்தேன். கர்நாடக போலீஸ்காரங்க என்னை அடையாளம் கண்டு வாடானு ஜீப்புல ஏத்திக்கிட்டுப் போனாங்க. புளுஞ்சூரை தாண்டி கர்நாடகா, தமிழ்நாடு எல்லையில கர்நாடகா பகுதியில் உள்ள பாங்காட்டு ஓடைக்கிட்டே போலீஸ் ஆபீசருங்க எல்லாம் இருந்தாங்க. என்னைய கூட்டிட்டுப் போயி பொணத்தைக் காட்டி இது

யார்ரா?ன்னாங்க. ஒரு வருசத்துக்கு முன்னால கல்மண்டிபுரம் காட்டுல வீரப்பன் கும்பல் இருந்தபோது அவங்களோட கொஞ்ச நாள் நான் இருந்தேன். அதனால எனக்கு அடையாளம் தெரிஞ்சது. இது பேபி வீரப்பனுங்கன்னு சொன்னேன். அப்புறம் அங்கேயே டாக்டருக போஸ்ட்மார்ட்டம் செய்தாங்க. பிறகு பேபிவீரப்பன் சொந்தக்காரங்க ரெண்டு பொம்பளைங்க, ஒரு ஆம்பள ஒரு அஞ்சு வயசு கொழந்த, நாலுபேரையும் கூட்டி வந்து பிணத்த எரிச்சுடலாமா? பொதைச்சுடலாமான்னு கேட்டாங்க. அவங்க, நாங்க எப்பவாவது வந்து சாமி கும்பிடறோமுங்க. பொதைச்சுடுங்கனு சொன்னாங்க. அப்படியே பொதைச்சாங்க. அப்புறம்தா என்னைய அனுப்புச்சாங்க" என்றார் ரங்கசாமி என்பவர்.

நடந்தது இதுதான். கர்நாடகா போலீஸ் சொன்னது போல புளுஞ்சூர்-சத்தியமங்கலம் சாலையில் பேபிவீரப்பன் உடல் கிடக்கவும் இல்லை, நெல்லூரில் உள்ள பேபிவீரப்பனின் உறவினர்களிடம் பிணம் ஒப்படைக்கப்படவும் இல்லை.

ஒரு வருடத்திற்கு முன்பு கல்மண்டிபுரத்தைச் சேர்ந்த சித்தன் வீரப்பன் கும்பலில் சேர்ந்தான். அதற்கு முன்பே சித்தனை அதிரடிப்படை போலீஸ் பிடித்து ஆசனூர் முகாமில் வைத்து கடும் சித்திரவதைக்கு ஆளாக்கியிருந்தது. ஒரு கட்டத்தில் ஆசனூர் முகாமிலிருந்து சித்தன் சாதுர்யமாக தப்பித்து காட்டுக்குள் புகுந்துவிட்டான். சித்தனின் மனைவி கும்பி, பாலபடுகு என்ற கிராமத்தைச் சேர்ந்தவர். ஏற்கனவே கும்மியை போலீஸ் சித்ரவதை செய்துள்ளதால் கும்பி போலீசுக்கு பயந்து தலைமறைவாக இருந்தார். அப்போதுதான் சித்தன் தப்பி வந்து காட்டுக்குள் இருக்கும் தகவல் வீரப்பனுக்குச் சென்றது. உடனே வீரப்பன், சித்தன் இருக்குமிடம் வர, சித்தன் வீரப்பன் கும்பலோடு இணைந்தான். சித்தன் மனைவி கும்பி, 'இனி ஊருக்குள் சென்றால் போலீசாரின் பிடியிலிருந்து தப்ப முடியாது' என்று அவரும் வீரப்பன் கும்பலோடு இணைந்து காட்டு வாழ்க்கை வாழ்ந்து வந்தார்.

கும்பி வந்தபிறகு, பேபி வீரப்பனின் நடவடிக்கையில் மாற்றம் ஏற்பட்டது. கும்பி மேல் ஆசைப்பட்ட பேபி, கும்பி தனியாக இருக்கும்போது சில நேரங்களில் பிரச்சினையும் செய்துள்ளான். இதனால், சில சமயங்களில் வீரப்பனும் பேபியை கண்டித்து அறிவுரை வழங்கியுள்ளான்.

இந்தச் சூழ்நிலையில்தான் கடந்த இரண்டு மாதங்களுக்கு முன்பு கும்பியை பேபி பலாத்காரம் செய்ய முயன்றுவிட்டான்.

இதனால் சித்தனுக்கும், பேபி வீரப்பனுக்கும் பெரும் சண்டை ஏற்பட்டது. பேபி வீரப்பன் செய்த செயலால் சித்தனும், கும்பியும் வீரப்பனிடம் அழுது முறையிட்டனர். கடும் கோபம் கொண்ட வீரப்பன், "நம்மை நம்பி வந்தவனுக்கு துரோகம் செய்து விட்டாயே நாயே..." என பேபி வீரப்பனை கடுமையாக அடித்துள்ளான். "இனிமேலும் ஏதாவது பிரச்சினை செய்தால் உன்னை சுட்டுத் தள்ளி விடுவேன்" என மிரட்டி வழக்கமான கெட்ட வார்த்தைகளால் பேபி வீரப்பனை திட்டியுள்ளான். வீரப்பன் அடியையும், அவமானத்தையும் தாங்க முடியாத பேபி மறுநாள் வீரப்பன் வெளியே சென்றிருந்த சமயம், "நான் ஒரு கும்பலை வைத்து உன்னைக் கொல்லாமல் விடமாட்டேன்" என வீரப்பனுக்கு சவால் விட்டு கேசட்டில் பதிவு செய்து வைத்துவிட்டு துப்பாக்கியுடன் தனியாக பிரிந்து விட்டான்.

பேபியை விட்டு வைத்தால் தனக்கு ஆபத்து வரும் என்பதை உணர்ந்து பேபியை தேடும் பணியில் சில ஆட்களை மலைப்பகுதியில் ஏவிவிட்டான் வீரப்பன்.

வீரப்பனுக்கு அடிக்கடி தகவல் சொல்வதற்காக பல ஊர்களுக்கு வந்து செல்லும் வீரப்பன் கும்பலைச் சேர்ந்த ஒருவன், பேபி வீரப்பன் தனியாக ஒரு இடத்தில் இருப்பதை கண்டுபிடித்து இந்தத் தகவலை வீரப்பனிடம் சொல்லியுள்ளான்.

அதன்பிறகுதான் வீரப்பன் அந்த நபரையே அனுப்பி "நீ அவனிடம் சென்று பேச்சுவார்த்தை நடத்து. அவன் மனநிலை மாறியுள்ளதா, திருந்தி மீண்டும் நம்மோடு வருவானா என்று பார். இல்லை நம்மை கொல்வேன் என்று இன்னமும் அவன் சொன்னால் அவனுக்கு 'ஈடு' கொடுத்துவிட்டு வந்திடு. அவன் சந்தேகப்படாதவாறு அவனிடமே இருந்து அவனை போட்டுவிட்டு வந்துவிடு... துரோகியை நாம் விட்டு வைக்கக்கூடாது. ஒரு பெண்ணின் கற்புக்குக் களங்கம் ஏற்படுத்த முயன்றவன் போலீசாக இருந்தாலும் நம்மாளாக இருந்தாலும் விடக்கூடாது" எனக்கூறி அனுப்பியுள்ளான் வீரப்பன்.

வந்த அந்த நபர் கல்மண்டிபுரம் மலைப்பகுதியிலேயே பேபியை கடந்த 17-ந்தேதி வியாழக்கிழமை மதியம் சந்தித்தான். மனம் விட்டு பேசினார்கள். இரண்டுபேரும் இரவு பிராந்தி சாப்பிட்டு பேசியுள்ளனர். இரவு முழுவதும் இருவருக்கும் காரசாரமான விவாதம். பேபி வீரப்பன், "நான் வீரப்பன் கும்பலில் இனி சேரமாட்டேன். வீரப்பனை சுட்டுத் தள்ளுவேன். என் பின்னால்தான் நீங்கள் எல்லாம் இனி இருக்க வேண்டும்" என்றபடியே பேசிக் கொண்டிருந்துள்ளான்.

இனி பேபியின் கதையை, முடித்து விட வேண்டியதுதான் என தீர்மானித்த வீரப்பனின் ஆள், பேபி வைத்திருக்கும் துப்பாக்கியை எடுத்தே பேபியை முடிக்க வேண்டும் என முடிவெடுத்தான். மறுநாள் வெள்ளிக்கிழமை. காலையில் உப்புமா கிளறி சாப்பிடுவோம் என பேபி அடுப்பு பற்றவைத்து உப்புமா தயார் செய்து கொண்டிருந்தான். அந்நேரத்தில் வீரப்பனின் ஆள் ''நான் ரவுண்டடித்துவிட்டு வருகிறேன்'' என பேபியிடம் துப்பாக்கியை வாங்கிக்கொண்டு கிளம்பினான். கால் மணி நேரம் கழித்து மீண்டும் அங்கு வந்தவன் பேபி சமையல் செய்த இடத்திற்கு நேர் எதிர்புறம் இருந்த ஒரு சிறிய பாறையில் அமர்ந்து கொண்டு துப்பாக்கியை காட்டுப் பகுதியை பார்த்தவாறு நீட்டிக் கொண்டிருந்தான். பேபி உப்புமாவை ஒரு குச்சியை விட்டு கிளறிக் கொண்டிருந்தான்.

அந்த நேரத்தில் வீரப்பனின் ஆள் பாறையை விட்டு கீழே இறங்கி பாறை இடுக்கில் உள்ள சந்து வழியே பார்த்தான். நேருக்கு நேராய் பேபி உப்புமாவை கிளறிக் கொண்டிருந்தான். அடுத்த நிமிடமே துப்பாக்கியின் விசை அழுத்தப்பட ஒரே அடி... பேபியின் வலது நெஞ்சில் பாய்ந்த குண்டு முதுகு வழியாக வெளியே சென்றது. அப்படியே சாய்ந்தவன்தான் பேபி வீரப்பன். கை, கால்களைக் கூட உதறவில்லை. ஒரே நொடியில் உயிர் விட்டான். இரண்டு நிமிடம் பேபி வீழ்ந்து கிடந்ததையே பார்த்துக் கொண்டிருந்த வீரப்பனின் ஆள், மெல்ல அருகே சென்று பேபியின் போர்வையை எடுத்து உடலை மூடிவிட்டு அடுப்பை தண்ணீர் ஊற்றி அணைத்துவிட்டு ஒரே ஓட்டமாக ஓடி காட்டுக்குள் மறைந்துவிட்டான் என்கிறார்கள் கொலை நடந்த இடத்தை பார்த்தவர்களும் வீரப்பன் கும்பலோடு நெருக்கமாக இருப்பவர்களும்.

5 நாட்கள் கழித்து பேபியின் பிணத்தைக் கடத்தியதாகக் கூறும் கர்நாடக போலீசார், அன்றிரவே இன்ஸ்பெக்டர் ராமண்ணா மூலமாக மந்திரி வரை தொடர்பு கொண்டு தாங்கள்தான் பேபியை பிடித்துக் கொன்றதாக சொல்வதற்கு பெரும் முயற்சி எடுத்துள்ளனர். அது நடக்காமல் போன பிறகு, பேபியின் உடலை அவசர அவசரமாக போஸ்ட்மார்ட்டம் செய்து புதைத்துள்ளனர். பிணத்தை போட்டோவும் வீடியோவும் எடுத்துள்ள போலீசார், இறந்தது பேபி வீரப்பன்தான் என்பதை உறுதி செய்யும் விதத்தில் எந்த ஒரு பத்திரிகைக்கும் படங்களைத் தரமறுப்பதும், சம்பவ இடத்துக்கு பத்திரிகையாளர்களை அழைத்துச் செல்வதாகக் கூறிவிட்டு பிறகு அந்த புரோகிராமை

ரத்து செய்ததும் பெரும் சந்தேகத்தை உருவாக்கியுள்ளது.

வீரப்பன் வேட்டையில் போலீசார் பல சந்தேகங்களை எப்போதும் நிவர்த்தி செய்யாமல் மறைத்தே வருகின்றனர். அதில், தற்போது பேபி வீரப்பனின் சந்தேகத்திற்குரிய மரணமும் அடக்கம்.

யார் இந்த பேபி?

நல்லூர் கிராமத்தில் பிறந்த பேபி, வன்னியர் சமூகத்தைச் சேர்ந்தவன். வீரப்பனுக்கு மைத்துனர் முறை உறவு. பேபியின் அப்பா தோட்ட வேலை செய்து வந்தார். அவனுடைய சித்தப்பாவுக்கு சந்தனக் கட்டை கடத்தலில் ஈடுபாடு. கர்நாடக அதிரடிப்படையினர் நல்லூர் கிராமத்தில் அடிக்கடி புகுந்து தொல்லை கொடுத்ததால் அப்பகுதியில் இருந்த பல இளைஞர்கள் காட்டுக்குள் ஓடினர். 17 வயது இளைஞனாக இருந்த பேபியும் காட்டுக்குள் போனான். வீரப்பன் கூட்டத்தில் இணைந்து பேபி வீரப்பன் ஆனான்.

அதே வேளையில், பேபியின் சித்தப்பாவை கர்நாடக போலீஸ் சுட்டுக் கொன்றது. செய்தி வெளியே வராமல் மூடப்பட்டது. பேபியின் தந்தையையும் போலீஸ் தனது கஸ்டடிக்கு கொண்டு சென்றது.

இந்த சம்பவங்களால் பேபி வீரப்பன் காட்டை விட்டு வெளியே வரவில்லை. வீரப்பன் கும்பலில் இருந்து துப்பாக்கி சுடுவதில் வல்லவனாக தேர்ச்சியடைந்தான்.

கர்நாடக தமிழக அதிரடிப்படையினர் பேபியை பிடிப்பதில் தீவிரம் காட்டினர். அவனுடைய குடும்பத்தார் அதிரடிப்படையினரின் சித்திரவதைக்கு உட்பட்டனர். பேபியின் அம்மா எங்கு இருக்கிறார் என்பது பற்றி யாருக்கும் தெரியவில்லை. பேபியின் தோற்றத்தை வித்தியாசமாக காட்டுவது அவனுடைய தலைமுடிதான்.

ஜடாமுடி போன்று காட்சியளிக்கும் தலைமுடியை மாதேஸ்வரன் கோயிலுக்கு காணிக்கை செலுத்துவதாக வேண்டியிருந்தான். அவன் குளித்துவிட்டு வந்தால் தலைமுடியை உலர்த்தவே மணிக்கணக்கில் நேரம் பிடிக்கும்.

தோற்றத்தில் கடுமையானவனாகத் தெரிந்தாலும் பழக்கத்தில் மென்மையானவனாகவே இருந்தான் பேபி வீரப்பன்.

9

கந்தவேல் கொலை!

பர்கூர் காட்டுப் பகுதியில் ஒரு சடலம் கிடந்துள்ளது. காட்டு விலங்குகளால் சிதைக்கப்பட்டும் அழுகியும் கிடந்த அந்த ஆண் சடலம் பற்றிக் கேள்விப்பட்டதும் அந்தப் பகுதிக்குச் சென்ற அதிரடிப்படையினர், அவசர அவசரமாக அங்கேயே அந்த சடலத்தைப் புதைத்துள்ளனர். அந்த சடலம், கந்தவேலின் சடலம்தான் என்கிறார்கள் மலைக்கிராம மக்கள்.

கடந்த புதன்கிழமை புதுப்பாளையத்தைச் சேர்ந்த ஒருவர், அந்தியூரில் நக்கீரனை வாங்கிப் பார்த்திருக்கிறார். வீரப்பன் காட்டில் நடத்திய விசாரணை, அதைத் தொடர்ந்து கந்தவேலின் சுட்டுக் கொல்லப்பட்ட படத்தைப் பார்த்து ஷாக் ஆன அவர், கிருஷ்ணாபுரத்திற்கு ஓடிப் போய் கந்தவேலுவின் வீட்டில் நக்கீரனைக் கொடுத்து தகவலைச் சொல்லியிருக்கிறார்.

இந்தத் தகவல் நமக்குக் கிடைத்ததும் நாமும் கிருஷ்ணாபுரத்திற்கு கிளம்பினோம். அந்தியூர் சென்று அங்கிருந்து பர்கூர் செல்லும் கரடு முரடான பாதையில் ஏறத்தாழ 4 கிலோ மீட்டர் சென்றபோது அந்த மலையடி கிராமம் தென்பட்டது.

நாம் சென்றபோது... கந்தவேலின் மனைவி ஜோதியம்மாளைக் கட்டிப் பிடித்தபடி அவரது ஒன்பது குழந்தைகளும் கதறியழுது கொண்டிருந் தார்கள். தலைவனைப் பறிகொடுத்த அந்தக் குடும்பத்தின் கதறலும் கண்ணீரும் கலங்க வைத்தது.

தேம்பியபடியே நம்மிடம் பேசினார் கந்தவேலுவின் மூத்த மகன் சரவணன். “நாங்க

பேபி வீரப்பன்

உடும்புப் பிடின்னா இதுதான்...

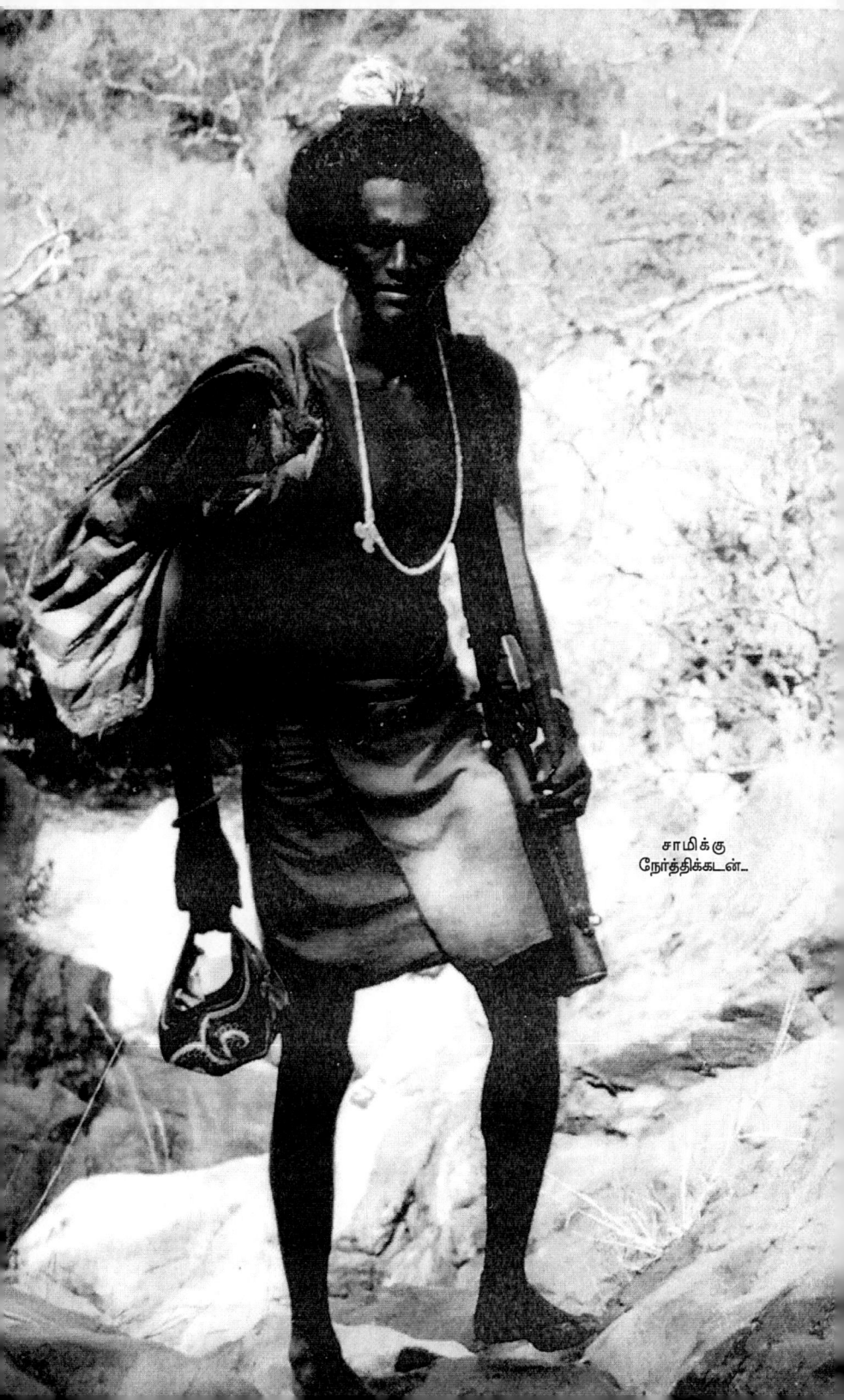

சாமிக்கு
நேர்த்திக்கடன்

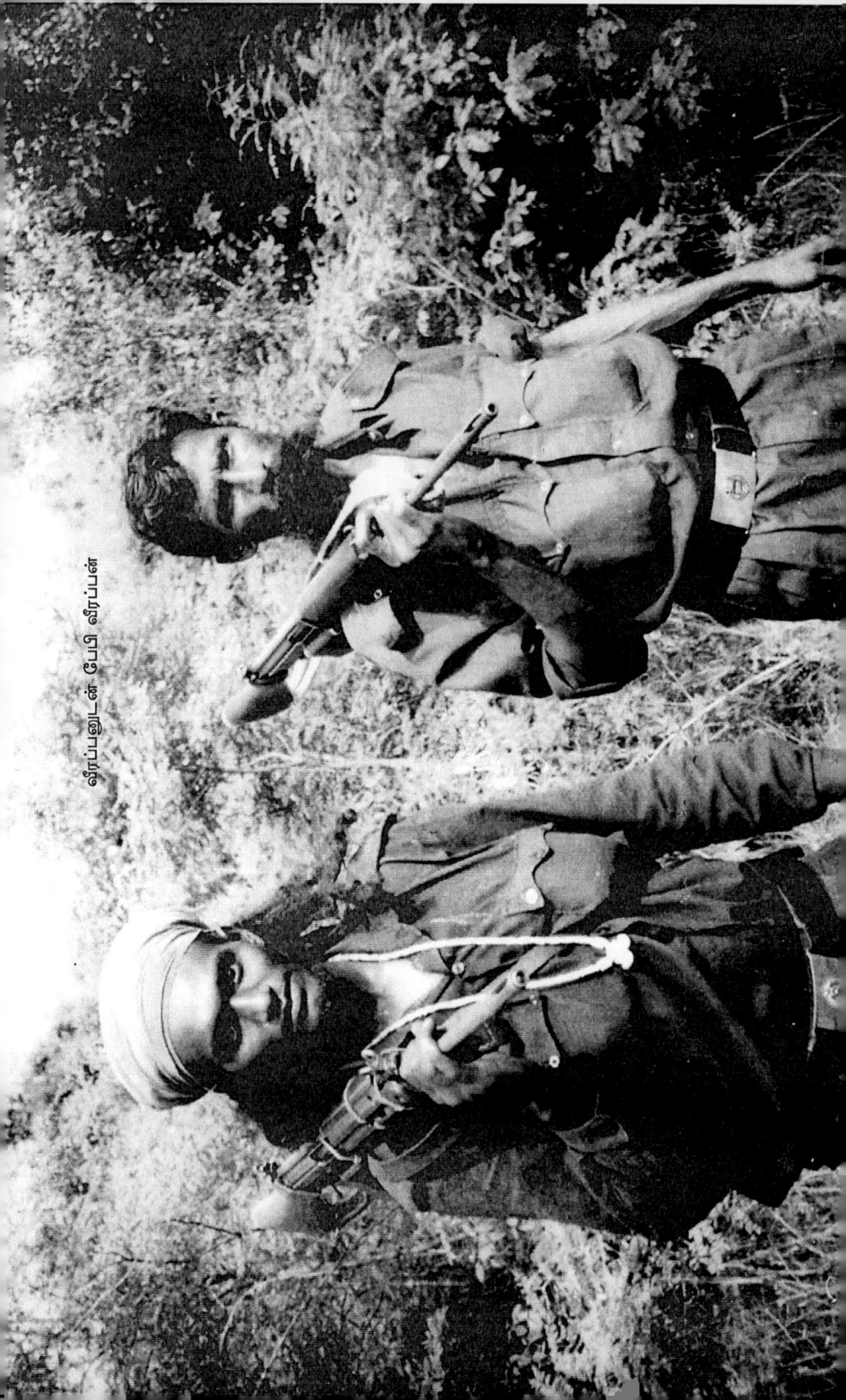

வீரப்பனுடன் பேபி வீரப்பன்

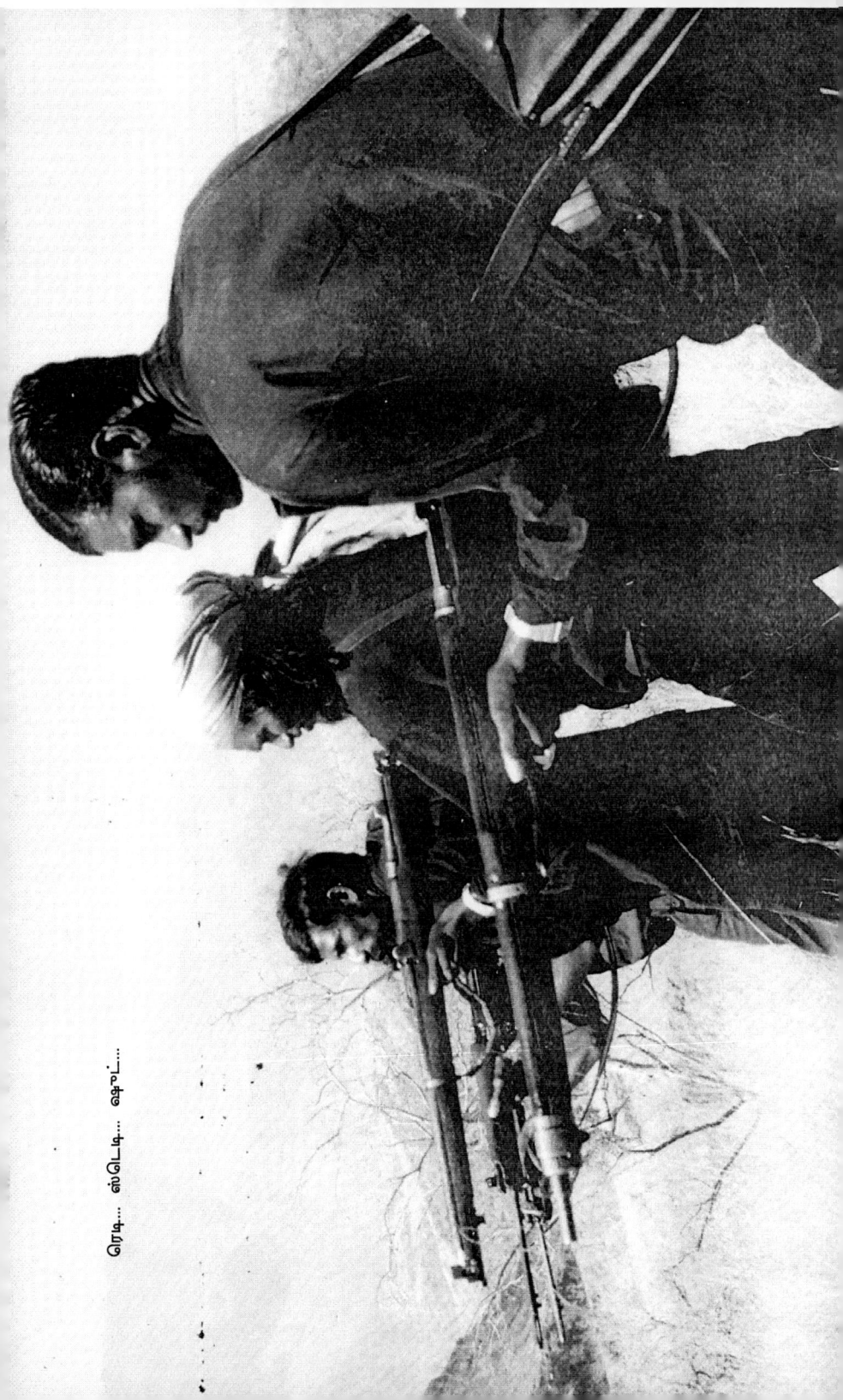

ரெடி... ஸ்டெடி... ஷூட்...

சோறு
வெந்துருச்சா...

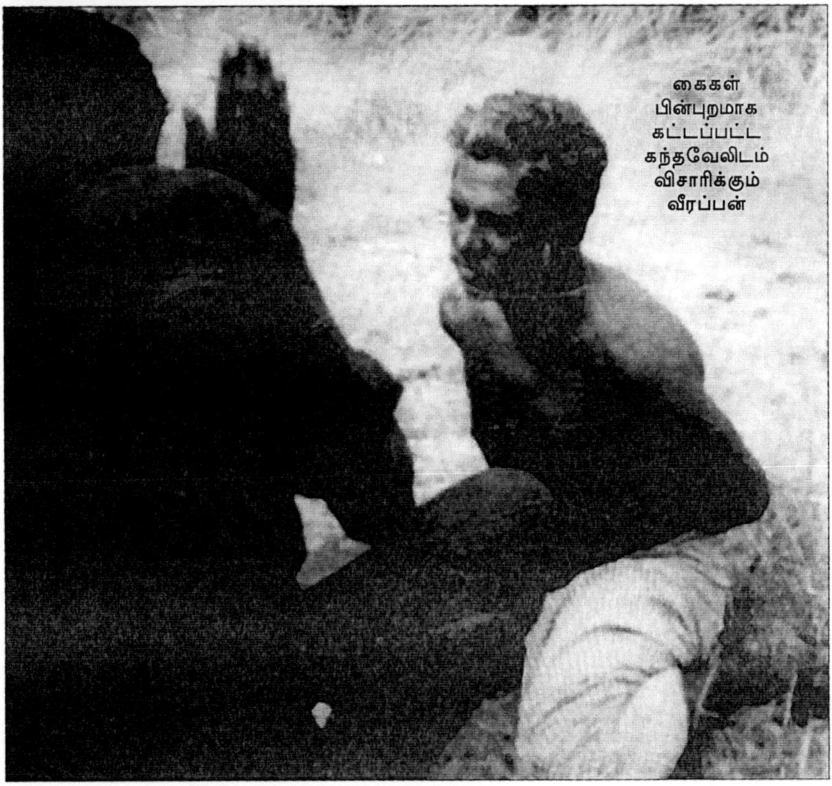

கைகள் பின்புறமாக கட்டப்பட்ட கந்தவேலிடம் விசாரிக்கும் வீரப்பன்

என்னய்யா பாவம் செஞ்சோம்? நாங்க எந்த வம்பு தும்புக்கும் போகாம நிம்மதியா எங்க 'ஈரெட்டி' மலைக் கிராமத்துல இருந்தோம். சின்னதா ஒரு டீக்கடையும் மளிகைக் கடையும் நடத்திக்கிட்டிருந்தார் எங்க அப்பா. விவசாயமும் உண்டு. அப்பல்லாம் வீரப்பன்னா யாருன்னே எங்களுக்குத் தெரியாது. 5 வருஷத்துக்கு முன்னால ஒரு நாள் ராத்திரி, நாலஞ்சு பேர் துப்பாக்கியோட வந்தாங்க. அப்பாவைப் பிடிச்சி, மளிகைச் சாமான் அரிசி, பருப்பு, பீடி, சிகரெட் குடுடான்னு மெரட்டுனாங்க. அப்பத்தான் அவுங்க வீரப்பன் ஆளுங்கன்னு தெரிஞ்சது. அதுக்குப் பிறகும் அடிக்கடி வந்து மிரட்டி பொருள்களை வாங்கிட்டுப் போவாங்க. இதை எப்படியோ தெரிஞ்சிக்கிட்ட அதிரடிப்படைக்காரங்களும் தமிழக, கர்நாடக போலீஸ் காரங்களும் வந்து, என்னையும் எங்கப்பாவையும் தட்டக்கரை முகாம்ல வச்சி பயங்கரமா சித்திரவதை செஞ்சாங்க. ஏறத்தாழ 20 நாள் கழிச்சு என்னையும் ஒரு மாசம் கழிச்சி எங்கப்பாவையும் வெளில விட்டாங்க. அடிக்கடி இப்படி போலீஸ்காரங்க தொந்தரவு கொடுத்தாங்க.

அங்க இருந்தா வாழவே முடியாதுன்னு முடிவு பண்ணி, குடும்பத்தோட இங்க வந்து கூலி வேலை செஞ்சு பிழைக்க ஆரம்பிச்சோம். இங்கேயும் அதிரடிப்படை போலீஸ்காரங்க வந்தாங்க. ஒழுங்கா நாங்க சொல்றபடி கேக்கலைன்னா சுட்டுக் கொன்னுப்புடுவோம்னு அப்பாவை மிரட்டினாங்க. குடும்பத்தையே அழிச்சுடுவோம்னும் பயமுறுத்துனாங்க. அவங்க சொல்றதை கேக்குறதைத் தவிர, வேற வழியில்லைன்னு எங்கப்பாவும் அவங்களுக்கு சம்மதிச்சார்.

பண்ணாரியிலிருக்கும் போலீஸ் அதிகாரி மோகன் நிவாஸின் வீட்டுக்கு அப்பாவை அழைச்சிக்கிட்டுப் போவாங்க. ஏதேதோ பேசுவாங்க... எங்கப்பாவை காட்டுக்குக் கூட்டிட்டுப் போயி அவரோடு சேர்ந்து சாப்பிடுவாங்க... ஒண்ணா 'தண்ணி' போடுவாங்க. ஓட்டலுக்கும் கூட்டிட்டுப் போவாங்க. இப்ப... எங்கப்பா இப்படி ஆகிற மாதிரி பண்ணிட்டாங்க..." அதற்குமேல் அவரால் பேச முடியவில்லை. குலுங்கி குலுங்கி சரவணன் அழ... "அண்ணா அழாதண்ணா..." என்றபடி அவரது தம்பிகளும் தங்கைகளும் சேர்ந்து அழுதனர். பிரமை பிடித்த மாதிரி இறுகிப் போய் உட்கார்ந்திருந்த கந்தவேலுவின் மனைவி ஜோதியம்மாளை மெதுவாய் பேச வைத்தோம்.

"ஐயா.. நான் என்னன்னு சொல்லுவேன். திடீர் திடீர்னு போலீஸ்காரங்க வந்து பெரிய ஐயா கூப்பிடுறாருன்னு ஜீப்புல

அழைச்சிக்கிட்டுப் போவாங்க. பத்து நாள் பதினைஞ்சு நாள் கழிச்சுத்தான் அனுப்புவாங்க. அதுக்கு மேல எங்க வீட்டுக்காரரும் எங்களை விட்டுட்டு இருக்க மாட்டாரு. எங்க இருந்தாலும் ஓடி வந்துடுவாரு. அவர் போய் இன்னியோட (21-11-98) இருபத்து மூணு நாள் ஆச்சுங்களே... சேதிதானே வருது... என் வீட்டுக்காரர் வரலியே...'' என தேம்பியவர் மீண்டும் தொடர்ந்து...

''கடைசியா வெள்ளிக்கிழமை மத்தியானம் என் வீட்டுக்காரர் குளிக்கப் போறேன்னு துண்டை எடுத்துக்கிட்டு கிளம்புனாரு. அப்ப ஒரு ஜீப் வந்தது. ஜீப்பை ரோட்ல நிறுத்திட்டு வந்த 2 போலீஸ் ஆளுங்க, 'பெரிய அதிகாரி மோகன் நிவாஸ் கூப்பிடுறார். பண்ணாரி போகணும்... வா'ன்னு அவரை குளிக்கக் கூட விடாம கூப்பிட்டாங்க. அவரும் சரி சீக்கிரம் வந்துடுவேன்னு சொல்லிட்டு அவங்களோட ஜீப்புல போனார்.

பத்துப் பதினைஞ்சி நாளைக்கு மேலாகியும் அவர் திரும்பாததால எம் புள்ளைங்க 'அப்பா எப்ப வருவாரும்மா'ன்னு கேட்டுக்கிட்டே இருந்துச்சிங்க. 10-வது நாள் ஒரு ஜீப் வந்தது. அதுல அவர்தான் வர்றாருன்னு நெனைச்சி என் குழந்தைகள் வாசலுக்கு ஓடி வந்துச்சிங்க. ஆனா ஜீப்பில் இருந்து ஒரு பெரிய போலீஸ் அதிகாரி இறங்கி வந்தாரு. அவர்ட்ட 'ஐயா... அவங்க எங்கே?'ன்னு கேட்டேன். அதுக்கு அவர் 'என்னம்மா சொல்ற? இன்னும் வரலையா?'ன்னு திருப்பிக் கேட்டார். 'ஐயா... சாமி... இப்படி அவரை கூப்பிட்டுட்டுப் போயிட்டு... இன்னும் வரலையான்னு எங்களை கேக்குறீங்களே'ன்னு கேட்டேன். அதுக்கு அவர் 'ஒரு வேலையா அனுப்பிச்சோம். எப்படியும் வந்துடுவாரம்மா... கவலைப்படாதீங்க'ன்னு சொல்லிட்டுப் போயிட்டார்.

போனவங்களுக்கு என்ன பிரச்சனையோன்னு தவிச்சிப் போய்க் கிடந்தோம். இனி காட்டுப் பக்கமே போகாதீங்கப்பான்னு அவர்ட்ட சொல்லணும்னு எம்புள்ளைங்க பேசிக்கிட்டு இருந்ததுங்க. இப்ப... எஞ்சாமிய போட்டோவுலதான் பாக்குறேன் (நக்கீரன் அட்டை) ஐயோ சாமி... நாங்க போலீஸை நம்பி மோசம் போயிட்டோமே... வீட்டுக்கு வந்து கூட்டிட்டுப் போனாங்களே... கொண்டு போய் கொல்ல வச்சிட்டாங்களே... அவரை உயிரோட கொண்டு போனவங்க... அவர் உடம்பைக் கூட எங்கக்கிட்ட கொண்டு வந்து காட்டலையே... கடைசியா அவர் முகத்தை ஒரு தடவை பாக்கக்கூட முடியலையே..." எனத் தலையில் அடித்துக்

கொண்டு கதறினார் ஜோதியம்மாள்.

கிருஷ்ணாபுரத்திலிருந்து திரும்பிய பிறகும் அந்தக் குடும்பத்தின் அழுகையும் புலம்பலும் நம் காதில் ஒலித்துக் கொண்டே இருக்கிறது. போலீஸை நம்பிச் சென்ற கந்தவேல் சடலமாகிவிட்டார். அவரது சடலத்தை அவர் குடும்பத்திற்குக் காட்ட வேண்டும் என்ற கருணை கூட, அந்தக் காக்கிச் சட்டைகளுக்கு இல்லாதது வேதனையானது. இதுதான் போலீஸ் புத்தியோ?

ஒன்பது குழந்தைகள்!

கந்தவேலுவுக்கு ஐந்து பெண், நான்கு ஆண் என மொத்தம் ஒன்பது குழந்தைகள். மூத்தவர் சரவணனுக்கு 22 வயது. திருமணம் ஆகிவிட்டது. மகேஷ், மங்கம்மாள், மலர், சக்தி, கவிதா, சண்முகம், பிரகாஷ் என அடுத்தடுத்துப் பிறந்தவர்களில் கடைசிப் பெண் குழந்தை பழனியம்மாவுக்கு வயது 2. குடிசை வீட்டில் குடும்பத்தோடு வசித்த கந்தவேல், வீட்டில் 2 கைத்தறிகளை அமைத்துள்ளார். இதில் அவரது பெண் குழந்தைகள் கால் மிதியடித் துணியை நெய்து வருகிறார்கள். மூத்தவர் சரவணன் பெருந்துறை அருகேயுள்ள சீனாபுரத்தில் விசைத்தறியை ஓட்டி வருகிறார். எனினும் குடும்பம் வறுமை இருட்டிலேயே தவித்துக் கொண்டிருக்கிறது. இந்தச் சூழலில் கந்தவேலுவும் கொல்லப்பட்டு விட்டதால் நிர்க்கதியாக்கப்பட்டு நிற்கிறது அந்தக் குடும்பம்.

10

பக்தவத்சலம் கொலை!

பக்தவத்சலம்

வீரப்பன் தரப்பிலிருந்து தற்போது நமக்கு வந்த ஆடியோ கேஸட்டை, டேப் ரெக்கார்டரில் செலுத்தி பிளே பட்டனை அழுத்தினோம். சிறிது நேரம் அதிலிருந்து நிசப்தமே வழிந்தது.

இந்தக் கேஸட் மூலம் வீரப்பன் என்ன குண்டுபோடப் போகிறாரோ என்ற பதைப்புடன் இருக்க டேப் கேஸட் பேசத் தொடங்கியது.

"பி.பி.சி. நிருபர் பக்தவத்சலம் பேசுகிறேன். வணக்கம்! எல்லோரும் நலமா? உங்களைச் சந்தித்தபோது உங்கள் பிரச்சினை பற்றிப் பேசினேன். நீங்கள் ஒருமாதம் பொறுக்கச் சொன்னீங்க. நானும் சரின்னு சொன்னேன்.

நீங்க செல்லுலார் போன் வேணும்னு சொன்னீங்க. நானும் கொண்டுவரேன்னு சொல்லிட்டுப் புறப்பட்டேன். நான் கொண்டு வந்தபோது, வேறு யாரோ அங்கு வந்துவிட்டதாகச் சொன்னாங்க. அதனால் உங்களைப் பார்க்க முடியாது. நீங்கள் சீட்டு கொடுத்து விடுவீர்கள். அப்போதுதான் பார்க்க முடியும்னு சொன்னார்கள். ஆறுமாதமாகிவிட்டது. என்னென்னமோ நடந்துவிட்டது.

அதன்பிறகு பாய், மாதையனைச் சந்தித்த பிறகுதான் எனக்குத் தெரிய வந்தது. நீங்கள் என்மேல சந்தேகப்படுவதாகத் தெரிகிறது. அண்ணே, எனக்கு 22 வயது ஆகிறது. பி.ஏ. பட்டதாரி. பத்திரிகையில் வேலை பார்த்து வருகின்றேன். உங்களைப் பார்த்தபோது நான்

சொன்னேன்... உங்களைப் பார்ப்பதுதான் என் லட்சியம்.

உங்களை பேட்டி எடுக்கவேண்டும். உங்களுக்கு உதவி செய்யவேண்டும், அதன்மூலம் நான் பயனடைய வேண்டும் என நினைத்தேன். என்மேல் சந்தேகப்படலாமா? உங்களைப் பார்க்க வேண்டுமென்று நினைத்து, இரண்டு வருடம் கஷ்டப்பட்டுப் பார்த்தேன்.

நீங்கள் என் தந்தை மாதிரி. ஒரு மகன், தன் தந்தையைக் காட்டிக் கொடுப்பானா? ஒரு தமிழ்த்தாய் வயிற்றில் பிறந்த நான், உங்களுக்கு துரோகம் செய்வேனா?

அதிருக்கட்டும், அப்புறம் நீங்கள் சரணடைய வேண்டாம். அதில் சூழ்ச்சி இருக்கிறது. உங்களை அழிக்க திட்டமிட்டி ருக்கிறார்கள். உங்களை நான் சந்தித்த பிறகு இரண்டு முறை டெல்லி சென்றிருந்தேன்.

எங்கள் அலுவலகத்தில் உள்ள உயரதிகாரிகள் சொன்னார் கள். இறுதியாக உங்கள் கோரிக்கையை ஜனாதிபதியிடம் கொடுப்போம். அவர் உங்களுக்கு ஒரு நல்ல முடிவை எடுக்கட்டும் என்று சொன்னார்கள். அதனால் அப்பா நீங்கள் என்னை உடனே அழைத்துப் பேச வேண்டும். பாதுகாப்பு கருதி உங்கள் பெயரை குறிப்பிடவில்லை. மற்றபடி நேரில், உங்கள் அழைப்புக்கு காத்திருக்கும் அன்பு மகன், பக்தவத்சலம். நன்றி!

அப்பா, தீபாவளிக்கு முன்பே பேசியதால், பட்டாசு வெடிச் சத்தத்தாலும், போக்குவரத்து இடையூறு காரணத்தினாலும் இடையே சில தடங்கல்கள் ஏற்பட்டுள்ளது, மன்னிக்கவும். நன்றி! வணக்கம்!''

இறுதியாக வீரப்பனை சந்திக்க அனுமதி கேட்டு பக்தவத்சலம் பேசி அனுப்பிய கேஸட் இது என்பதை விளங்கிக் கொண்டோம்.

இந்த கேஸட்டில் மூச்சுக்கு மூச்சு வீரப்பனை அப்பா... அப்பா... என உருக்கம் பொங்க அழைக்கும் பக்தவத்சலம் "நீங்கள் என்னை சந்தேகப்படலாமா?" என நெகிழ்ச்சியாய் கேட்கிறார். இந்த பக்தவத்சலத்தை சுட்டுக்கொன்றுவிட்டதாக வீரப்பன், கடந்த கேஸட்டில் நமக்குத் தெரிவித்திருந்ததை 98, நவம்பர் 24 நக்கீரனில் தெளிவாக வெளியிட்டிருந்தோம். அதோடு கமிஷனர் காளி முத்துவுக்கும், தன் அப்பா அம்மாவிற்கும் பக்தவத்சலம் கேஸட் டில் பேசி அனுப்பியிருந்த விபரங்களையும் வெளியிட்டிருந்தோம்.

இருப்பினும் வீரப்பன் அனுப்பிய நெகட்டிவ்களில் கந்தவேலின் பிணக்கோலப் படம் மட்டுமே அப்போது தெளிவாக இருந்ததால்... பக்தவத்சலம் உண்மையிலேயே கொல்லப்

பட்டிருப்பாரா என்பதை நம்மால் அப்போது உறுதியாகத் தெரிவிக்க முடியவில்லை.

தற்போது நமக்கு வீரப்பன் தரப்பிலிருந்து கிடைத்திருக்கும் படங்களும் (படங்கள் அனைத்தும் 'எக்ஸ்போஸ்' ஆகியிருந்தன. ஓரளவு தெளிவாக இருந்தவையே பிரசுரமாகியுள்ள 2 படங்களும்) வீரப்பன் பேச்சு அடங்கிய கேஸட்டும் 'பக்தவத்சலம்' என்ற அந்த இளைஞர் சுட்டுக் கொல்லப்பட்டு விட்டார் என்பதையே சொல்கின்றன.

குரூரமனம் படைத்த வீரப்பனால் பக்தவத்சலம் கொல்லப்பட்டுவிட்டார் என்ற துயரத் தகவலை கனத்த மனதோடு நாம் வாசகர்களிடம் பகிர்ந்துகொள்கிறோம்.

பக்தவத்சலத்தை ஏன் சுட நேர்ந்தது என்பதற்கும் இந்த கேஸட்டில் வீரப்பன் வழக்கம்போலவே விளக்கமும் வியாக்கியானமும் கொடுத்திருக்கிறார்.

கந்தவேலு, பாட்சாபாய், பக்தவத்சலம் இந்த மூவரும் போலீஸ்காரர்களை அழைத்துக்கொண்டு காட்டுக்குள் வந்ததை ஒளிந்திருந்து தன் கண்ணாலேயே பார்த்ததாகச் சொல்லும் வீரப்பன், கடுமையாக பக்தவத்சலத்தை அடித்து உதைத்து விசாரித்திருக்கிறார்.

தன் விசாரணை குறித்து இப்படிச் சொல்கிறான் வீரப்பன்...

"எதுக்குடா வந்தே? உண்மையைச் சொல்றான்னு 'பட்டை கௌப்பினேங்' உண்மையை பூராவும் சொல்டான்னேன். என்னை காளிமுத்து டி.ஐ.ஜி.தான் அனுப்புனாப்டி. இன்னும் போலீஸ்காரனா ஆகலை, இனிமேதான் ஆகப்போறேன். உங்ககிட்ட மாட்டிக்கிட்டேன். எனக்கு ரெண்டாயிரம் ரூபா சம்பளம் கொடுக்குறாங்க. இப்படி, எல்லாத்தையும் ஒப்புக்கிட்டான்" என்கிற வீரப்பன்... தொடர்ந்து...

"முன்னாடி அவனுங்களுக்கு சாப்பாடு போட்டு சந்தோஷமா வச்சிருந்தேன். உப்பிட்டவரை உள்ளளவு நினைனு பெரியவங்க சொல்வாங்க... தாயோளிங்க... உப்பிட்டவனையே கழுத்தறுக்க வந்தா, நான் சும்மாயிருப்பனா? போலீஸ்னு தெரிஞ்சும் சும்மாயிருக்க முடியுமா? அதான் பக்தவத்சலத்தை சுட்டுக் கெடாசிட்டேன்."

என தான் செய்த ஈவு இரக்கமற்ற படுகொலைக்கு நியாயமும் கற்பிக்கிறான்.

கொலைவெறி கொண்டு அலையும் வீரப்பன், "ஆசிரியரே... உங்க சத்தியத்தை மீறிட்டேன். அதை கேன்சல் பண்ணிடுங்க. இனிமே இங்கு நிறைய துப்பாக்கி குண்டு வெடிக்கும்" என்றும்

தான் எடுத்துவிட்ட நிலையை அழுத்தமாகத் தெரிவிக்கிறார்.

இதில் பக்தவத்சலம் காட்டுக்கு எடுத்துச் சென்ற கேமராவிலேயே வீரப்பன் பக்தவத்சலத்தின் பிணக்கோலத்தை 'க்ளிக்' செய்திருப்பதுதான் பெரும் கொடுமை.

கோர்ட் விசாரணையும் தண்டனை நேர சமிக்ஞைகளையும் ஆடியோ கேசட்டில் பதிவு செய்து நமக்கு அனுப்பியிருக்கும் வீரப்பன், விசாரணை முடிவில் கந்தவேலு கொல்லப்பட்டுக் கிடக்கும் படத்தையும் அனுப்பியுள்ளான்.

இந்த ஆடியோ கேசட்டின் தொடக்கத்தில் இன்னொரு பயங்கரமும் பதிவு செய்யப்பட்டிருக்கிறது. ஒரு இளைஞன் மரணத்தின் வாசலில் நிற்பதுபோல் பயம் கலந்த குரலில் பேசுகிறான்.

''ஐ.ஜி. காளிமுத்து அவர்களுக்கு நான் பக்தவத்சலம் பேசுறேன். வீரப்பனும் அவங்க ஆட்களும் என்னைப் பிடிச்சு வச்சிருக்காங்க. அவங்க எவ்வளவு காசு கேட்கிறாங்களோ அதைக் கொடுத்து என்னை மீட்டுக்கிட்டுப் போங்க. உங்க திட்டங்கள் எல்லாம் வீரப்பன் அண்ணனுக்குத் தெரிஞ்சு போச்சு. உலகமே அழிஞ்சாலும் அண்ணனை நீங்க பிடிக்க முடியாது. அதனால அவங்க கேட்கிற கோரிக்கையை கொடுத்திடுங்க. அண்ணே... சுட்டுடாதீங்கண்ணே (அலறுகிறான்) அவங்க கேட்கிற காசும் கோரிக்கையும் தரலைன்னா என்னை கொலை செய்துடுவாங்க. போலீஸ் இன்பார்மரா கான்ஸ்டபிளா இருக்கும் நான் வீரப்பன் பிடியிலே இருக்கேன். காசும் கோரிக்கையும் கொடுத்து என்னை மீட்டுட்டுப் போங்க.''

சிறிது நேர இடைவெளிக்குப் பின் மீண்டும் அதே குரல் "அன்புள்ள அப்பா, அம்மாவுக்கு... என்னை வீரப்பன் அண்ணன் பிடிச்சி வச்சிருக்காரு. அவரு என்ன கேட்கிறாரோ அதைக் கொடுத்து என்னை மீட்டுட்டுப் போகும்படி கேட்டுக்கொள்கிறேன். விலாசம், பி.பி.சி. பிராஞ்ச் ஆபீஸ், பொள்ளாச்சி மெயின்ரோடு, ஆத்துப்பாலம்.''

இடையிடையே துண்டித்து, தொடர்பில்லாமலும் சில இடங்களில் ஒலி குறைந்தும் பதிவாகியிருக்கிறது அந்த கேசட். டேப்ரிக்கார்டர் ரிப்பேராகிவிட்டதால் இப்படி பதிவாகியிருப்பதாகவும் அதனால் நடந்த சம்பவங்களை எழுதி அனுப்பியிருப்பதாகவும் குறிப்பிட்டு வீரப்பனிடமிருந்து நமக்கு ஒரு கடிதமும் வந்திருக்கிறது.

இந்த இளைஞன் பக்தவத்சலத்தை தாளவாடி பாய் ஒருவரும் கந்தவேலுவும் சில மாதங்களுக்கு முன் தன்னிடம் அழைத்து வந்ததாகவும், அவன் பி.பி.சி. நிருபர் என்று தன்னை அறிமுகப்படுத்திக்கொண்டதாகவும் தெரிவிக்கும் வீரப்பன், அவன் போலீஸ் இன்பார்மராக இருப்பானோ என்ற சந்தேகம் தனக்கு இருந்ததாவும் கூறுகிறான். அதனால் பேட்டி தர மறுத்து வந்த வீரப்பன், அதிரடிப்படை தன்னைத் தேடும் பணியில் ஈடுபட்டிருப்பதை அறிந்து அவர்களுக்கு அதிர்ச்சி வைத்தியம் தரும் வகையில் அந்த பாய் மூலம் பக்தவத்சலத்தை அழைத்துவரச் செய்திருக்கிறான்.

பிறகு, பாயை அனுப்பி கந்தவேலுவை கூப்பிட்டுவரச் சொல்லிவிட்டு, பக்தவத்சலத்திற்கு பேட்டி தருவதாகக் கூறி அந்த இளைஞனை மற்றொரு பகுதிக்கு அழைத்துச் சென்று கடுமையாகத் தாக்கியதுடன் அவனை பேசச் செய்து, கேசட்டில் பதிவு செய்திருக்கிறான். அதன்பின் போலீஸ் இன்பார்மரான அந்த இளைஞனை சுட்டுக்கொன்று காட்டில் வீசிவிட்டதாக கடிதத்தில் குறிப்பிட்டிருக்கிறான். ஆனால் வீரப்பன் அனுப்பிய ஃபிலிம் ரோலில் கந்தவேலுவை விசாரிப்பது போலவும் கந்தவேலு இறந்துகிடப்பது போலவும் படங்கள் உள்ளதே தவிர பக்தவத்சலம் படங்கள் இல்லை... ஃபிலிம் ரோலில் முதல் 15 நெகட்டிவ்கள் இருட்டாக உள்ளது.

யார் இந்த இளைஞன் பக்தவத்சலம்?

இளைஞன் பக்தவத்சலம் டி.எம்.இ. பட்டயப்படிப்பு படித்தவர் என்பதும் பி.இ. படிப்பதற்கு லட்சக்கணக்கில் பணம் தேவைப்பட்டதால் படிப்பைத் தொடர முடியாமல் போனதும் தெரியவந்தது. ஏதாவது சாதிக்க வேண்டும் என்ற ஆர்வத்துடிப்புடன் இருந்த பக்தவத்சலம் சில மாதங்களுக்கு முன்பு வேலை தேடி சென்னைக்கு புறப்பட்டிருக்கிறார்.

20 நாளுக்கு முன்னாடி ஃபிரண்டு செங்கிஸோட அப்பா இன்ஸ்பெக்டர் குமாரதாஸ் போன் செய்தார். போலீஸ் வேலைக்கு செலக்ட் ஆகியிருப்பதாகவும் கூடிய சீக்கிரம் நல்ல சேதி வரும்னும் இன்ஸ்பெக்டர் சொன்னார்னு தன் அண்ணனிடம் கூறியிருக்கிறார்.

போலீஸ்தான் பக்தவத்சலத்தை காட்டுக்குள் அனுப்பியதா என்பதை அறிய போலீஸ் வட்டாரத்தில் இன்ஸ்பெக்டர் ஒருவரின் பின்னணி பற்றி ஆராய்ந்ததில் அவர் ஈரோட்டில் ரேடியோ இன்ஸ்பெக்டராக இருப்பது தெரியவந்தது. இது மத்திய அரசுப் பணி என்றாலும் அதிரடிப்படையுடன் நெருங்கிய தொடர்புடையது.

பக்தவத்சலத்தின் நண்பர்கள் 'பரத்' என்றுதான் செல்லமாகச் சொல்கிறார்கள். "பரத் மலையேறுவதில் ரொம்ப ஆர்வமாக இருப்பான். வீரப்பனைப் பார்க்கப் போவதாக அடிக்கடி சொல்வான். நாங்க அவனை கிண்டல் செய்வோம். அவன் கவலைப்படமாட்டான். நான்தான், 'தலைவரை' வெளியிலே அழைச்சிட்டு வரப்போறேன்னு சொல்லிக்கிட்டிருப்பான். ரிடையர்டு இன்ஸ்பெக்டர் அழகுபாண்டியனின் மகன் ராஜேந்திரன், ராதாகிருஷ்ணன் என்ற 47 வயது பிரமுகர், நண்பர் லோகநாதன் ஆகியோரிடம் வீரப்பன் பற்றி அடிக்கடி பேசுவான். இன்ஸ்பெக்டர் குமாரதாஸின் மகனும் தனது நண்பனுமான செங்கிஸிடம் வீரப்பனைப் பார்க்க வர்றியா? என்று கூட பரத் கேட்டான்" என்கிறார்கள் அவனது நண்பர்கள்.

பக்தவத்சலம் தன் வீட்டிலும் வீரப்பனை பார்க்கப் போவதாக அடிக்கடி சொல்லி வந்திருக்கிறான். நமது நக்கீரன் இதழிலும் வேறு சில இதழ்களிலும் வெளியான வீரப்பன் பற்றிய செய்திகளை கத்தரித்து ஃபைல் தயாரித்திருக்கிறான்.

பக்தவத்சலத்தின் தாய்மாமன்களான தண்டபாணி, வெங்கடாசலம் ஆகியோருக்கு தாளவாடியில் சித்தார்த்தா ஓட்டலுக்குப் பக்கத்தில் ஒரு தோட்டம் உள்ளது. அங்கு சென்று நாட்டுத் துப்பாக்கியால் முயல் வேட்டையாடுவதில் அவனுக்கு அலாதி பிரியம். இரண்டு மாதங்களுக்கு முன் நண்பன் மோகனுடன் அப்பகுதிக்கு சென்றிருக்கிறான்.

அந்தச் சமயத்தில் தாளவாடி பாயுடன் பக்தவத்சலத்திற்கு தொடர்பு ஏற்பட்டது. கோவைக்குத் திரும்பிய பிறகும் பாயிடமிருந்து அடிக்கடி போன் வந்தது. வீரப்பனை சந்திப்பது பற்றி பாயுடன் பக்தவத்சலம் அதிகநேரம் பேசிக்கொண்டிருப் பதை அவன் வீட்டில் உள்ளவர்களும் அறிவித்திருந்தனர்.

ராஜேந்திரனிடம் கெனான் கேமரா வாங்கிக்கொண்டு தீபாவளிக்கு மறுதினம் விடியற்காலை 4 மணிக்கு பக்தவத்சலம் வீட்டிலிருந்து புறப்பட்டான். அதன்பிறகு திரும்பவில்லை.

இது தொடர்பாக நாம் இன்ஸ்பெக்டர் குமாரதாஸை சந்தித்தோம். உடன், பக்தவத்சலத்தின் அண்ணன் பாலாஜியும் இருந்தார். இன்ஸ்பெக்டர் நம்மிடம், "அந்தப் பையன் காட்டுக்குப் போனதுக்கும் எங்கள் போலீஸ் துறைக்கும் எந்தத் தொடர்பும் இல்லை. அவன் வீரப்பனை பார்க்கப்போறான் என்பது அவங்க வீட்டில் உள்ளவர்களுக்கும் நண்பர்களுக்கும் நல்லாவே தெரியும்" என்றார்.

'ராஜதந்திரம்' என்ற பெயரில் காவல்துறை இன்பார்மர்களை

பயன்படுத்துகிறது. வீரப்பனோ மிருகமாக மாறி இன்பார்மர்களை கொன்று வீசுகிறான். இன்பார்மர்களாக பொறியில் சிக்குபவர்கள் எந்த விபரமும் தெரியாத அப்பாவி மலைக்கிராம மக்கள்தான், வீரப்பன் மீது நடவடிக்கை என்ற பெயரில் அப்பாவிகள் பலியாகும் அவலத்திற்கு இது ஒரு சாட்சி.

சயனைடு!

காட்டு 'கோர்ட்'டில் விசாரிக்கப்பட்ட கந்தவேலுவையும் பாட்சாபாயையும் வீரப்பன் ஆட்கள், மரத்தில் கட்டிப் போட்டு சோதனையிட்டுள்ளனர். "அவனுங்களை சோதனை போட்டப்ப, கந்தவேலுவோட அண்ட்ராயர் பாக்கெட்டில் ஒரு சின்ன டப்பா இருந்தது. அதைத் திறந்து பார்த்தப்ப உள்ளே 5 சயனைடு கொடுத்து அனுப்பியிருக்கானுங்க" என்கிறான் வீரப்பன் தன் கடிதத்தில். சயனையும் டப்பாவோடு நக்கீரனுக்கு அனுப்பியிருக்கிறான்.

சத்தியத்தை திருப்பித் தா!

ஆசிரியருக்கு வீரப்பன் எழுதியுள்ள கடிதத்தின் மிக முக்கியமான பகுதிகள்...

நக்கீரன் ஆசிரியர் கோபால் அய்யாவுக்கு வணக்கம். நான்தான் சந்தனக் கடத்தல் வீரப்பன் எழுதுறேன். மொதல்ல உங்களிட்டேயும், நம்ம முதல்வர் ஐயா கலைஞர்கிட்டேயும் ஒரு மன்னிப்புக் கேட்டுக்கிறேன். ரெண்டு வருஷத்துக்கு முன்னாடி நாம காட்ல சந்திச்சப்ப இனிமே யாரையும் சுடமாட்டேன்னு உங்ககிட்ட சத்தியம் பண்ணிக்கொடுத்தேன். அதேமாதிரி வெகுநாளா நான் யாரையும் சுடாம இருந்தேன். ஆனா ஐ.ஜி. காளிமுத்து என்னை புடிக்கிற படைக்கு தலைவர் ஆனதும் ஆள்காட்டிங்க எக்கச்சக்கமா காட்டுக்குள்ள வந்துட்டாங்க. நான் இருக்கிற இடம் பற்றி தகவல் கொடுக்கிறாங்க. இருந்தாலும் ஏதோ நமக்கு முதல்வர் கலைஞர் ஐயா மன்னிப்பு கொடுத்து நம்மளையும் நாட்ல வந்து மக்களோடு மக்களா வாழ்றதுக்கு ஒரு வாய்ப்பு ஏற்படுத்திக் கொடுப்பார்னு ரொம்ப நம்பியிருந்தேன். ஆனா கலைஞர் அய்யா அதைச் செய்ற மாதிரி தெரியல.

ஆள்காட்டிங்க வேற நான் சுடமாட்டேன்ற தைரியத்துல சும்மா சகஜமா வந்துட்டுப் போறாங்க. அதனால நான் பழைய வீரப்பனா மாறிட்டேன். அதாவது ஐ.ஜி. காளிமுத்துவின் ஆள்காட்டிங்க மூணுபேரை சுட்டுக்கொன்னுட்டேன்.

இனிமேலும் நான் பேசாம இருந்தா நான் சாவறத தவிர வேற வழியே இல்லை. நான் உன்கிட்டே சத்தியம் பண்ணப்ப கூட என் உயிருக்கு ஆபத்து வராத வரைக்கும் நான் துப்பாக்கியை நீட்டமாட்டேன்னு... அப்படி ஒருக்கால் சுட்டே ஆகவேண்டி வந்தால் என்மேல வருத்தப்படாதீங்கன்னு சொன்னேன்.

இத்தனை நாளா மனுஷனா இருந்த வீரப்பன், இப்ப பழையபடி காட்டுல புலியா திரியுறேன்.

கடைசியா நா உன்னுட்டே கேக்றதெல்லாம்... நான் பண்ண சத்தியத்த திருப்பிக் கொடுத்துடு. இனிமே வீரப்பன் எதுக்கும் கட்டுப்படமாட்டான். வீரப்பனுடைய சுயரூபம் என்னாங்கிறத நான் காட்டுறேன்... அவ்வளவுதான் விஷயம், நன்றி! வணக்கம்!

11

9 பேர் மீட்பு! சாகசமும் சாதனையும்!

12

மீண்டும் அட்டகாசம் ஆரம்பம்!

நீண்ட காத்திருத்தலுக்குப் பிறகு மீண்டும் தன் கடத்தல் யுத்தத்தை தொடங்கி விட்டான் சந்தன வீரப்பன்.

இந்த முறை சந்தன வீரப்பனால் இழுத்துச் செல்லப்பட்டிருப்பவர்கள் கர்நாடக வனத்துறையினர்.

தனக்கான பொதுமன்னிப்பு கோரிக்கையையும், நிபந்தனைகளையும், பரிசீலிக்க மறுத்ததோடு, தேடுதல் வேட்டையையும், தீவிரப்படுத்திய கர்நாடக மாநில அரசுக்கு கடந்த மாதம் ஒரு எச்சரிக்கையை அனுப்பியிருந்தான் வீரப்பன். அதில் கர்நாடக அரசு அதிகாரிகளையும், ஊழியர்களையும் கடத்தப் போவதாக குறிப்பிட்டிருந்தான். இதனால் மலைப்பகுதிக்கு செல்லும் அரசு பஸ்களை போலீஸ் பாதுகாப்போடு அனுப்பியது கர்நாடக அரசு.

இரவு நேர பேருந்துகள் முற்றாக நிறுத்தப்பட்டன. இதற்கிடையில் வீரப்பன் வேட்டையில் சோர்வடைந்த, நம்பிக்கை இழந்த பல அதிகாரிகள் வீரப்பனை பிடிப்பதற்காக அமைக்கப்பட்டிருந்த அதிரடிப்படையிலிருந்து மாற்றல் வாங்கிக் கொண்டு வேறு பொறுப்புகளுக்குச் சென்றனர். இதில் குறிப்பிடத்தக்கவர் அதிரடிப் படை டி.ஐ.ஜி. ஸ்ரீவஸ்தவா ஆவார். இவருக்குப் பதிலாக நியமிக்கப்பட்ட ஹர்சவர்த்தனாராஜி இன்னும் பொறுப்பேற்காமல் உள்ளார்.

இப்படிப்பட்ட நிலையில்தான் 13-7-97 ஞாயிறு காலை 9 மணிக்கு சந்தன வீரப்பன்

கோரிக்கையை அலட்சியப்படுத்திய கர்நாடக அரசுக்கு அதிர்ச்சி அளித்தான்.

கொள்ளேகால் சாம்ராஜ் நகர் வனப்பகுதியில் யானை ஒன்று சுட்டுக் கொல்லப்பட்டு கிடக்கிறது என்ற தகவல் சாம்ராஜ் நகர் வனவிலங்கு கோட்ட ஃபாரஸ்டர் பசவன்னாவுக்கு கிடைத்திருக்கிறது. உடனே இரண்டு கார்டுகளையும் ஆறு வாட்சர்களையும் டிரைவரையும் இரண்டு கிராமவாசிகளையும் அழைத்துக் கொண்டு ஒரு லாரியில் சாம்ராஜ் நகரை ஒட்டியுள்ள பைலூர் வனச்சரகம் பகுதிக்கு புறப்பட்டார் பசவன்னா.

லாரி புர்டே என்ற கிராம வனப்பகுதியில் சென்று கொண்டிருந்த போதுதான் அந்த திகிலூட்டும் சம்பவம் அரங்கேறியுள்ளது.

ஒரு திருப்பத்தில் லாரியைத் திருப்பிய டிரைவர் திகைத்துப் போய் லாரியை நிறுத்தியுள்ளார். அந்த மலைச்சாலையின் குறுக்கே நீட்டிய துப்பாக்கிகளோடு வீரப்பனும், அவனது சகாக்கள் ஏழு பேரும் வழிமறித்து நின்றனர். லாரியிலிருந்த வனத்துறையினர் திகைப்பிலிருந்து விடுபடுமுன், இன்னும் சிலர் லாரிக்குள் பாய்ந்து ஏறினர். துப்பாக்கிமுனையில், வனத்துறையினரிடமிருந்த ஆயுதங்கள் பறிமுதல் செய்யப்பட்டன. அவர்கள் லாரியிலிருந்து இறக்கப்பட்டு கைகளைக் கட்டி பிணைக்கப்பட்டு, காட்டுக்குள் இழுத்துச் செல்லப்பட்டிருக்கின்றனர்.

சுமார் 8 கிலோ மீட்டர் அடர்ந்த கானகத்திற்குள் அவர்களை இழுத்துச் சென்ற வீரப்பன், அங்கே ஒரு பாறையில் அமர்ந்து கொண்டு விசாரணை நடத்தியிருக்கிறான்.

விசாரணைக்குப் பிறகு கிராமவாசிகள் இருவரையும் விடுதலை செய்த சந்தன வீரப்பன், டிரைவர் பசவராஜிடம், தான் ஏற்கனவே பதிவு செய்து வைத்திருந்த இரண்டு ஆடியோ கேசட்டுகளைக் கொடுத்து, “இந்தா... இதை கொண்டுபோய் முதல் மந்திரி படேலிடம் கொடு! இதை வனத்துறை மந்திரியிடம் கொடு! மந்திரிகள்கிட்ட கொடுக்காம அதிரடிப் போலீஸ்கிட்ட கொடுத்தால், இந்த ஒன்பது பேரோட தலைகள் மட்டும் தனி பார்சலா வரும். தெரிஞ்சதா? போ!” என்று விரட்டியிருக்கிறான் வீரப்பன்.

வீரப்பன் கொடுத்தனுப்பிய கேசட்டுகளோடு வந்த பசவராஜ், சாம்ராஜ் நகர் டி.எப்.ஓ. விஜயகுமாரைச் சந்தித்து, நடந்ததைக் கூறி, வீரப்பனின் எச்சரிக்கையையும் விவரித்திருக்கிறார்.

வனத்துறையினரின் கழுத்துக்கு வீரப்பன் வைத்த குறியின் அபாயத்தை உணர்ந்த டி.எப்.ஓ. விஜயகுமார் டிரைவர்

பசவராஜையும் அழைத்துக் கொண்டு பெங்களூர் சென்றார். முதல்வர் படேலையும் வனத்துறை அமைச்சர் குருபாதப்பா வையும் சந்தித்து, விஷயங்களை உருக்கமாகக் கூறி, வீரப்பன் கொடுத்தனுப்பிய கேசட்டுகளையும் கொடுத்திருக்கிறார்.

தான் எச்சரித்தபடியே கர்நாடக வனத்துறையினரை பணயக் கைதிகளாக்கிக் கொண்டு விட்டான் சந்தன வீரப்பன் என்ற தகவல் கர்நாடக மந்திரிகளை திடுக்கிட வைத்துவிட்டது.

குடியரசுத் தலைவர் தேர்தலில் வாக்களித்த கையோடு அவசர அவசரமாக 14-7-97 நண்பகலில் கர்நாடக கேபினட்டின் ஆலோசனைக் கூட்டத்திற்கு ஏற்பாடு செய்தார் முதல்வர் படேல்.

வனத்துறை அதிகாரிகளும் கலந்து கொண்ட இந்த அவசரக் கூட்டத்தில் வீரப்பனுக்கு பொது மன்னிப்புக் கொடுப்பதென்றும், இதுகுறித்து தமிழக முதல்வர் கருணாநிதியோடும் அரசு அதிகாரிகளோடும் பேச்சுவார்த்தை நடத்த, காவல்துறை அமைச்சர் ரோஷன்பெய்க்கை உடனடியாக சென்னைக்கு அனுப்புவதென்றும் முடிவு செய்துள்ளார்கள். தமிழக முதல்வருக்கும் உடனடியாக ஃபேக்ஸ் மூலம் பொதுமன்னிப்பு தொடர்பாக தகவலை தந்துள்ளார்கள். தமிழக அரசு பொதுமன்னிப்பு தர தயாராக இருப்பதாக பதில் ஃபேக்ஸ் அனுப்பப்பட்டதாக தெரிகிறது.

13

மனதில் உறுதி!

9 பேரை கடத்திச் சென்று, பணயக் கைதிகளாக சந்தன வீரப்பன் வைத்திருக்கும் விவகாரம், ஒரு மாநில அரசையே கவிழ்த்துவிடும் அளவிற்கு சென்று கொண்டிருக்கிறது.

கர்நாடகா முதல்வர் படேலுக்கு எதிராக, துணை முதலமைச்சர் சித்தராமையா, போலீஸ் துறை அமைச்சர் ரோஸன்பெய்க்-ரொம்ப நாட்களாக கருவிக் கொண்டிருந்தார்கள். ஹெக்டேவுடன் சேர்ந்து படேலை கவிழ்க்க நேரம் பார்த்துக் கொண்டிருந்தவர்களுக்கு, வீரப்பன் விவகாரம் சர்க்கரைப் பொங்கலாக கிடைத்துவிட்டது. கடத்தப்பட்ட 9 வனத்துறை அலுவலர்களின் ஒவ்வொரு குடும்பத்தினரும் ''எப்படியாவது என் கணவரை, அண்ணனை, தம்பியை, மீட்டுத் தாருங்கள் ஐயா'' என்று கஞ்சி கூட குடிக்காமல் கதறிக் கொண்டிருக்க, படேலின் எதிர்ப்பாளர்கள் ருசிபார்த்து சாப்பிட்டுக் கொண்டிருக்கின்றார்கள்.

சித்தராமய்யாவும், ரோஸன்பெய்க்கும் ''வீரப்பனை சரண்டர் செய்யும் விஷயத்தில் முதல்வர் எங்களை கேட்காமலேயே தமிழக முதல்வரிடம் பேசிவிட்டார். வீரப்பனுக்கு பணிந்து போவதா? படேலை தொலைத்துக் கட்டுகிறோம் பார்'' என்று எம்.எல்.ஏ.க்களை ஒரு அணியாக திரட்டிக் கொண்டிருக்கின்றார்கள்.

ஹெக்டே, கவர்னரைப் போய் சந்தித்து வந்தது இவர்களின் பேச்சுக்களை உறுதிப்படுத்து கிறது.

வீரப்பன் விஷயத்தில் மட்டுமல்ல, காவிரி நீர் பிரச்சினையில் சொன்ன வாக்குறுதியை, கையெழுத்துப் போட்ட ஒப்பந்தத்தை மீறிய

கர்நாடகா, 9 வனத்துறையினரை மீட்க, தமிழக அரசை நாடியபோதே நக்கீரன் சந்தேகப்பட்டது. 'வீரப்பனின் சரண்டரை ஏற்றுக் கொள்கிறோம், அவனது உயிருக்கு எந்த ஆபத்தும் இருக்காது' என்று கர்நாடகா உறுதிமொழி அளித்தாலும், கர்நாடகா அரசிடமும், போலீஸாரிடமும் உள்ள 2 கோஷ்டி மனப்பான்மை 'இது நேர்மையான உறுதிமொழிதானா?' என்று யோசிக்க வைத்தது.

இந்தக் கடத்தலால் கர்நாடக மாநிலமே கொந்தளிக்கத் தொடங்கியது. இதனால் அங்கிருக்கும் தமிழர்களின் உயிருக்கு ஆபத்து ஏற்படுமே என்ற கவலை ஏற்பட்டது. இதையெல்லாம் யோசித்தபடியே, நான் வீட்டில் இருந்து அலுவலகத்துக்கு வந்தபோது அங்கே முகப்பில் பத்திரிகையாளர்கள் திரண்டிருந்தனர்.

'என்ன?' என்று அவர்களைக் குழப்பமாகப் பார்த்தேன். அப்போது அவர்கள், "வீரப்பனால் கடத்தப்பட்ட 9 பேரையும் மீட்க நீங்கதான் தூதராகப் போகப்போறீங்கன்னு சொல்றாங்களே?" என்றார்கள்.

"அப்படியா? தெரியவில்லையே..." என்றபடி, நான் என் அறைக்கு வந்து உட்கார்ந்தேன்.

கொஞ்சநேரத்தில் வானொலி, தொலைக்காட்சிகளில் எல்லாம்... 'வீரப்பன் காட்டுக்கு இரு மாநில தூதராக நக்கீரன்கோபால் செல்கிறார்' என்ற செய்தி பரபரப்பாகச் சொல்லப்பட்டது.

கொஞ்சநேரத்தில், என் லைனுக்கு வந்த அப்போதைய ஏ.டி.ஜி.பி. அலெக்சாண்டர், "எப்ப காட்டுக்குக் கிளம்பறீங்க கோபால்?" என்றார்.

"எனக்கு ஒண்ணும் புரியலையே... எப்படிங்க திடீர்னு..." என்று கேட்டேன்.

"அதெல்லாம் எங்களுக்குத் தெரியாது. நீங்கதான் இரு மாநில தூதுவரா காட்டுக்குப் போறீங்க. உடனே கிளம்புங்க" என்றார்.

"எந்த அத்தாட்சியும் இல்லாமல் நான் எப்படி போறது?" என்றேன்.

"எப்பவும் போறமாதிரி போங்க" என்றார் அலெக்சாண்டர்.

"இதுக்கு முன்பு, யாருக்கும் தெரியாமல் காட்டுக்குப் போவோம். அப்படிப் போனால்தான் வீரப்பனைச் சந்திக்க முடியும். ஆனால் இப்ப நிலைமை அப்படி இல்லையே. காட்டில் போலீஸ்காரங்க உஷாரா இருப்பாங்களே... இப்ப காட்டுக்குப் போனா சுட்றமாட்டாங்களா?" என்றேன்.

அலெக்சாண்டரோ, ''அதுக்கு என்ன செய்யணும்னு சொல்றீங்க?'' என்றார்.

"நான் இரு மாநிலத் தூதுவரா காட்டுக்குப் போகணும்னா, அரசுகள் சார்பில்தான் காட்டுக்குப் போகிறேன் என்பதற்கு என்ன அத்தாட்சி?"

"அதுக்கு என்ன பண்ணணும்?"

''ரெண்டு மாநில உள்துறைச் செயலாளர்களும் கையெழுத்துப் போட்டுக் கடிதம் கொடுக்கணும்'' என்றேன்.

''நோ... நோ... நோ... அது எப்படி முடியும்?'' என்றார் அலெக்சாண்டர்.

"சார், நக்கீரன்கோபால் காட்டுக்குப் போறார், காட்டுக்குப் போறார்னு செய்தி பரவிடிச்சி. கர்நாடக போலீஸ்காரன் எவனாவது காத்துக்கிட்டிருக்க மாட்டானா? உள்ளே போனால் அவன் சுட்டுடமாட்டானா? ஏன்? உங்க தேவாரத்தோட ஆட்கள் எவ்வளவு பேர் காட்டுல இருக்காங்க. அவங்க சுட்டுட்டு வீரப்பன்மேல் பழி போடமாட்டாங்களா? அதனால் அத்தாட்சிக் கடிதம் இல்லாமல் என்னால் போகமுடியாது'' என்றேன் அழுத்தமாய்.

அலெக்சாண்டரோ, "அரசாங்கத்தையே மிரட்டறீங்களா?" என்று கேட்டார்.

''நாங்க எதுக்கு உங்களை மிரட்டணும்? நாங்களாவா காட்டுக்குப் போறோம்னு சொன்னோம். ரெண்டு மாநில கவர்மெண்டும்தானே என்னைப் போகச்சொல்லுது. வேணும்னா நான் போக மறுத்துட்டேன்னு சொல்லிடுங்க" என்றேன்.

அலெக்சாண்டரோ, ''இது நல்லா இல்லை'' என்றார் தோரணையாக.

''சார், நிலைமையைப் புரிஞ்சிக்கங்க. காட்டில் உளவு சொல்றவங்களும், எஸ்.டி.எஃப். படையினரும் இருக்காங்க. அப்படி இருக்கும்போது எதை நம்பி காட்டுக்குள் போறது?" என்று நிலைமையைப் புரியவைக்க முயன்றேன். அவர் போனை வைத்துவிட்டார்.

மறுபடியும் ஒருமணி நேரம் கழித்து லைனில் வந்த ஏ.டி.ஜி.பி. அலெக்சாண்டர், "எங்க அலுவலகத்துக்கு வரமுடியுமா?" என்று அழைத்தார். உடனே போனோம்.

என்னைப் பார்த்ததுமே ஏ.டி.ஜி.பி., ''என்ன இப்படிப் பண்றீங்க?'' என்றார்.

''எந்த அத்தாட்சிக் கடிதமும் இல்லாமல் எப்படி காட்டுக்குள் போறது?" என்றேன்.

“சரி, டி.ஜி.பி. ராஜசேகர நாயரிடம் இருந்து உங்களுக்குக் கடிதம் வாங்கித் தர்றோம். காட்டுக்குப் புறப்படுங்க” என்றார் அலெக்சாண்டர்.

நானோ, ‘‘சி.எம். கடிதமே கொடுத்தாலும் எனக்குத் தேவையில்லை. இரு மாநிலத்தின் சீஃப் செகரட்டரிகளும் உள்துறைச் செயலாளர்களும் எனக்குக் கடிதம் கொடுக்கணும். அப்பதான் என்னால் போகமுடியும்” என்றேன்.

“டி.ஜி.பி. கடிதம் எவ்வளவு பவர்னு தெரியுமா? அதையே வேணாம்னு சொல்றீங்களா?” என்றார் ஏ.டி.ஜி.பி.

“காட்டின் நிலைமையே வேற. அங்க இருமாநில போலீஸூம் இருப்பதால், இரு மாநில உள்துறைச் செயலாளர்களின் கடிதம் வேணும். அதுதான் உண்மையான பாதுகாப்பா இருக்கமுடியும். நீங்க யோசிச்சி வைங்க சார்” என்றபடி அங்கிருந்து கிளம்பி அலுவலகத்துக்கு வந்துவிட்டோம்.

மீண்டும் ஏ.டி.ஜி.பி. அலெக்சாண்டரிடம் இருந்து அழைப்பு வந்தது. சென்றோம்.

அங்கே ஏ.டி.ஜி.பி.யுடன் ஹோம்செகரட்டரியான பூர்ணலிங்கம் ஐ.ஏ.எஸ்.சும் டி.ஜி.பி.யான ராஜசேகரன் நாயரும் இருந்தனர்.

உள்துறைச் செயலாளர் பூர்ணலிங்கமோ, ‘‘டி.ஜி.பி.யை வைத்துக்கொண்டே எப்படி டி.ஜி.பி.யின் கடிதத்துக்குப் பவர் இல்லைன்னு சொல்றீங்க?” என்று என்னைப் பார்த்துக் கேட்டார்.

நானோ “சார், கோச்சுக்காதீங்க. விவாதம் செய்ய நான் வரலை. காட்டுக்குள் போகணும்னா எனக்குப் பாதுகாப்பு வேணும். எனக்கு எங்க நக்கீரன் குடும்பம் இருக்கு. அவங்களுக்கு நான் பதில் சொல்லணும். சும்மா கார்ல போய் வீரப்பனைப் பார்க்கிற வேலை இல்லை இது. உயிரைப் பணயம் வைத்துப் போகவேண்டிய பயணம். உங்களுக்கு இஷ்டம் இல்லைன்னா என்னை விட்டுடுங்க” என்று அழுத்தமாகவே சொன்னேன்.

பூர்ணலிங்கமோ ‘‘இதுக்கு முன்னாடி எப்படிப் போனீங்களோ அப்படிப் போங்களேன்” என்றார்.

“சார், இதுக்கு முன்னாடி நாங்க சைலண்ட்டா போனோம். கஷ்டப்பட்டுப் போய் அவனைப் பார்த்தோம். திரும்பி வந்துட்டோம். இப்ப நிலைமை அப்படி இல்லை. ‘நக்கீரன் கோபால். காட்டுக்குப் போறார்... காட்டுக்குப் போறார்’னு டி.வி., ரேடியோ மூலமா செய்தி சொல்லிட்டீங்க. இப்ப நான் போனா, வீரப்பன் ஆளுன்னு என்னைக் கர்நாடக போலீஸ்காரன் சுட்டுட மாட்டானா?” என்று அவரிடமும் கேட்டேன்.

பூர்ணலிங்கமும் ‘‘இது சரியில்லையே, நீங்க போக மறுக்குறீங்கன்னு சி.எம்.கிட்டயே சொல்லிடலாமா?’’ என்று கேட்டார்.

“தாராளமா சொல்லிக்கங்க” என்றேன்.

அதிகாரிகளோ, ‘கொஞ்சம் யோசிச்சிச் சொல்லுங்க’ என்றார்கள்.

அங்கிருந்தே நம் அட்வகேட் பெருமாள் சாரிடம் பேசினேன்.

“இரு மாநில ஹோம்செகரட்டரிகளின் அத்தாட்சிக் கடிதம் கொடுக்க மறுக்குறாங்க. வேணுன்னா... டி.ஜி.பி. கடிதம் கொடுக்கறேன்னு சொல்றாங்க” என்றேன்.

இதுக்கு பெருமாள் சாரும் ஒத்துக்கலை.

உள்துறைச் செயலாளரோ, “நம்ம கடிதத்தோடு, கர்நாடக மாநில ஹோம்செகரட்டரியின் கடிதத்தையும் கேட்கறீங்களே?” என்றார்.

நானோ, ‘‘காட்டில் இருக்கும் கர்நாடக எஸ்.டி.எஃப். ஆளுங்க கட்டுப்படணுமே... அதுக்குதான் கேட்டேன்’’ என்று சொல்லிவிட்டு வந்துவிட்டேன்.

இதன்பின் யார் கண்ணிலும் நான் படவில்லை. அதனால் ‘நக்கீரன்கோபால் காட்டுக்குப் போவாரா?’ என்ற கேள்வியை ஊடகங்கள் எழுப்பத் தொடங்கின. அன்று இரவே தமிழக அரசு, நான் கேட்டபடி உள்துறைச் செயலாளரின் கடிதத்தை எனக்குக் கொடுத்துவிட்டது.

மறுநாள் காலை கர்நாடக மாநிலத்தின் உள்துறைச் செயலாளரின் கடிதமும் விமானத்தில் சென்னைக்கு வந்திருந்தது. அந்தக் கடிதங்கள் என்னிடம் தரப்பட்டன.

இதன்பின்... ‘‘நீங்கள் கேட்டபடி கடிதத்தைத்தான் கொடுத்துட்டோமே, உடனே காட்டுக்குக் கிளம்புங்கள்’’ என்றார்கள்.

நானோ, “இருங்க சார்... சி.எம். கலைஞரைப் பார்த்து ஆசி வாங்கிட்டுப் போறேன்”னு சொன்னேன்.

“அதெல்லாம் முடியாது” என்றார்கள்.

“என்னங்க அவர் சொல்லித்தானே போறேன். அதுக்குமுன், அவர்ட்ட ஆசி வாங்கிட்டுப் போறதில் என்ன தப்பு’’ என்று கேட்டேன்.

இதன்பின் ADGP, முதல்வர் கலைஞரைத் தொடர்பு கொண்டார். பயபக்தியோடு எழுந்து நின்று அவரிடம் பேசினார். நான் சந்திக்க விரும்புவதை கலைஞரிடம் சொன்னார்.

கலைஞர் என்னை உடனே வரச்சொன்னார். போகும்போதே, "கலைஞர் பிஸி... அதனால் அவரிடம் 3 நிமிடங்கள்தான் நீங்கள் பேசணும்" என்றார்கள்.

கலைஞர் புன்னகையோடு வரவேற்றார்.

உடன் தலைமைச் செயலாளர் நம்பியார், உள்துறைச் செயலாளர் பூர்ணலிங்கம், டி.ஜி.பி. ராஜசேகர் நாயர், ஏ.டி.ஜி.பி. அலெக்ஸாண்டர் இருந்தனர்.

நான் அவருக்கு வணக்கம் வைத்துவிட்டு, "அண்ணே 3 நிமிசம்தான் உங்ககிட்ட பேசணும்னு சொல்லியிருக்காங்க" என்று சொன்னேன்.

கலைஞரோ, "அவங்க கிடக்கறாங்க, நீங்க உட்காருங்க"ன்னு சொன்னார்.

நான் கையில் எடுத்துச் சென்ற புகைப்படங்களை அவரிடம் கொடுத்தேன். அவை, காட்டின் நிலைமை எப்படி இருக்கிறது என்பதை உணர்த்தும்விதமாக நிருபர் தம்பி சுப்பு எடுத்து அனுப்பிய புகைப்படங்கள்.

காட்டுக்குள் மாறுவேசத்தில் இருந்த அதிரடிப்படையினரை அவர் படம்பிடித்து எனக்கு அனுப்பியிருந்தார். இதை ஏ.டி.ஜி.பி.யிடமோ, உள்துறைச் செயலாளரிடமோ காட்டாமல் கலைஞரிடம்தான் நான் காட்டினேன்.

"காட்டில் மாறுவேசத்தில் இருக்கும் எஸ்.டி.எஃப். ஆட்கள் இருப்பதைப் பாருங்கள். அவர்களால் எனக்கு காட்டில் ஆபத்து ஏற்படலாம்" என்றேன்.

உடனே நிலைமையைப் புரிந்துகொண்ட கலைஞர், அதிகாரிகளிடம்...

"என்னய்யா இது? பத்திரிகையாளரான கோபாலை. எதை நம்பி காட்டுக்கு அனுப்பறது? அவர் உயிருக்கு ஏதேனும் ஆபத்துன்னா என்ன பண்றது?" என்று கோபமாகவே கேட்டார்.

பின்னர் என்னைப் பார்த்து... "என்ன பண்ணலாம் கோபால்?" என்றார் அக்கறையாய்.

நானோ "முதல்ல அதிரடிப்படை கேம்ப்பை எல்லாம் பூட்டி, எல்லா சாவியும் இங்க வரணும்னு சொல்லுங்க. அதேபோல் மாறுவேசத்தில் காட்டுக்குள் சுத்திக்கிட்டு இருக்கும் தமிழ்நாடு, கர்நாடகாவைச் சேர்ந்த அத்தனை போலீஸ்காரங் களும் காட்டைவிட்டு வெளியேறணும்னு சொல்லுங்க. அது போலவே காட்டுக்குள் இருக்கும் எல்லா செக்போஸ்ட்டையும் அவங்க திறந்துவிடணும்" என்று சொன்னேன்.

இதைக்கேட்ட கலைஞர், அதிகாரிகளைப் பார்த்து

"கோபால் சொல்றது கரெக்ட்தானே? அவர் சொன்னபடி செய்யுங்கள்" என்று உத்தரவிட்டதோடு, "அதிரடிப்படை முகாம் சாவிகள் வந்த பிறகு நீங்கள் காட்டுக்குள் செல்லுங்கள்" என்றார் என்னிடம்.

மறுநாளே,

"வீரப்பன் பிடித்து வைத்துள்ள கர்நாடக அரசு அலுவலர்களை விடுவிக்க, தமிழக அரசின் உதவியை கர்நாடக அரசு கோரியுள்ளது. தமிழக அரசும் இந்த கோரிக்கையை ஒத்துக் கொண்டுள்ளது. கர்நாடக அரசு அலுவலர்களை விடுவிக்கும் பணியில், வீரப்பனுடன் தொடர்பு கொள்ள, ஏற்கனவே வீரப்பனை மூன்று முறை சந்தித்துள்ள, நக்கீரன் ஆசிரியர் திரு.கோபால் அவர்களின் உதவியை தமிழக அரசு நாடியுள்ளது.

-என்ற செய்திக் குறிப்பு, தமிழக அரசிடமிருந்து வெளி யானது. இதைத் தொடர்ந்து ஆயிரக்கணக்கில் நக்கீரன் வாசகர்கள் தொடர்பு கொண்டு, "இவ்வளவு பெரிய ரிஸ்க் தேவையா? தேவாரம் தலைமையிலான தமிழக போலீசும், கர்நாடகா போலீசும் இணைந்து உங்களைக் கொல்ல ஏற்கனவே உத்தரவிட்டதே? எதையும் யோசித்து முடிவு எடுங்கள்" என்று

நிருபருக்கு நேர்ந்த கொடுமை!

சந்தன வீரப்பனால் கர்நாடக வனத்துறையினர் அதிரடியாகக் கடத்தப்பட்ட தகவலறிந்ததும், மலைக் கிராம மக்களிடம் செய்தி சேகரிப்பதற்காக 13-07-97 முன்னிரவில் நமது நிருபர்கள் மகரன் கடம்பூர் வழியாகவும், ஜீவா தங்கவேல் திம்பம் வழியாகவும் வனப்பகுதியில் ஊடுருவினர்.

ஜீவா தங்கவேல் மலை மக்களிடம் செய்தி சேகரித்துக் கொண்டு 14-07-97 அன்று திரும்பியபோது சுமார் 10 அதிரடிப்படையினர் சுற்றி வளைத்து, கையிலிருந்த கேமராவை பிடுங்கிக் கொண்டு, அங்கிருந்து இரண்டு பர்லாங் தூரத்திலிருந்த அதிரடிப்படை முகாமுக்குக் கூட்டிச் சென்று எஸ்.பி.ரவீந்திரநாத் முன் நிறுத்தினர்.

"வனத்துறையினரை எங்கே வைத்திருக்கிறான் வீரப்பன். அவர்களை என்ன செய்யப் போகிறான்? நக்கீரன் நிருபரான உங்களுக்கு எல்லா விபரமும் தெரிந்திருக்குமே? மறுபடியும் அவனை எப்போது சந்திக்கப் போகிறீர்கள்?" என்றெல்லாம் ஒரு மணிநேரம்

அக்கறையுடன் தொலைபேசி வாயிலாகவும், கடிதங்கள் வாயிலாகவும் கேட்டு வருகின்றார்கள்.

13-ந்தேதியன்று 9 பேரை கடத்திய வீரப்பன், எட்டு நாட்கள் மட்டுமே கெடு வைத்திருக்கிறான். 20-ந்தேதியோடு அவன் வைத்துள்ள கெடு முடிவடைகிறது.

அதற்குள் எதையாவது, எப்படியாவது செய்து 9 பேர் உயிரைக் காப்பாற்றுவது என்ற இறுதி முடிவுக்கு வந்து, மீண்டும் உள்துறை செயலாளர் பூர்ணலிங்கம், ஐ.ஜி.அலெக்ஸாண்டரை சந்தித்து, பல மணி நேரம் தொடர்ந்து விவாதித்து, முடிவில்...

வீரப்பன், 9 பேரை விடுவிக்க வைத்திருக்கும் முக்கிய நிபந்தனையான பொதுமன்னிப்பிற்கு என்ன பதில் சொல்வது என நாம் கேட்டபோது, "பொதுமன்னிப்பு தர கர்நாடகா அரசு ஒத்துக் கொள்ளாது. வீரப்பன் மீதுள்ள வழக்குகளையெல்லாம் வாபஸ் பெறவும் முடியாது. சிறப்பு நீதிமன்றம் ஒன்றை கோயம்புத்தூரில் வேண்டுமானால் அமைக்கலாம். இந்த நீதிமன்றத்திலேயே கர்நாடகாவில் வீரப்பன் மீதுள்ள வழக்குகளை விசாரிக்க ஏற்பாடு செய்யலாம். இதற்கு கர்நாடகா அரசு ஒத்துழைக்க வேண்டும். அதன்பிறகு உச்சநீதிமன்றத்தின் அனுமதியைப் பெற வேண்டும். இதையெல்லாம் விரைவாக செய்ய ஏற்பாடுகள் செய்யலாம் என்று வீரப்பனிடம் கூறுங்கள்" என்றார் முதல்வர்.

தலைமைச் செயலாளர் நம்பியார், "இது தொடர்பாக கர்நாடகா தலைமைச் செயலாளரிடம் பேசியுள்ளேன். ஒத்துக் கொள்வதாக கூறியுள்ளார்கள்" என்றார். (ஜூலை 21- திங்களன்று கர்நாடகா அரசு ஒப்புதல் அளித்துவிட்டது).

45 நிமிடம், வீரப்பனிடம் பேசுவது பற்றியும், வீரப்பன் இதற்கு ஒத்துக் கொண்ட பிறகு எடுக்கப்படும் நடவடிக்கைகள் பற்றியும் பேசப்பட்டது.

இறுதியில், "பத்திரமாகப் போய் வாருங்கள். நீங்கள் திரும்பும்வரை எனக்கு திக், திக் என்றிருக்கும்" என்று முதல்வர் நம்மை வாழ்த்தி அனுப்பினார்.

நாம் முதல்வர் அறையை விட்டு வெளியேறிய பின், "இவர்கள் பத்திரமாக திரும்பி வர வேண்டும், அதற்கான ஏற்பாடுகளை செய்யுங்கள்" என்று உத்தரவிட்டிருக்கிறார் முதல்வர்.

19-ந்தேதி இரவு 9-45க்கு சென்னையிலிருந்து கிளம்பினோம். 20ஆம் தேதி காலை நமது அலுவலகத்தைத் தொடர்பு கொண்டு வீரப்பன் காட்டில் அமைத்துள்ள செக்போஸ்டுகளில் போலீசாரும் இருப்பதால் வீரப்பனைத் தொடர்பு கொள்ள

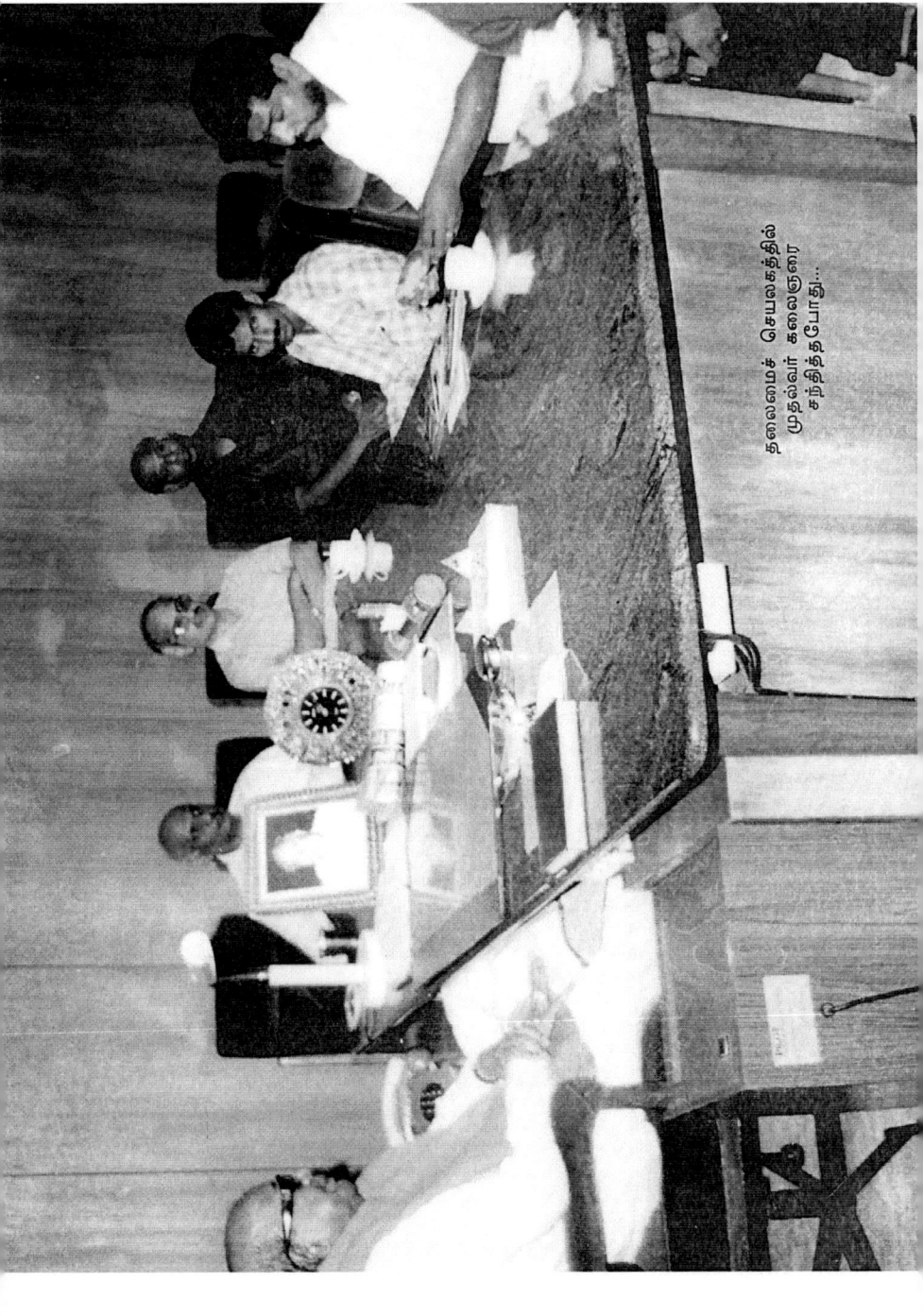

தலைமைச் செயலகத்தில்
முதல்வர் கலைஞரை
சந்தித்தபோது...

கர்நாடக முதல்வர் ஜெ.ஹெச்.பாட்டீல், தமிழக முதல்வர் கலைஞருடன்...

சித்தராமையா

ராமகிருஷ்ண ஹெக்டே

ரோஷன் பெய்க்

தலைமைச் செயலகத்தில் தமிழக-கர்நாடக முதல்வர்களுடன்...

கோபாலபுரம் வீட்டில் முதல்வர் கலைஞரை சந்தித்தபோது...

சிரமம் இருப்பதை தெரிவித்தோம்.

உடனே, ஏற்பாடுகள் செய்யப்பட்டு அனைத்து செக்-போஸ்டுகளிலும் இருந்த போலீஸார் விலகிக் கொள்ள, தமிழக அரசால் உத்தரவிடப்பட்டார்கள். இதற்குப் பிறகும் கர்நாடகா போலீஸார் சாதாரண உடையில் மோப்ப நாய்களுடன் காட்டில் மறைந்திருப்பதாக வந்த செய்தியை விசாரித்தபோது அது உண்மையாகவே இருந்தது.

சொன்ன வார்த்தையை கர்நாடகா அரசு நிறைவேற்றவில்லை என்றாலும், 9 அப்பாவி உயிர்களை வீரப்பன் பிடியிலிருந்து எப்படியாவது மீட்க வேண்டும் என்பதில் உறுதியாக இருந்தோம்.

கேசட் செய்தி!

கர்நாடக முதல்வருக்கும் வனத்துறை அமைச்சருக்கும் அனுப்பியுள்ள ஆடியோ கேசட்டுகளில் என்னென்ன கோரிக்கைகளை கேட்டிருக்கிறான் சந்தன வீரப்பன் என்று சில வனத்துறை அதிகாரிகளிடம் விசாரித்தோம்.

“வீரப்பனின் எச்சரிக்கையை மீறினால் கைதிகளாக்கப் பட்ட வனத்துறையினருக்கு நாமே விபரீதத்தை உண்டாக்கி விட்டவர்கள் ஆகிவிடுவோமே என்ற பயத்தால் அதிகாரிகள் யாரும் கேசட்டைப் போட்டுக் கேட்கவில்லை. முதல்வரும் மற்ற அமைச்சர்களும் உயர் அதிகாரிகளும்தான் போட்டுக் கேட்டிருக்கிறார்கள்.

ஒருவார காலத்திற்குள் பொதுமன்னிப்பு பிரச்சினைக்கு பைசல் காண வேண்டும். இல்லையென்றால் ஏற்படும் விளைவுகளுக்கு கர்நாடக அரசே பொறுப்பு என்று எச்சரிக்கை விட்டிருக்கிறானாம். அதோடு மறக்காமல் எக்ஸ் டி.ஐ.ஜி. சங்கர் பிதாரிக்கு வழக்கம் போல ஆபாச அர்ச்சனையும் செய்திருக்கிறான் வீரப்பன்” என்றார்கள் அந்த அதிகாரிகள்.

14

வீரப்பன் அனுப்பிய கேசட்!

கர்நாடக வனத்துறையினர் 9 பேரை சந்தன வீரப்பன் கடத்திச் செல்லும்போது, வனத்துறை டிரைவர் பாலய்யாவிடம் ஆடியோ கேசட் ஒன்றை கொடுத்தனுப்பினான். கர்நாடக முதல்வர் ஜே.எச்.படேலுக்கும் அம்மாநில வனத்துறை அமைச்சருக்கும் தனித்தனியே பேசியிருந்தான் வீரப்பன். இதுவரை வெளியிடப்படாமல் இருந்த அந்த கேசட் விவரங்களை (சுருக்கமாக) நக்கீரன் முதன் முதலாக வெளியிடுகிறது.

கர்நாடகா வன இலாகா அமைச்சருக்கு சந்தன வீரப்பன் அனுப்பிய கேசட்டின் விவரம்.

அதாவது -குருபாதப்பா ஐயா, உங்களுக்கு ஃபாரஸ்ட் மந்திரி. உங்களுக்கு சந்தன மர வீரப்பன் நான் பேசுறேன்.

வன இலாகா அதிகாரிகளை நான் வந்து பணயக் கைதிகளாக பிடித்துக் கொண்டு போயி வைத்து இருக்கிறேன். அதாவது, நானும் வந்து இவ்வளவு நாளா கோரிக்கை கேட்டுப் பார்த்தேன். தமிழ்நாட்டு அரசாங்கம் மன்னிப்பு கொடுக்கும்னு சொல்லி, தமிழ்நாட்டு பொது மக்களும் 75 சதவிகித மக்கள் எனக்கு மன்னிப்பு கொடுக்கலாம் என்று முன் வந்து கேட்கிறார்கள். அரசாங்கமும் கொடுக்கலாம் என்று ஒப்புக் கொண்டது. கர்நாடக அரசாங்கத்தைக் கேட்டாங்க. மக்களும் கேட்டாங்க. கர்நாடகப் பொது மக்களும் கேட்டாங்க. கொடுத்து விடலாம் வீரப்பனுக்குன்னு. கொடுக்கவில்லை எனக்கு. சரின்னு நானும் வந்து இந்த தமிழ்நாட்டு எலெக்ஷன் நடந்த பிறகு 1 வருடம் 3 மாதமாகிவிட்டது. இவ்வளவு நாள் நானும்

மன்னிப்பு கொடுப்பார்கள். கொடுப்பார்கள்னு எதிர்பாத்தேங்க. எனக்கு எந்தவித நியாயமும் கிடைக்கலைங்க. போலீஸ்காரங்க செய்ததை எல்லாம் நம்ம கர்நாடக முதல் மந்திரி இருக்கிறாரே ஜே.எச்.பாட்டீல் அவர்களுக்குக் கேசட்டில் கொடுத்திருக்கிறேன்.

உங்களுக்கும் ஒரு கேசட் அனுப்பியிருக்கிறேன். அதாவது பேச்சுவார்த்தை வந்து உங்களுக்கும், சீஃப் மினிஸ்டர், நம்பளுக்கும் தானே தவிர, நேரடியாக பேசிக் கொள்ளலாமே தவிர, நீங்க பேசி முடிவு பண்ணுங்க. ரேடியோவிலே சொல்லுங்க. நான் தெரிஞ்சுக்கிறேன். எனக்குத் தேவை மன்னிப்பு. நான் என்ன நாட்டையா கேட்கிறேன். வேறு என்னத்தைக் கேட்கிறேன். நான் என் உயிரைத்தான் கேட்கிறேன். வேறு ஒன்றும் கேட்கவில்லை. மன்னிப்பு என்றால் என் உயிருக்கும் எனக்கும் சுதந்திரம் கொடுங்கள். அதைத்தான் நான் கேட்கிறேன்.

இதற்குக் கூட சுதந்திரம் இல்லாம போனால் எப்படி? இப்போ வந்து, போலீஸ்காரர்கள் செய்த தவறுகள், தப்புகள் எல்லாம் கொஞ்சம் சொல்றேன். இதை உங்க காதாலே கேளுங்கள். அதாவது நானும், நீங்களும் மக்கள், மனைவியோடு பிறந்தவர்கள். உங்களுக்கும் கூட பொறந்த அக்கா, தங்கச்சி இருக்கிறார்கள். நீங்களும் ஒரு பெண்ணின் வயிற்றிலே பிறந்தவர்தானே. அதாவது அதிகாரிகள்தான் இருந்தாலும், காக்கிச் சட்டையை போட்டுக்கிட்டு இருந்தாலும், அதிகாரம் கையிலே இருந்தாலும், சுமார் இன்றைக்கு ஒரு 100 கிராமங்கள், தமிழ்நாடு, கர்நாடகா, இதிலே வந்து வீரப்பனை பிடிப்பதற்காக போலீஸ்காரர்கள் கேம்ப் போட்டு தங்கினது 100 கிராமம் இருக்கும். இந்த 100 கிராமத்திலே ஒரு வயதுப் பொண்ணுகூட கற்பழிக்கப்படாமல் தப்பிச்சதாகத் தெரியலை. இது அரசாங்கம் செய்ய வேண்டிய வேலையா? குறைந்ததைக் கணக்கெடுத்தாலும் கூட, எவ்வளவோ பெண்கள் சொல்கிறார்களோ இல்லையோ, சொல்ல மாட்டார்கள். பயந்து, மானம் கெட்டுப் போயிடும்னு. அப்படி முன் வந்து சொல்வதற்கு 300 பெண்களுக்கும் மேலே சொல்வார்கள். டி.வி.யிலே சொல்வதற்கும் எதிர்பார்த்துக் கொண்டிருக்கிறார்கள். மனித உரிமைகள் கழகத்தைக் கூடக் கொண்டு வந்தால் விசாரணை பண்ணினால்கூடச் சொல்வதற்கு எதிர்பார்த்துக் கொண்டிருக்கிறார்கள். போலீஸ்காரர்கள் செய்த வேலை இது. இரண்டாவது, கணக்கில்லாத எவ்வளவோ பொது மக்களை அடித்துக் கொன்று, கொலை செய்திருக்கிறார்கள்.

என்னுடைய தம்பி அர்ச்சுனன், ஐயன்துரை, ரெங்கசாமி இவர்கள் எல்லாம் தமிழ்நாட்டிலே 10 மாதம் நீதிமன்றக் காவலிலே இருந்தார்கள். சரண்டராகி கர்நாடக அதிகாரிகள், போலீஸ்காரர்கள் கொண்டு வந்தார்கள். அதாவது விசாரணைக்கு என்று சொல்லி, கூப்பிட்டுக் கொண்டு வந்து பஸ்ஸிலே வருகிறபோது சயனைடு சாப்பிட்டு செத்துப் போயிட்டான் என்று சொன்னார்கள். நான் ரேடியோ நியூஸ்லே கேட்டுக்கிட்டுதான் இருந்தேன். அப்போ அதே சமயத்தில் மந்திரி சபையைக் கூட்டினார்கள். 8 நாளைக்குள்ளே பாத்தா... என்ன தீர்மானம் பண்ணினாங்கன்னு தெரியுமா? ஒன்றும் இல்லை. கவனக்குறைவா போலீஸ்காரர்கள் விட்டதாலே அவர்கள் சயனைடு சாப்பிட்டு செத்ததாலே இரண்டு போலீஸ்காரர்களையும் பணிநீக்கம் செய்திருக்கிறது அப்படீன்னு சொல்லி கண் துடைப்பு வேலையைச் செய்துவிட்டுப் போய்விட்டார்கள். வேறு ஒன்றும் இல்லை. ஐயா உங்களுக்கும் மக்கள், மனைவி நிறைய இருக்கிறது. நீங்க இன்னைக்கு மினிஸ்டராகி இருக்கிறீர்கள். ஆண்டவன் இந்த மாதேஸ்வரன் புண்ணியம் உங்களுக்கும் கிடைத்திருக்கிறது. பாயிலே கிடக்கிறவன் பாயிலே கிடக்க மாட்டான். தோளிலே கிடக்கிறவன் தோளிலே கிடக்க மாட்டான்.

டி.வி.யிலே பேசும்போது ஜெயலலிதாவுக்கு ஒரு வார்த்தை சொன்னேன் நான். நல்ல ஞாபகம் வைத்துக் கொள்ளுங்கள். அதாவது காவிரி கங்கை இருக்கிறதே அது கரைபுரண்டு ஓடுது. அது அப்படியே ஓடிக் கொண்டிருக்காது. அதை கடைசியிலே நாய்க்குட்டி கூட காட்டிவிடும். இப்படித்தான் நம்ப நிலையும். ஜெயலலிதாவே இந்த மாதிரி அட்டூழியம் பண்ணாதே. உன்னுடைய அரசாங்கம், ஆட்சி தாங்காது. இது பொது மக்களாகப் பாத்துக் கொடுக்கிற ஆட்சி. அவர்கள் பார்த்து ஓட்டுப் போட்டால் மந்திரி. எழுந்திருங்கன்னா நாம் எழுந்திருச்சி ஓடுற வேலைதான். நம்ப வேலை அதான். நீ இப்படி எல்லாம் பண்ணாதே. இந்த பாவத்தை எல்லாம் பண்ணாதே. இந்த தேவாரம்னு சொல்லி ஒரு அரக்கனை விட்டுக் கொண்டு, இந்த போலீஸ்காரப் பசங்களை எல்லாம் விட்டுக் கொண்டு, பல நூற்றுக்கணக்கானப் பெண்களையும் கற்பழிக்கிறார்களே இது எல்லாம் தர்மமா? அப்படின்னு சொல்லிக் கேட்டேன். அதே மாதிரி என்ன ஆச்சு, அந்த பொம்பளை ஜெயிலுக்குப் போவதற்கு எத்தனை நாளாச்சு. அந்தப் பொதுமக்கள் ஜெயலலிதாவை எடுத்தெறிவதற்கு

எத்தனை நாளாச்சு.

பாத்தியா காவிரி, கங்கை மாதிரிதான் அந்த பொம்பளையோட நிலைமை இருந்தது. இன்றைக்கு என்ன கதி? இந்த மாதிரிதான் நாமும் மனிதர்கள்தான். ஜெயலலிதாவுக்கு மட்டும் இல்லை எனக்கும்தான். எல்லோருக்கும்தான். உனக்கும்தான். எனக்கும்தான். இந்த போலீஸ்காரனுக்கும்தான். ஆனா அடுத்தவர்கள் குடும்பம் வேறு இல்லை, உங்க குடும்பம் வேறு இல்லை. எல்லாம் ஒன்றுதான். இன்றைக்கு உங்களை நம்பி ஓட்டுப் போட்டிருக்கிறார்கள் என்றால், உங்களை இன்னைக்கு முன்னறி தெய்வமாகத்தான் வைத்துக் கொண்டிருக்கிறார்கள். நீங்கள் எல்லாம் கடவுள் என்றுதான் அவர்கள் நினைத்துக் கொண்டிருக்கிறார்கள். மந்திரிக்கு ஏதாவதுன்னா தீ வைத்துக் கொளுத்திக்கொண்டு செத்துப் போய் விடுகிறார்களே அதற்கு என்ன காரணம்னா... உங்க மேலே உயிரையே வைத்துக் கொண்டிருக்கிற மக்கள் எவ்வளவோ. ஓட்டுப் போடுவதற்கு மட்டும்தான் பொதுமக்கள் நமக்குத் தேவை என்றும், அப்புறம் நமக்குத் தேவையில்லைன்னு நாம் நினைக்கக்கூடாது.

போலீஸ்காரர்கள் நம் காலைச் சுற்றிக் கொண்டிருக்கிறான். அவனுக்குத்தான் நாம் நியாயத்தைச் செய்யணும். பொதுமக்கள் எப்படியோ போயிட்டுப் போறாங்கன்னு விட்டு விடக்கூடாது.

இப்போ நா உங்களைக் கேட்கற கோரிக்கை என்ன என்றால், அதாவது என்கூட இருக்கிற ஆட்களை சுட்டுட்டு போகட்டும். அவர்களுக்கு நான் கோரிக்கையும் கொடுக்கல்ல. மன்னிப்பும் கேட்கல. நியாயமும் கேட்கல. நான் கேட்கறது, பொதுமக்கள, சும்மாயிருக்கிறவங்கள எல்லாம் பிடித்துக் கொண்டு போய் கேஸ் போட்டிருக்கிறார்கள். அவர்களை விட்டுடணும். நக்கீரன் ஆசிரியர் மூலமா 12 கோரிக்கை கொடுத்திருக்கிறேன் முன்னால. அது கர்நாடக முதல் மந்திரி அய்யாவுக்குத் தெரியும். தேவகவுடா பிரதமராக இருந்தார். அவருக்குத் தெரியும். கலைஞருக்கும் தெரியும். எல்லோருக்கும் தெரியும். பொதுமக்களுக்கும் தெரியும். உங்களுக்கும் அந்த 12 கோரிக்கையும் தெரியலாம். என்னுடைய கேட்பிலே கூட எப்படியோ ஆகட்டும். பொதுமக்கள் எதற்கு வந்தார்கள். ஒன்றுமறியாத அப்பாவிகளை கற்பழிப்பது எந்த விதத்திலே நியாயம். அது ஒண்ணும் வேணாம். ஒண்ணுமறியாத பல நூற்றுக்கணக்கான பொதுமக்களை கணக்கில்லாமல் அடித்துக் கொல்வது எந்த விதத்திலே நியாயம். பொதுமக்கள்கிட்டே அடித்து பணம் மிரட்டி பிடுங்குவது ரவுடி கோஷ்டிதான். அந்த

மாதிரி செய்யும் என்று கேள்விப்பட்டிருக்கிறேன். ஆனால் அதிகாரிகள் இப்படி செய்வதை எப்படி ஒப்புக்கொள்ள முடியும்? அரசாங்கம் என்பதற்கு என்ன அடையாளம் சொல்லுங்கள் பார்ப்போம்.

உங்களைக் கையெடுத்துக் கும்பிட்டுக் கேட்கிறேன். நான் இந்த அதிகாரிகளைக் கூப்பிட்டுக் கொண்டு போய் பிணைக்கைதிகளாக வைத்திருக்கிறேன். எனக்கு நியாயம் கிடைக்கணும் என்றுதான் கூப்பிட்டுக் கொண்டு போயிருக்கிறேன். நான் வந்து இந்த அரசாங்கத்தை சிறைப்பிடிக்கணும். எனக்கு பெரிய கொடையும், குதிரையும் கிடைக்கணும். நான் வீரனாகணும் அப்படிங்கிறதையெல்லாம் நான் நினைத்து இந்த காரியத்தை செய்யவில்லை.

தமிழ்நாட்டில் அரசாங்கம் வந்து, கலைஞர் ஆட்சிக்கு வந்தார். நீ எந்த பிரச்சினைக்கும் போகாமல் அமைதியாக இரு. நாங்கள் பேசி முடிவு பண்ணுகிறோம். மன்னிப்பு வழங்குகிறோம் என்று நக்கீரன் ஆசிரியர் கோபால் அய்யா சொன்னார்கள். எப்படி முடியும் என்று கேட்டேன். நக்கீரன் ஆசிரியர் கோபால்தான் என்னை இரண்டுமுறை பேட்டி கண்டார். அப்போ நான் ஜெயலலிதா ஆட்சியிலே நாங்க எவ்வளவோ செஞ்சிருக்கோம். இப்ப வந்து கலைஞர் ஆட்சி. அவர் வந்து கடவுள் மாதிரி மனிதன். நீங்கள் எல்லாம் சொல்றீங்க. அவர்தான் நம்ம கர்நாடக அரசுகிட்ட சொல்லி ஒரு நியாயமான தீர்ப்பு வழங்கச் சொல்வாங்க. அமைதியாக இருங்கன்னு சொன்னாரு. நீ என்ன கேட்கிறாய் என்று கேட்டாங்க.

நான் மன்னிப்பு கேட்கிறேன் என்று சொன்னேன். அப்புறம் நாட்டு மக்களுக்கு கற்பழித்த பெண்களுக்கு நஷ்ட ஈடு, செத்தவர்களுக்கு நஷ்ட ஈடு என்று கேட்டேன். அப்போ கலைஞருக்கு நான் கேசட் கொடுத்து உங்களுக்கும் கிடைத்து பேச்சுவார்த்தை நடந்தது. அது தெரிந்த விஷயம். கலைஞர் எவ்வளவு நாளைக்குள் முடிப்பார் என்று கேட்டேன். 6 மாதத்திற்குள் முடித்து விடுகிறேன் என்று சொன்னார். 6 மாதம் 7 மாதம் பார்த்தேன். ஒன்றும் ஆகவில்லை. கர்நாடக போலீஸ் தீவிரமாத் தேடுது. 10- கொட்டகை போலீஸ்காரர்களை வைத்திருக்கிறார்கள். என்னடா வம்பாச்சேன்னு நியாயம் கிடைக்கலைன்னு கலைஞருக்கே மறுபடியும் கேசட் கொடுத்தேன். பேச்சுவார்த்தை நடத்தும்போது தமிழ்நாட்டு போலீசை பூராவும் எடுத்துருங்கன்னு சொன்னேன். அவரும்

கம்னு கிடன்னு சொல்லி அவர்கள் கம்முன்னு இருக்கிறார்கள்.

கர்நாடக போலீஸ் எக்கச்சக்கமா இருக்கு நான் என்ன செய்ய முடியும். அப்புறம் திரும்ப ஒரு கேசட் கொடுத்தேன். அப்புறம்தான் சரி இனி நமக்கு நியாயம் கிடைக்கப் போவதில்லைன்னுட்டு ஃபாரஸ்டு அதிகாரிகளை கடத்திக் கொண்டு போயிருக்கிறேன். என் கஸ்டடியிலே வைத்திருக் கிறேன். போலீஸ்காரர்களை விட்டு அவர்களை மீட்கலாம் என்று விடாதீர்கள். அப்படி விட்டால் அவர்களை நான் கொலை செய்ய நேரிடும். அரசாங்கத்தை மிரட்டுகிறாயா வீரப்பா என்று நீங்கள் நினைக்கலாம். நான் அரசாங்கத்தை மிரட்டவில்லை. எனக்கு நியாயம் கிடைக்கவில்லை. எனக்கு உயிர்ப்பிச்சை கேட்கிறேன். அவ்வளவுதான்.

இதையெல்லாம் பார்த்து பெரிய மனசு பண்ணி நீங்கள் பார்த்துக் கொடுங்கள். அவர்களை நான் என் கஸ்டடியிலே வைத்திருக்கிறேன். எட்டு நாளைக்குள்ளே முதல் மந்திரி பாட்டீல் அய்யாகிட்டே சொல்லி நிதானமா நடவடிக்கை எடுத்து எனக்கு மன்னிப்பு கொடுங்கள். எட்டு நாளைக்குள்ளே ரேடியோவிலே சொல்லுங்கள். உங்களுக்கும் நமக்கும் எனக்கும்தான் பேச்சுவார்த்தையே தவிர இந்த கலெக்டர், போலீஸ்காரன், அவன், இவன் எல்லாம் வேண்டாம். அவர்களோடு எல்லாம் பேசிப் பேசி சலிச்சுப் போச்சு.

அவர்கள் பேசுவார்கள் அப்புறம் போலீஸ்காரனை அனுப்புவார்கள். போலீஸ்காரன் வந்தால் என்ன செய்யப் போகிறான். என் கையில் இருக்கிறவர்களை சுடப் போகிறான். அப்புறம் அவர்களையும் சுட்டுவிட்டுப் போகப் போகிறான் அவ்வளவுதான். கொலை நடக்கும் அப்புறம் வீரப்பன் கொலைகாரன் என்று சொல்லுவார்கள்.

அதெல்லாம் வேண்டாம். எனக்கு மன்னிப்பு கிடைக்கணும். இதுவரைக்கும் காத்துப் பார்த்தேன். எனக்கு நியாயம் கிடைக்கிற மாதிரி தெரியவில்லை. அதனாலே கடத்தி விட்டேன். கடத்தி வைத்திருக்கிறேன். எனக்கு நியாயம் கிடைக்கணும் அவ்வளவுதான். ஆனால் என்னை தப்பாக நினைக்க வேண்டாம். எனக்கு நியாயம் கிடைக்கணும் என்றுதான் வைத்திருக்கிறேன்.

வணக்கங்க.

ரொம்ப நன்றி.

ஆடியோவில் வீரப்பன்

'நக்கீரன் ஆசிரியர் கோபால் என்னை சந்தித்து பேட்டி எடுத்தபோது... தமிழக முதல்வர் கலைஞரும், கர்நாடகா முதல்வர் பட்டேலும் உன் விஷயமாய் சேர்ந்து பேசி சுமுகமான முடிவை எடுப்பார்கள். அதுவரை நீ துப்பாக்கியை தூக்கக் கூடாது என என்னை கேட்டுக் கொண்டதால், நான் இதுவரை பேசாமலிருந்தேன். ஒன்றரை வருடம் ஆகிவிட்டது. ஒன்றும் நடப்பது போல் தெரியவில்லை. அதனால்தான் 9 பேரை கடத்தியுள்ளேன்.

15

கர்நாடகாவின் இரட்டை வேடம்!

சந்தன வீரப்பன் விவகாரத்தில் தொட்டிலையும் ஆட்டிக் கொண்டு பிள்ளையையும் கிள்ளிவிடும் வேலையை கெட்டிக்காரத்தனமாக செய்து கொண்டிருக்கிறது கர்நாடக அரசு.

கர்நாடக வனத்துறையினர் ஒன்பது பேரை துப்பாக்கி முனையில் வனத்திற்குள் கடத்திச் சென்ற வீரப்பன் அனுப்பிய ஆடியோ கேசட்டை கேட்டதும், "நாங்கள் தமிழக அரசோடு தொடர்பு கொண்டிருக்கிறோம். நக்கீரன் ஆசிரியர் உதவியோடு சமாதானப் பேச்சுவார்த்தைக்கு ஏற்பாடு செய்திருக்கிறோம். சந்தன வீரப்பனின் கோரிக்கைகளை பரிசீலனை செய்து கொண்டிருக்கிறோம்" என்றெல்லாம் நாளொரு செய்தியும், பொழுதொரு அறிக்கையுமாக வெளியிட்டு, வானொலியிலும் ஒலிபரப்பிக் கொண்டிருக்கும் கர்நாடக அரசு, மறுபுறம் சந்தன வீரப்பனை, உயிருடனோ, பிணமாகவோ பிடித்து வருமாறு தனது அதிரடிப்படையின் 12 குழுக்களை வீரப்பன் நடமாடும் வனப்பகுதிக்கு ஏவி விட்டிருக்கிறது.

அந்த 12 குழுக்களும் கொள்ளேகால், சாம்ராஜ் நகருக்கு இடைப்பட்ட அடர்த்தியான புரடே காடுகளிலும், மிஞ்சுகுழி, பேடுக்குழி, பி.ஆர்.ஹில், திம்பம், பூதிபடுகு, கெம்பகேல் ரோடு, ஒசதொட்டி பகுதிகளிலும் நீட்டிய துப்பாக்கிகளோடு தேடுதல் வேட்டையில் தீவிரமாகியுள்ளது. அதோடு, மலையோர கிராமங்களில் விசாரணை என்ற பெயரில் அப்பாவி மக்களை சித்ரவதை செய்யும் கொடுமையையும் அதிரடிப்படையினர் தொடங்கியுள்ளனர்.

கர்நாடக அதிரடிப்படை குழுக்களின்

ருத்ரதாண்டவத்தை கேள்விப்பட்ட நாம், கொடுமைகள் கட்டவிழ்த்து விடப்படும் கர்நாடக மலையோர கிராமங்களுக்கு புறப்பட்டோம். கொள்ளேகால் நகரில் நாம் கேள்விப்பட்ட தகவல்கள் நம்மையே ஆச்சரியத்தில் வாய்பிளக்க வைத்தது.

அந்த வியப்பிற்குரிய தகவல் இதுதான்.

வனத்துறையின் 9 பேரை கடத்திய சந்தன வீரப்பன், ஓட்டுநர் பசவராஜிடம் ஆடியோ கேசட்டைக் கொடுத்தனுப்பியிருக்கிறான். அப்போது ஓட்டுநரை மட்டும் தனியே அனுப்பவில்லை. அந்த டெம்போவில் தனது ஆட்கள் 4 பேரையும் அனுப்பியிருக்கிறான். புரடே வனப்பகுதியிலிருந்து புறப்பட்ட டெம்போ நேராக கொள்ளேகால் டவுனில் வசிக்கும் பாரஸ்ட் அதிகாரியான சிவசங்கரப்பா வீட்டிற்கு சென்றிருக்கிறது. வீரப்பனின் ஆட்கள் டெம்போவில் துப்பாக்கிகளோடு அமர்ந்து கொண்டு, ஓட்டுநர் பசவராஜை மட்டும் பாரஸ்ட் அதிகாரி வீட்டிற்குள் அனுப்பியிருக்கிறார்கள்.

அதிகாரிகள் வாங்கி வரச் சொன்னார்கள் என்று சொல்லி சிவசங்கரப்பா வீட்டிலிருந்து போர்வைகள் மற்றும் சமையலுக்கு தேவையான மிளகாய்த் தூள், சீரகம், மிளகு, பூண்டு போன்ற மளிகைச் சாமான்கள், தார்ப்பாய்கள் ஆகியவற்றை வாங்கிக் கொண்டு வந்திருக்கிறார் பசவராஜ். வண்டி மறுபடியும் புறப்பட்ட இடத்திற்கே புரடே வனத்திலுள்ள பாரஸ்ட் பங்களாவுக்கு திரும்பியிருக்கிறது. வழியில் வண்டி பிரேக் டவுன் ஆக, வீரப்பன் ஆட்கள், ஓட்டுநர் பசவராஜை மிரட்ட, சிறிது நேரத்திற்குப் பிறகே வண்டி டீசல் இல்லாமல் நின்று போன விபரம் ஓட்டுநருக்கு தெரிந்திருக்கிறது. உயிரை கையில் பிடித்துக் கொண்டு, "டீசல் இல்லை, அதனால்தான் வண்டி நின்றுவிட்டது" என்று பசவராஜ் கூறியிருக்கிறார். அந்த நள்ளிரவில் டீசல் வாங்குவது முடியாத காரியம் என்று உணர்ந்த வீரப்பனின் ஆட்கள், ஓட்டுநரிடம் கேசட்டுகளைக் கொடுத்து, "நடந்து கொண்டு போ!" என்று கூறிவிட்டு, தார்ப்பாய்கள், போர்வைகள், மளிகைச் சாமான்களை தூக்கிக் கொண்டு காட்டிற்குள் மறைந்திருக்கின்றனர்.

கொள்ளேகால் டவுனில் நமக்குக் கிடைத்த இந்தத் தகவலை அதிரடிப்படை காவலர்கள் சிலரும் ஒப்புக் கொண்டனர். மேற்கொண்டு நடந்த தகவல்களை சேகரிக்க, கொள்ளேகாலிலிருந்து புரடே பாரஸ்ட் பங்களாவுக்குப் பயணமானோம். புரடே பங்களாவில் நமக்கு கிடைத்த தகவல், இதுவரை வெளிவராத புதிய தகவலாக இருந்தது.

13-7-97 ஞாயிற்றுக்கிழமையன்று பாரஸ்ட் ஆபீஸர் அந்தோணி தலைமையில் 10 பேர் கொண்ட வனத்துறை குழு, புரடே வனப்பகுதிக்கு டெம்போவில் சென்றிருக்கிறது. டெம்போவில் சில உப்பு மூட்டைகளும் ஏற்றப்பட்டிருந்தனவாம்.

மலைக்காடுகளில் இயல்பாகவே அயோடின் சத்து குறைவாகவே இருக்கும். அங்கு வாழும் மான்கள் ஆரோக்கியமாக வாழ, அயோடின் கலந்த உப்பை மலைப்பகுதிகளில் வனத்துறையினர் கொட்டி வைப்பார்கள். மழைநீரில் கரைந்து மண்ணோடும், தண்ணீரோடும் கலக்கும் அயோடின் சத்தை அருந்தும் மான்கள் ஆரோக்கியமாக வாழ்வதோடு, சீக்கிரம் கருத்தரிக்கவும் இந்த உப்புணவு ஒரு இயற்கை மருந்தாக அமைகிறதாம். பாரஸ்ட் ஆபீஸர் அந்தோணி தலைமையில் சென்ற வனத்துறையினரும், மானுக்கு உப்புத் தூவுவதற்கே சென்றிருக்கின்றனர்.

புரடே மலைப்பகுதியில் பள்ளங்களில் தெளிப்பதற்காக உப்பு மூட்டைகளை இறக்கிக் கொண்ட அதிகாரிகள், ஓட்டுநரிடம், பாரஸ்ட் பங்களாவுக்கு வண்டியைக் கொண்டு செல்லுமாறும் கூறியிருக்கிறார்கள். புரடே பாரஸ்ட் பங்களாவுக்கு டெம்போவை ஓட்டிக்கொண்டு வந்த பசவராஜ் தான் வீரப்பனிடம் முதலில் சிக்கியிருக்கிறார்.

"உன் அதிகாரிகள் எங்கே இருக்கிறார்கள்" என்று கேட்டுத் தெரிந்து கொண்ட வீரப்பன், தனது ஆட்களோடு அந்த ஓட்டுநரையும் அழைத்துக் கொண்டு, வனத்துறையினர் உப்புத் தூவிக் கொண்டிருந்த இடத்திற்குச் சென்று, அவர்களைச் சுற்றி வளைத்துப் பிடித்து, துப்பாக்கி முனையில் கைது செய்திருக்கிறான். பிறகு அங்கிருந்து கடத்திக் கொண்டு போய்... காட்டின் மிக அடர்த்தியான பகுதியில் வைத்துக் கொண்டே, ஆடியோ கேசட்டில் தனது பேச்சை பதிவு செய்து ஓட்டுநர் பசவராஜிடம் கொடுத்தனுப்பியிருக்கிறான். ஓட்டுநரோடு தார்ப்பாய், போர்வைகள், மளிகைச் சாமான்களை வாங்குவதற்காக தனது ஆட்கள் 4 பேரையும் அனுப்பியிருக்கிறான்.

வனத்துறை அதிகாரிகள் கடத்தப்பட்ட இடத்தையும், புரடே பாரஸ்ட் பங்களாவையும் புகைப்படம் எடுத்துக் கொண்ட நாம், வீரப்பனை பிடிப்பதற்காக கர்நாடக அரசால் முடுக்கி விடப்பட்ட அதிரடிப் படையினரின் முகாம்களை கவனிக்கக் கிளம்பிக் கொண்டிருக்கிறோம்.

சிக்கிய அப்பாவிகள்!

சந்தன வீரப்பனால் 13-7-97 அன்று கடத்தப்பட்ட கர்நாடக வனத்துறையினருடைய பெயர்களையும், புகைப்படங்களையும் இன்னும் மர்மமாகவே வைத்துள்ளது கர்நாடக அரசு. அந்த 9 பேருடைய பெயர்களும், விபரங்களும்...

வீரப்பனால் கடத்தப்பட்டவர்கள்:

1. வேலாயுதம் - பாரஸ்ட் ஆபீஸர் 2. அந்தோணி - பாரஸ்ட் ஆபீஸர் 3. விஸ்கண்டா - பாரஸ்ட் கார்டு 4. கும்பா - பாரஸ்ட் வாட்சர் 5. ஜடையா - பாரஸ்ட் வாட்சர் 6. நஞ்சா - பாரஸ்ட் வாட்சர் 7. ராஜு - பாரஸ்ட் வாட்சர் 8. தாசையா - பாரஸ்ட் வாட்சர் 9. மாதேவா -பாரஸ்ட் வாட்சர்

16

குழப்பும் கர்நாடகம்!

ஒன்பது வனத்துறையினரின் உயிர், கேள்விக்குறியாக்கப்பட்டுள்ள சூழலில், கர்நாடக அரசும், அதன் எந்திரங்களும் ஆளுக்கொரு அறிக்கைகளையும் அபிப்பிராயங்களையும் வெளியிட்டு பிரச்சினைகளை வில்லங்கமாக்கிக் கொண்டிருக்கின்றனர்.

கர்நாடக எதிர்க்கட்சித் தலைவர்களான வீரப்ப மொய்லியும் பங்காரப்பாவும் அரசாங்கத்தின் முடிவை கடுமையாக விமர்சனம் செய்து கொண்டிருக்கின்றனர்.

சவாலுக்கு மேல் சவாலாக விட்டு, கடைசியில் தன் மீதே நம்பிக்கையற்று அதிரடிப் படையிலிருந்து இண்டலிஜென்ஸ் பிரிவுக்கு மாற்றல் வாங்கிக் கொண்டு சென்றுவிட்ட சங்கர் பிதாரியிடம், ''மீண்டும் அதிரடிப்படைக்கே வந்துவிடுங்கள், பிரச்சினைக்குரிய சாம்ராஜ் நகர் பகுதிக்குச் செல்லுங்கள்'' என்று காவல்துறை அமைச்சர் ரோஷன் பெய்க் விடுத்த அழைப்பை, சங்கர்பிதாரி ஏற்றுக் கொள்ளவில்லை. ஆனால், சந்தன வீரப்பனுக்கு பொதுமன்னிப்பு அளிக்கவே கூடாது. அதை கர்நாடக மக்கள் விரும்பவே இல்லை என்று கருத்துத் தெரிவித்திருக்கிறார் பிதாரி.

காவல்துறை அமைச்சர் ரோஷன் பெய்க்கிற்கு சந்தன வீரப்பன் மீது தற்போது ஏகப்பட்ட கோபம். வனத்துறை அமைச்சருக்கும் முதல் அமைச்சருக்கும் முக்கியத்துவம் கொடுத்து கேசட் அனுப்பியதன் மூலம், வீரப்பன் கர்நாடகக் காவல் துறையை அவமானப்படுத்தி விட்டான்

என்று கருதிய ரோஷன் பெய்க், "வீரப்பனைச் சரணடையச் செய்ய வேண்டும். தனி நீதிமன்றத்தில் அவனை விசாரித்து கடுமையான தண்டனையளிக்க வேண்டும்" என கேட்டுக் கொண்டிருக்கிறார்.

24-5-93-ல் வீரப்பனோடு நடந்த மோதலில் கடுமையாக காயமுற்று, மறுபிறவியெடுத்த, அதிரடிப்படை முன்னாள் எஸ்.பி.கோபால் கோசுர், "வீரப்பனுக்கு பொது மன்னிப்பா? கூடவே கூடாது" என எதிர்ப்புத் தெரிவித்திருக்கிறார்.

சிக்மகளூர் வன அதிகாரி சீனிவாசன், "வீரப்பனை மன்னித்தால், அவனால் படுகொலை செய்யப்பட்ட அதிகாரிகளின் ஆத்மா சாந்தி அடையாது" என்று கருத்துத் தெரிவித்துள்ளார்.

அதிரடிப்படை அதிகாரிகளோ, "வனத்துறையின் முட்டாள்தனத்தால்தான் பிரச்சினைகளே வருகிறது. எங்களிடம் கூறாமல் எதற்காக சென்று வீரப்பனிடம் மாட்டிக் கொண்டீர்கள்?" என்ற வனத்துறை மீது எரிந்து விழுந்திருக்கிறார்கள்.

பெங்களூரிலிருந்து வெளிவரும் சில மேல்தட்டுப் பத்திரிகைகள், கருத்துக் கணிப்பு என்ற பெயரில் 'வீரப்பனை சிறிது சிறிதாக கொல்ல வேண்டும். தனிமையில் அடைத்து அழுகிச் சாகச் செய்ய வேண்டும். திறந்த வெளியில் மக்கள் முன்னிலையில் சுட்டுக் கொல்ல வேண்டும்' என்றெல்லாம் 'மக்கள்' கருத்துக்களை வெளியிட்டு 90 விழுக்காடு கர்நாடக மக்கள், வீரப்பனுக்கு பொதுமன்னிப்பு கூடாது எனக் கருத்துக் கூறியிருப்பதாக செய்தி வெளியிட்டிருக்கின்றன.

வீரப்பனிடம் மாட்டிக் கொண்ட வனத்துறையினரின் குடும்பங்களோ பார்வையை மறைக்கும் கண்ணீரோடு தேம்பிக் கொண்டிருக்கிறார்கள்.

கொள்ளேகால் பகுதி வனத்துறை அதிகாரி ஒருவர் நம்மிடம், "எங்களைக் குறைகூற அதிரடிப்படைக்கு என்ன அருகதை இருக்கிறது? இத்தனை வருடங்களாக இவர்கள் சாதித்துக் கிழித்ததுதான் என்ன? வனத்துறை தனது ஊழியர்களை பலி கொடுக்க வேண்டுமென இவர்களெல்லாம் எதற்காகத் துடிக்கிறார்கள்?"

-என்று உணர்ச்சி பொங்கக் கேட்டார்.

ஆக, சந்தன வீரப்பன் விஷயத்தில் எதார்த்தத்தைப் பற்றி யோசிக்க பலர் தயாராக இல்லை. குழப்பம் மட்டுமே கூடிக் கொண்டிருக்கிறது.

17

புறப்பட்டோம்

தமிழக காவல்துறை மற்றும் உள்துறையின் கண்ணாமூச்சி ஆட்டம், கர்நாடகாவில் நடந்த அரசியல் சகுனிகளின் ஆட்டம் இவையெல்லாம் நம்மை ரொம்பவே கவலை கொள்ளச் செய்தது, அதுவும் அந்த ஒன்பது அப்பாவி உயிர்களை நினைத்துத் தான். என்ன நடந்தாலும் சரி, எது நடந்தாலும் சரி, மாட்டிக் கொண்ட உயிர்களைக் காப்பாற்றியே தீருவது என்ற முடிவில் நாம் உறுதியாக இருந்தோம்

தமிழகம் மற்றும் கர்நாடக அரசுகள் என்னதான் நமக்கு வாக்குறுதிகள் கொடுத்திருந் தாலும் அரச முகத்தைக் காட்டுவார்கள் என்ற முன்னெச்சரிக்கையுடன் கோவை, ஈரோடு, பெங்களூரில் உள்ள நமது நிருபர்களிடம், அந்த ஏரியாக்களில் போலீஸ் மற்றும் அதிரடிப்படை நடமாட்டம், செக்போஸ்டுகளின் நிலவரம் இவற்றையெல்லாம் துல்லியமாக கேட்டுக் கொண்ட பிறகு, உயிர் மீட்புப் பயணத்திற்குப் புறப்பட்டோம்.

நாம் எதிர்பார்த்தது போலவே சில செக்போஸ்டுகளை மூடி வைத்திருந்தார்கள். அதையெல்லாம் சாமர்த்தியமாக கடந்து சென்றாலும், நடுரோட்டில் வழி மறிக்கும் காட்டு யானைகள், வீரப்பன் சொல்லி அனுப்பியிருந்த சிக்னல் அடையாளங்கள் இவற்றையெல்லாம் கூர்ந்து கவனித்த பின் கடும் சிரமங்களுக்கிடையே காட்டுக்குள் இறங்கி பயணிக்க ஆரம்பித்தோம்.

இனி வருவது கானகத்திற்குள் நடந்த காரசாரங்களும் சமரசங்களும்

18

நேருக்கு நேர்
காரசாரமான விவாதம்!

வீரப்பன்: வணக்கம்! வாங்க.

நக்கீரன்: வணக்கம்.

வீரப்பன்: என்ன விஷயமாக வந்திருக்கிறீர்கள்?

நக்கீரன்: வேதாளம் முருங்கை மரம் ஏறுவதைப்போல மறுபடியும் 9 பேரை கடத்திவிட்டு, என்ன விஷயமா என்று கேட்கலாமா? உங்கள் 11 கோரிக்கைகளை என்னிடம் கொடுத்தீர்கள். நான் அரசாங்கத்திடம் கொடுத்திருக்கிறேன். அரசாங்கம் பரிசீலனை செய்து கொண்டிருக்கிறது. இதற்கிடையில் நீங்கள் செய்திருக்கும் இந்த ஆள் கடத்தல், நக்கீரனைப் பொறுத்த வரையில் தலைகுனிவான விஷயமாக, வெட்கப்பட வேண்டிய செயலாக அமைந்து விட்டது. பலரும் என்னிடம் இப்படிப்பட்ட வீரப்பனுக்காகவா நீங்கள் தலையிட்டீர்கள் எனக் கேட்கிறார்கள். 9 பேரை நீங்கள் கடத்தியதும் கர்நாடக அரசு தமிழக அரசை தொடர்புகொள்ள, தமிழக அரசு நக்கீரனைத் தொடர்பு கொண்டது.

இது 9 மனிதர்களின் உயிர்ப் பிரச்சினை என்பதால், மனிதாபி

மானத்தோடும் காப்பாற்ற முடியும் என்ற நம்பிக்கை யோடும் அரசின் வேண்டுகோளை ஏற்று அரசுக் கும் உங்களுக்கும் இடைப்பட்ட ஒரு மூன்றாவது மனிதனாக இங்கே வந்திருக்கிறேன். வந்தீர்கள், உட்கார்ந்தீர்கள், பேசினீர்கள் ஒன்பது பேரையும் அனுப்பச் சொல்கிறீர்களே என்றெல்லாம் நினைக் கக் கூடாது. மறுபடியும் மறுபடியும் வீரப்பன் தவறு செய்வதை நக்கீரன் விரும்பவில்லை. தமிழக மக்களும் கர்நாடக மக்களும் விரும்பவில்லை. மக்களின் ஒட்டுமொத்த விருப்பமாக, தூதராகத்தான் நான் வந்திருக்கிறேன்.

வீரப்பன்: ஜெயலலிதா, ஆட்சியில் இருந்தபோது எக்கச்சக்கமான படைகளை இங்கே அனுப்பி அவர்களும் எக்கச்சக்கமான பெண்களை கற்பழித்து, மக்களை சின்னாபின்னமாக்கி மலைப்பகுதியே ரணகளமானது. பிறகு கலைஞர் ஆட்சிக்கு வந்தார். அப்போது நீங்கள் இங்கே வந்தீர்கள். அமைதியாக இரு. கலைஞரிடம் கூறி இதற்கு ஒரு நல்ல முடிவைக் காண்போம் என்று கூறிச்சென்றீர்கள். ஆயிற்று... ஒன்றரை வருடம் ஆயிற்று... ஒன்றும் நடக்கவில்லை. நீங்கள் கூறியதால் இதுவரை ஆயுதத்தை பயன்படுத்தாமல் இருக்கிறேன். ஆனால் கர்நாடக அரசு முன்னைக் காட்டிலும் தீவிரமாக தேடுதல் வேட்டையில் இறங்கிவிட்டது. வேறு வழி தெரியவில்லை. கடத்திக் கொண்டு வர வேண்டியதாகிவிட்டது.

நக்கீரன்: எப்படிக் கடத்தினீர்கள்?

வீரப்பன்: அது என் தொழில் ரகசியம். தொழில் ரகசியத் தைச் சொல்லக்கூடாது.

நக்கீரன்: ஆட்களைக் கடத்துவதுதான் உங்க தொழிலா?

வீரப்பன்: தொழில் இல்லை. என் பிரச்சினைக்கு ஒரு முற்றுப் புள்ளி வைக்கப்படும்வரை இது தொடரத்தான் செய்யும்.

நக்கீரன்: *அந்த 9 பேரை எப்படி நடத்துகிறீர்கள்? அவர்களை சித்ரவதை செய்வதாக பத்திரிகைகளில் செய்தி வந்துள்ளதே?*

வீரப்பன்: சித்ரவதை செய்வது, கரண்டு விடுவது எல்லாம் போலீஸ்காரன் வேலை. நான் போலீஸ்காரன் அல்ல, வீரப்பன் அப்படிச் செய்யமாட்டேன்.

நக்கீரன்: எதற்கும் ஒரு எல்லை உண்டு. நீங்கள் செய்த கொலைகள், தவறுகள் ஒன்றிரண்டல்ல, மறுபடியும் அதிகாரிகளை கடத்துவது, பணய மாக்குவது என்பது ரொம்ப தப்பு.

வீரப்பன்: என்னைத் தொடர்ந்து வேட்டையாடிக் கொண்டி ருக்கிறார்கள். அதுமட்டுமல்ல... கர்நாடக அதிகாரிகளும் மந்திரிகளும் ஆளுக்கொரு பேச்சு பேசிக் கொண்டிருக் கிறார்கள். இங்கே, தமிழ்நாடு அரசு கூட அதிரடிப்படையை திரும்ப வாங்கிக்கொண்டுவிடவில்லை. முகாமிலுள்ள சில தமிழக அதிகாரிகள் சி.ஐ.டி.கள் மூலமாக என்னைப் பற்றி செய்தி சேகரித்து, கர்நாடக அரசுக்கே தெரிவித்துக் கொண்டிருக்கிறார்களே. அரசாங்கம் நம்ப வைத்து என்னைக் கழுத்தறுக்கப் பார்க்கிறதே.

நக்கீரன்: பேச்சுவார்த்தையில் முன்னேற்றம் ஏற்பட்டுக் கொண்டுதான் இருந்தது. இங்கே என்னை அனுப்பியபோதுகூட முதல்வர் கலைஞர் என்னிடம் கூறினார்.

வீரப்பன் சரணடையட்டும். கோவையிலோ, சேலத்திலோ தனி நீதிமன்றம் அமைப்போம். கர்நாடகாவில் வீரப்பன் மீதுள்ள வழக்குகளை யெல்லாம் இங்கே மாற்ற ஏற்பாடு செய்வோம். வீரப்பன் உயிருக்கு உத்தரவாதம் கொடுப்போம். வினோபாஜி முன்னிலையில் மான்சிங்கும், அர்ஜுன்சிங் முன்னிலையில் மல்கான்சிங்கும், பூலான்தேவியும் சரணடையவில்லையா? பூலான் தேவி இன்று எம்.பி.யாகவே தேர்ந்தெடுக்கப்

பட்டுள்ளாரே? வீரப்பன் சரணடையட்டும், ஒரு வருடமோ இரண்டு வருடமோ சிறையிலிருக்கட்டும். பிறகு அவர் விருப்பப்படி திருந்தி வாழட்டும் என்று முதல்வர் என்னிடம் உறுதி கூறி அனுப்பினார்.

வீரப்பன்: சிறையிலா? அந்த வேலையே வேண்டாம். ஒரு நிமிஷம்கூட ஜெயிலில் இருக்கமாட்டேன். என் தம்பியை கொன்றதைப் போல என்னையும் கொல்வார்கள். அந்தப் பேச்சே வேண்டாம்.

நக்கீரன்: பூலான்தேவியிடம் வீரப்பன் பற்றி என்ன நினைக்கிறீர்கள் என்று கேட்டபோது 'முதலில் அவர் சரணடையட்டும். பிறகு கோரிக்கைகளைப் பரிசீலிக்கலாம்" என்று சொல்லியிருக்கிறார்.

வீரப்பன்: அரசியல்வாதியாகிவிட்டார் அல்லவா? இப்படித் தான் பேசுவார்.

நக்கீரன்: பூலான்தேவியும் கோரிக்கை வைத்துத்தான் சரணடைந்தார். மூன்றே மூன்று கோரிக்கைகள் மட்டும், அவை என்ன தெரியுமா? கையில் விலங்கு போட்டு அழைத்துச் செல்லக்கூடாது. திறந்தவெளிச் சிறையில்தான் என்னை அடைக்க வேண்டும். என்னைச் சார்ந்தவர்களைச் சிரமப்படுத்தக் கூடாது, என்னைச் சந்திக்க அவர்களுக்கு அனுமதி யளிக்க வேண்டும் என்ற 3 கோரிக்கைகள் மட்டுமே. நூற்றுக்கு மேற்பட்ட தனது ஆட்களோடு சரண டைந்த மான்சிங்கோ ஒரே ஒரு கோரிக்கைதான் வைத்தார். எங்கள் ஊர் கோயிலுக்கு சொந்தமாக இருந்த நிலங்களை மீண்டும் கோயிலுக்கே வழங்க வேண்டும் என்ற ஒரே ஒரு கோரிக்கை மட்டும்தான். ஆனால், நீங்களோ 11 கோரிக்கைகளை கொடுத் திருக்கிறீர்கள்.

வீரப்பன்: நானும் அப்படிச் சரணடையத்தான் இருந்தேன்.

ஜெயலலிதா ஆட்சியில் 93-ஆம் வருடத்திலேயே சரணடையத் தயார் என்று பலர் மூலம் சொல்லி அனுப்பினேன். எனது சரண்டரை அரசாங்கம் ஏற்றுக்கொள்ளவில்லை. இப்ப நிலைமையே வேற. என் குடும்பமே அழிந்துவிட்டது. என் சொந்தக்காரர்களை எல்லாம் அழித்துவிட்டார்கள். இப்படிப்பட்ட கொடுமை பூலான்தேவிக்கோ, மான்சிங்கிற்கோ ஏற்படவில்லை.

நக்கீரன்: முதலில் நாம் ஒரு தீர்வுக்கு வந்துவிடுவோம். சரணடைந்த பிறகு நீங்கள் வெளியே வந்துவிடத் தான் போகிறீர்கள். அதன்பிறகு உங்கள் குடும்பத் திற்கு ஏற்பட்ட இழப்புகள் பற்றிப் பேசலாம்.

வீரப்பன்: வெளியே வந்தால் என்னைப் புதைத்துவிடும் அரசாங்கம்.

நக்கீரன்: நம்பிக்கையோடு பேசுங்கள்.

வீரப்பன்: நம்பிக்கையோடுதானே என் தம்பி அர்ச்சுனனை அனுப்பினேன். என்ன செய்தார்கள்? சயனைடு கொடுத்துக் கொன்று, நரசிபுரம் சந்தையில் அர்ச்சுனனுக்கும் ரங்கசாமிக் கும் ஐயன்துரைக்கும் சமாதி கட்டினார்களே... அந்த அரசாங் கத்தை எப்படி நம்ப? அந்த 3 சமாதிக்கு பழிக்குப் பழியாக 9 சமாதிகளைக் கட்டத்தான் இந்த 9 பேரை கடத்திவந்தேன்.

நக்கீரன்: இப்படி நீங்கள் பேசுவதைக் கேட்கவா நான் வந்திருக்கிறேன்?

வீரப்பன்: எனக்குப் பொதுமன்னிப்பு கிடைக்கவில்லை என்றால் இவர்களைக் கட்டாயம் கொல்வேன். இது சத்தியம். பொதுமன்னிப்புதான் வேண்டும். ஒருநாள் ஜெயிலுக்குள் நுழைந்தாலும் பிறகு சாகும்வரை என்னை வெளியே விடமாட்டார்கள்.

நக்கீரன்: பொதுமன்னிப்பு என்பது ரொம்ப கஷ்டமான கோரிக்கை. இந்தியாவில் இதுவரை

யாருக்குமே கிடைக்காத, கொடுக்கப்படாத ஒன்று.

வீரப்பன்: ஏன் கொடுக்கப்படவில்லை? காஷ்மீர் தீவிரவாதிகளுக்கு கிடைத்தது என்ன? இந்தக் கையில் துப்பாக்கி, அந்தக் கையில் மன்னிப்பு கொடுக்கவில்லையா? அவர்கள் பெரியவர்கள், நான் சின்னவனா?

நக்கீரன்: உங்கள் கதையே வேறு. யானை வேட்டை, சந்தன மரக்கடத்தல், நூற்றுக்கணக்கான அதிகாரிகள் கொலை.

வீரப்பன்: யானை வேட்டையும் சந்தனமரம் வெட்டியதும் யார்தான் செய்யவில்லை. அதற்காக என்னைப் பிடிக்கட்டும். கேஸ் போடட்டும். என் தங்கையை, குடும்பத்தை, ஊர்மக்களை கற்பழித்துக் கொல்ல போலீஸ்காரனுக்கு என்ன அதிகாரம் இருக்கிறது?

நக்கீரன்: உங்களுடைய பெரிய தவறு அதிகாரிகளைக் கொன்றதுதான். சிதம்பரத்தைக் கொன்றீர்கள். சீனிவாசன் தலையைத் தனியே வெட்டி எடுத்துச் சென்றீர்கள். அரிகிருஷ்ணா எஸ்.பி.யை கொலை செய்தீர்கள் இப்படி...

வீரப்பன்: என் தங்கையை கற்பழித்துக் கொன்றவனின் தலையை வெட்டாமல் என்ன செய்வதாம்?

நக்கீரன்: நீங்கள் இப்படிச் சொல்கிறீர்கள்? கர்நாடகத்திலோ, சீனிவாசனின் படத்திற்கு மாலை போட்டுக் கும்பிடுகிறார்கள். ஹரிகிருஷ்ணாவின் படுகொலையை இன்றுவரை வேதனையோடு பேசுகிறார்கள். இப்படிப்பட்ட கொடூரமான வீரப்பனுக்கு பொதுமன்னிப்பா என கேட்கிறார்கள் மக்கள்.

வீரப்பன்: அதிகாரிகள் நல்லவர்கள் என்று கூறினால்தான் மக்கள் குடியிருக்கவே முடிகிறது. பாம்பு தின்னும் ஊருக்குப் போனால் நடுத்துண்டம் நமக்கென்று மக்கள் பிழைக்க

வேண்டியிருக்கிறது. அதனால்தான் அப்படிச் சொல்கிறார்கள் மக்கள்.

நக்கீரன்: நக்கீரன்தான் வீரப்பனை ஹீரோ வாக்கிவிட்டது என்று பலர் என்மீது குற்றம் சாட்டுகிறார்கள். ஆனால் நீங்களோ 9 பேரை காப்பாற்ற வந்த என்னிடமே 9 பேருக்கும் சமாதிகட்டப் போகிறேன் என்று கூறுகிறீர்கள்.

வீரப்பன்: என் தம்பிக்கு அவர்கள் சமாதி கட்டியிருக்கிறார்கள். நான் அவர்களுக்கு கட்டப்போறேன்.

நக்கீரன்: இந்த முடிவில் நீங்கள் இருந்தால் நாம் பேசுவதில் அர்த்தமே இல்லை. யாரோ செய்ததற்கு இந்த 9 அப்பாவிகள் எப்படி பொறுப்பாக முடியும்?

வீரப்பன்: வீரப்பன் தவறு செய்தான் என்பதற்காக எத்தனை ஆயிரம் அப்பாவிகளை அழித்தார்கள். அது மாதிரிதான் இது. அர்ச்சுனனை கொன்றவனின் ரோமத்தைக் கூட இந்த அரசாங்கத்தால் பிடுங்க முடியவில்லை. ஆனால் என்னைப் பிடிக்க ராணுவத்தைக் கூட கொண்டுவந்தது அரசாங்கம்.

நக்கீரன்: சங்கர்பிதாரி சொல்கிறார். 'நான்தான் அர்ச்சுனனைக் கொன்றதாக வீரப்பன் தவறாக நினைத்துக் கொண்டிருக்கிறார். அர்ச்சுனன் சிறையில் இருக்கும்போது விடுதலைப்புலிகள் சயனைட் கொடுத்திருக்கலாம். நான் ஏன் அர்ச்சுனனைக் கொல்லவேண்டும்' என்று கூறியிருக்கிறார்.

வீரப்பன்: தேவாரம் யோசனைப்படி சங்கர்பிதாரிதான் கொன்றான். அவன் கொல்லவில்லை என்றால், அவன் அப்பனா கொன்றான்?

நக்கீரன்: மீண்டும், மீண்டும் கோபம்தான் வருகிறது உங்களுக்கு. அவர்கள் அரசாங்க அதிகாரிகள்.

வீரப்பன்: அதிகாரியாவது, மண்ணாங்கட்டியாவது... எல்லாரும் மனிதன்தான்.

நக்கீரன்: இந்த டயலாக்கையெல்லாம் உங்கள் காட்டு ராஜாங்கத்தில் வைத்துக்கொள்ளுங்கள். காட்டுக்குள்தான் உங்கள் அரசாங்கம். நாட்டில் அரசாங்கம் என்பது வேறு. சில விஷயங்களை நீங்கள் ஜீரணிக்க கற்றுக்கொள்ளுங்கள். நான் இங்கே உள்ளே வருவதற்கு 24 மணி நேரம் நடந்து வரவேண்டியிருந்தது. எதற்காக...? இந்த ஒன்பது உயிர்களுக்காக... அதைப் பற்றிப் பேசுங்கள்.

வீரப்பன்: ரொம்ப ஈஸி. எனக்கு மன்னிப்பு கொடுத்தால் போதும்... விட்டுவிடுகிறேன். ஆனால் ஒரே ஒரு நிமிஷம்கூட உள்ள இருக்கமாட்டேன். ஜெயிலில் இருந்து சாவதைவிட ஒரு ரெண்டாயிரம் பேரை கொன்றுவிட்டு சாகிறேன் போ.

நக்கீரன்: இன்னும் ரெண்டாயிரம் பேரையா?

வீரப்பன்: ரெண்டாயிரம் பேரை என்ன, ரெண்டு லட்சம் பேரைக்கூட கொல்வேன். என் தம்பியை கொன்றவனை தண்டிக்கத் துப்பில்லை. சயனைட் கொடுத்து என் தம்பியைக் கொன்றதை மந்திரியாயிருந்த தேவகௌடா கூட கண்டித்தார். பங்காரப்பா கூட கண்டித்தார்.

நக்கீரன்: அதே பங்காரப்பாதான் இப்போது நீங்கள் வனத் துறையினரை கடத்தி வந்ததையும் கண்டித் திருக்கிறார்.

வீரப்பன்: அரசியல்வாதியின் குணத்தைக் காட்டி விட்டாரா?

நக்கீரன்: நம்பிக்கைதான் வாழ்க்கை, நம்புங்கள். கர்நாடக முதல்வரும் தமிழக முதல்வரும் உங்கள் உயிருக்கு உலகம் அறிய உத்தரவாதம் தந்திருக்கிறார்கள்.

வீரப்பன்: அதையெல்லாம் நம்ப முடியாது. போலீஸ்காரர்கள் வீட்டில் ஒப்பாரிக்கு ஏற்பாடு செய்தால்தான் இவர்களுக்கு சரிப்பட்டு வரும்.

நக்கீரன்: வெறியோடு பேசாதீர்கள். கர்நாடக அரசு எவ்வளவோ இறங்கி வந்திருக்கிறது. நீங்கள்தான் முரண்டு பிடிக்கிறீர்கள். நீங்களும் அரசாங்கத் தோடு நெருங்கி வரவேண்டாமா?

வீரப்பன்: எதை நெருங்க. அரசாங்கம் ஒரு நெருப்பு. அதை நம்பவே முடியாது.

நக்கீரன்: பொதுமன்னிப்பு, பாதுகாப்பு, துப்பாக்கி, தலைக்கு 50 லட்சம், அதிகாரிகள் மீது நடவடிக்கை என்று சாத்தியமற்ற கோரிக்கைகளைப் பிடித்துக் கொண்டு தொங்கும் நீங்கள்தான் நெருப்பென்று அரசாங்கம் கூறுகிறது.

வீரப்பன்: இந்த மரத்தின் மேலிருந்து குதித்தால் சாவு நிச்சயம் எனத் தெரிந்த பின்னால் குதி, குதி என்று சொன்னால் குதிக்க முடியுமா? எவனாவது குதிப்பானா?

நக்கீரன்: அப்படியானால் அரசாங்கத்தின் மீது உங்களுக்கு நம்பிக்கை கிடையாதா?

வீரப்பன்: கிடையாது.

நக்கீரன்: அரசாங்கம் கொடுக்கும் பொது மன்னிப்பை மட்டும் எப்படி நம்பப்போகிறீர்கள்?

வீரப்பன்: அதற்குத்தான் எங்கள் உயிருக்கு பட்டா கேட்கிறேன். கலைஞரும் பட்டேலும் பிரதமரும் ஜனாதிபதி யும் கையெழுத்துப் போட்ட பட்டா. அதற்காகத்தான் உங்களிடம் 11 கோரிக்கைகளைக் கொடுத்தனுப்பினேன்.

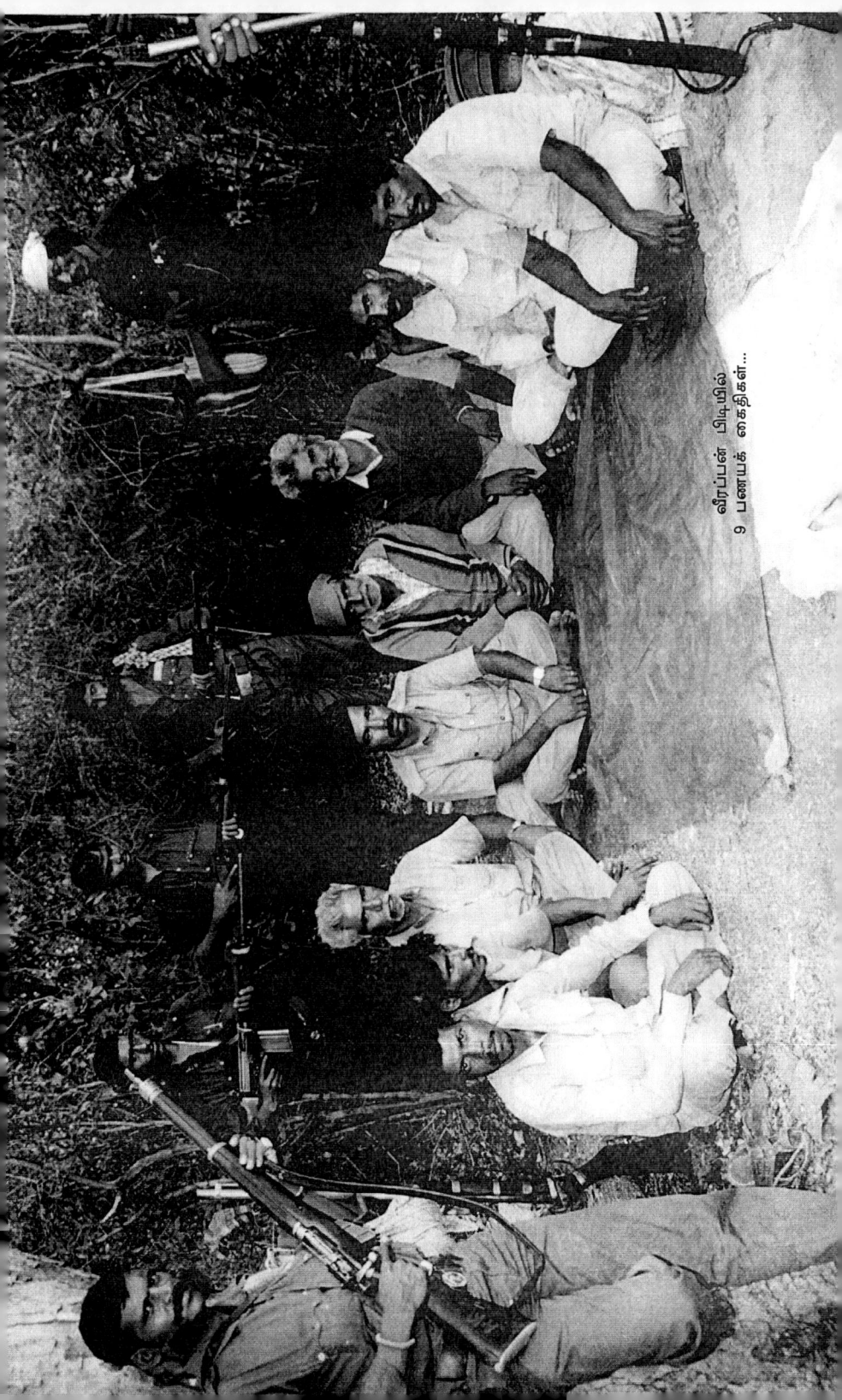

வீரப்பன் பிடியில்
9 பணயக் கைதிகள்...

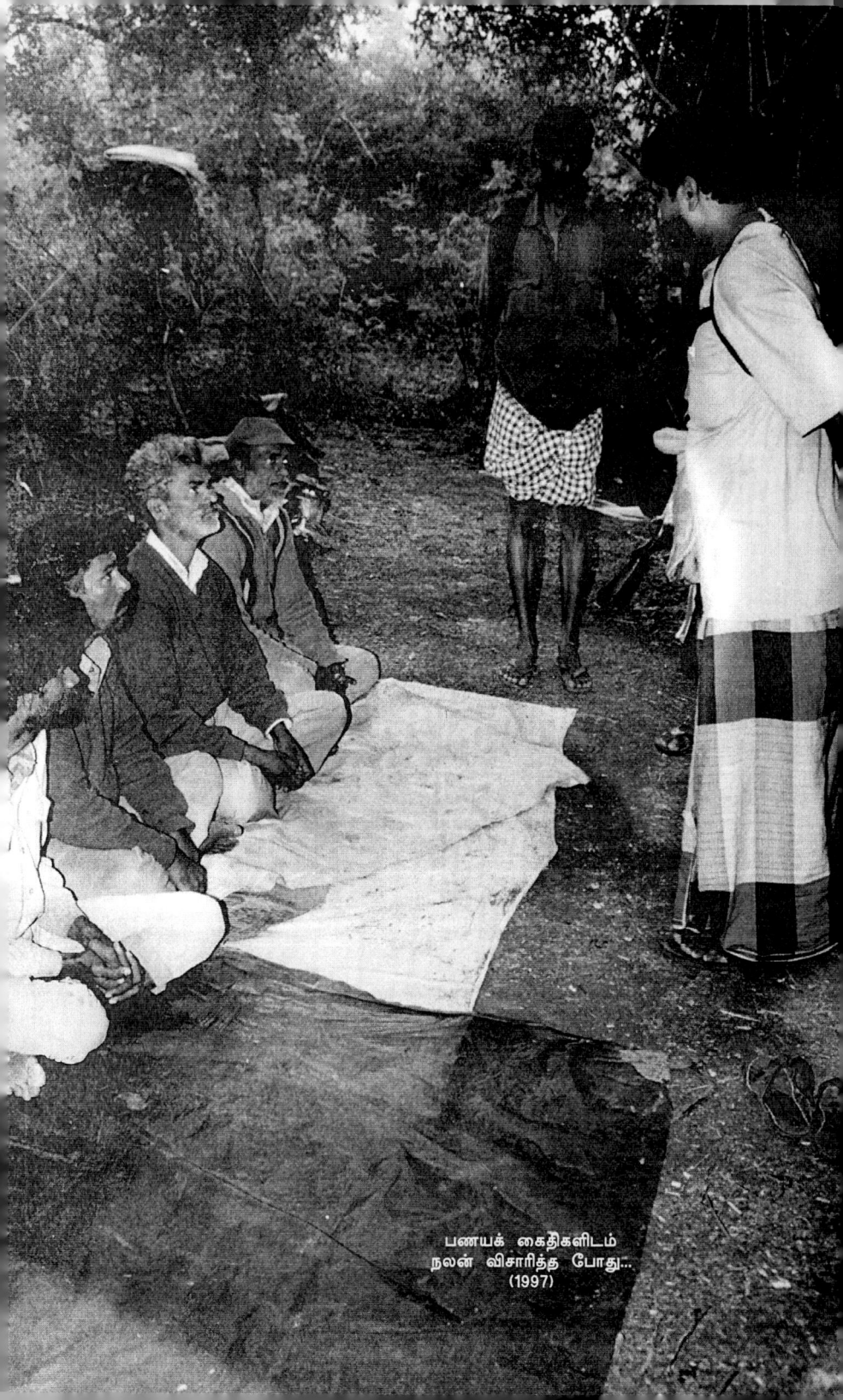

பணயக் கைதிகளிடம்
நலன் விசாரித்த போது...
(1997)

“பொது மன்னிப்பு
கிடைக்குமா?
கிடைக்காதா?”

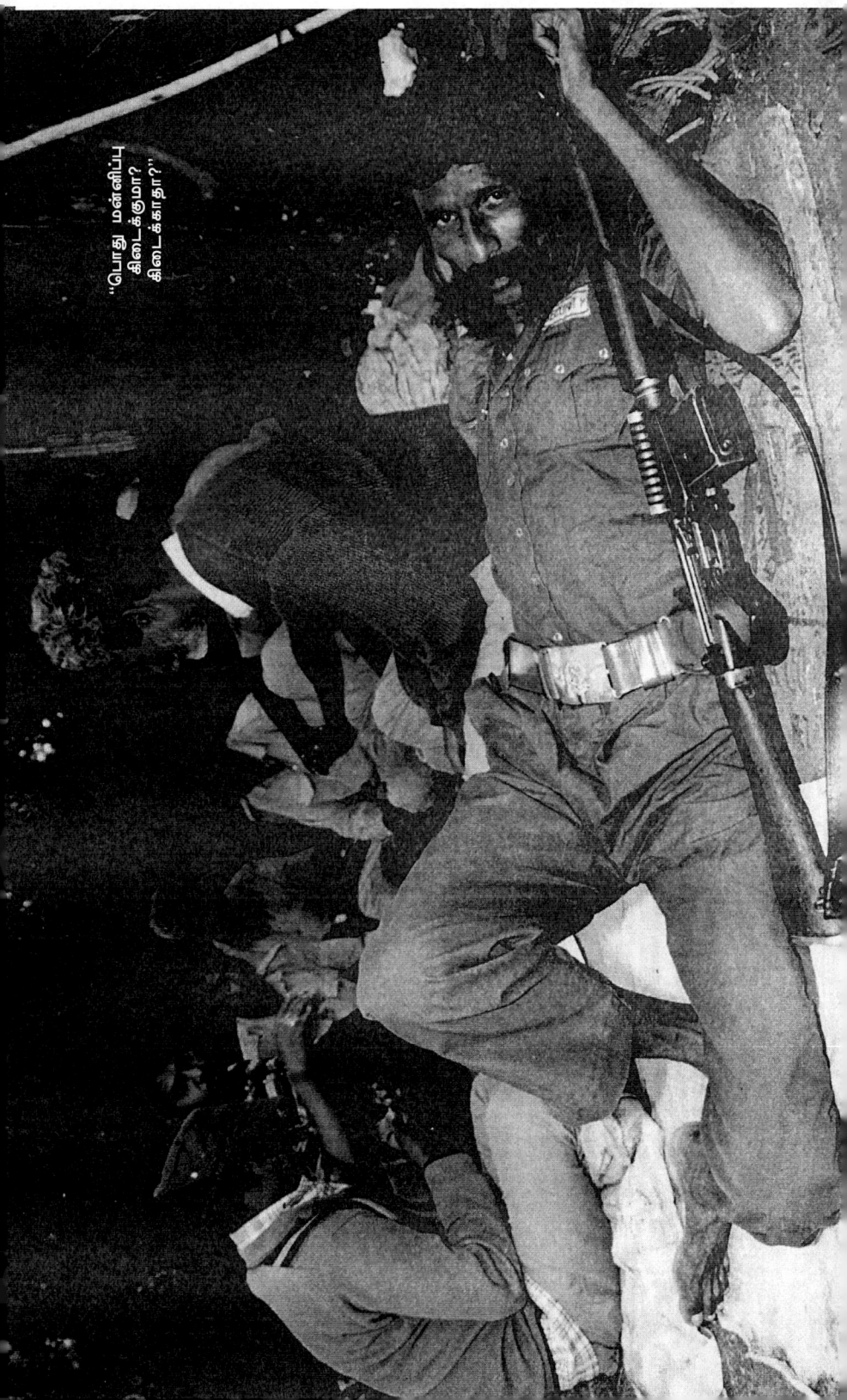

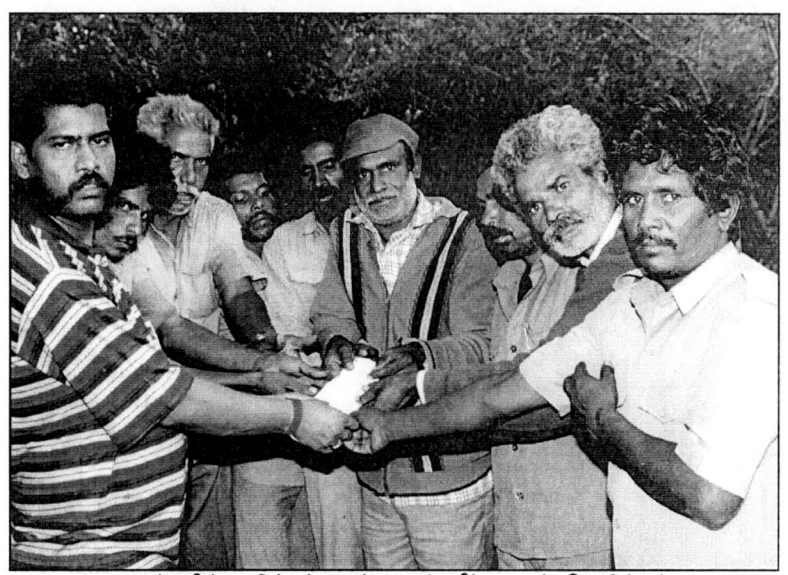

தங்களின் குடும்பங்களுக்கு கண்ணீர் கடிதம் கொடுக்கும்
பணயக் கைதிகள்

முதல் கட்ட பயணம் முடிந்து கலைஞரை சந்தித்தபோது...

சென்னை காஞ்சி ஹோட்டலில் நடந்த
பத்திரிகையாளர்கள் சந்திப்பு

ANI
JAYA TV

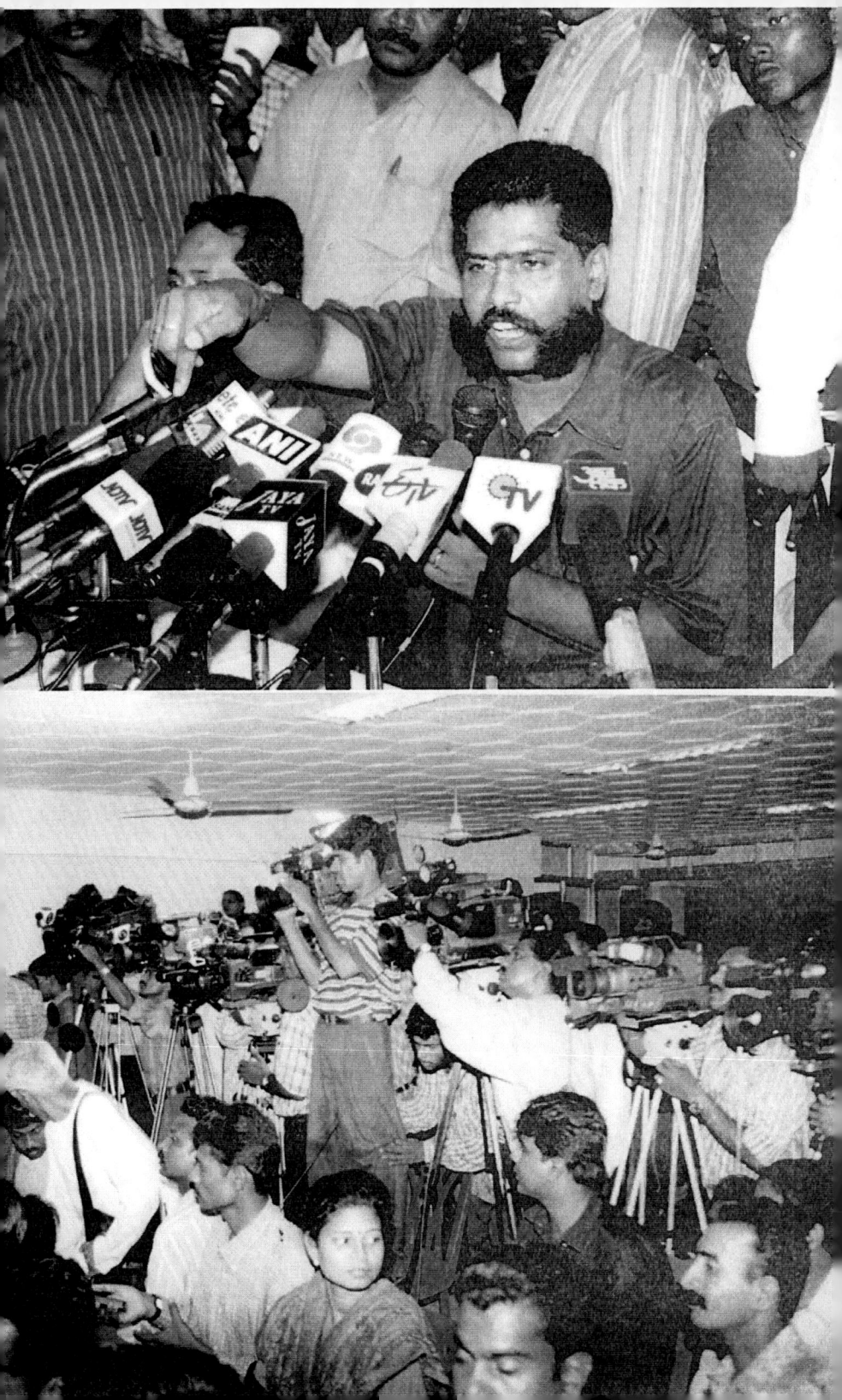

"என்ன தான்
எதிர்பார்க்குறீங்க...?"

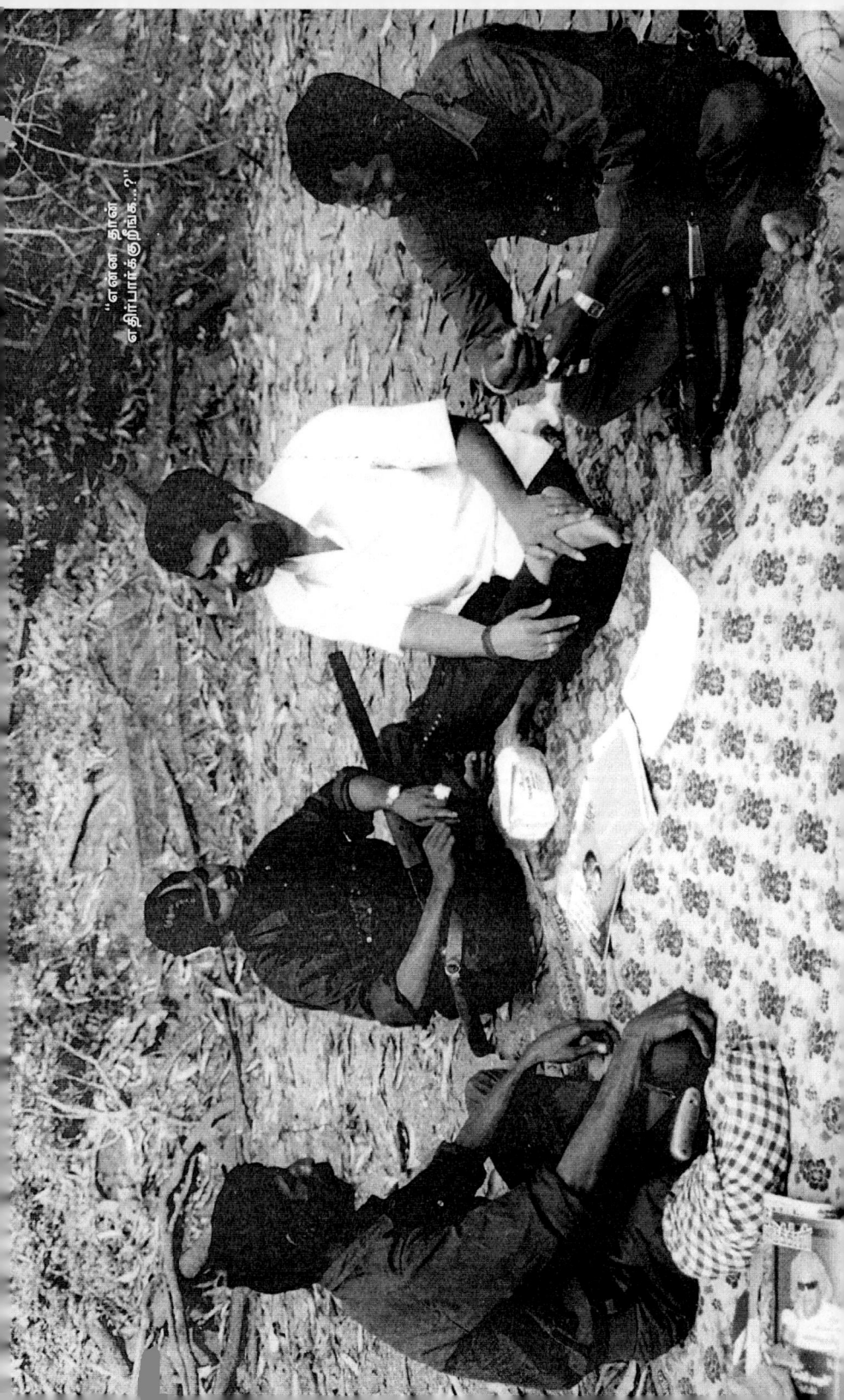

நக்கீரன்: அந்த 11 கோரிக்கைகளில் ஏதாவது மாற்றம் உண்டா?

வீரப்பன்: எனக்கும் என்னைச் சேர்ந்தவர்களுக்கும் 50 லட்ச ரூபாய் கேட்டிருந்தேன். அதைக் குறைத்துக்கொள்கிறேன். அவர்கள் விருப்பப்பட்டு தருவதை சந்தோஷமாக வாங்கிக் கொள்கிறேன்.

6 தந்தங்களை வைத்துக்கொள்ள அனுமதி கேட்டேன். அதை அரசாங்கத்திடமே கொடுத்துவிடுகிறேன். அவர்கள் கோயிலுக்கு கொடுக்கட்டும்.

அதிரடிப்படைகளை வாபஸ் பெறவேண்டும் என்று கேட்டிருந்தேன். பொதுமன்னிப்புக் கொடுத்தபின் அதைப்பற்றி கவலைப்பட வேண்டியதில்லை.

பொதுமன்னிப்பு கிடைத்தால் வழக்குகள் தானாகவே இல்லாமல் போய்விடுமல்லவா? அந்தக் கோரிக்கையும் அவசியமில்லை.

மற்ற அத்தனை கோரிக்கைகளும் கட்டாயம் வேண்டும். அப்புறம்... சினிமா எடுப்பது....

நக்கீரன்: நீங்கள் வெளியே வந்தாலும் அரசாங் கத்திற்குத் தலைவலியாகத்தான் இருப்பீர்கள் போலிருக்கிறது. உங்களிடம் பணயக் கைதிகளாக உள்ள 9 பேரையும் ஒப்படைக்க, அரசிடம் என்னதான் எதிர்பார்க்கிறீர்கள்?

வீரப்பன்: பொதுமன்னிப்பு. மற்ற என் கோரிக்கைகள் நிறைவேற வேண்டும். இலையைப் போட்டு, காகிதங்களில் தனித்தனியே லட்டு, போண்டா, சோறு, கறி என்று எழுதி இலையில் போட்டு சாப்பிடு என்று தமிழர்களை ஏமாற்றுகிறாளே சந்திரிகா... அப்படி என்னை ஏமாற்ற நினைக்கிறது அரசாங்கம்.

பெரு நாட்டில் சுரங்கம் தோண்டி தீவிரவாதிகளிடமிருந்து பணயக் கைதிகளை மீட்டதுபோல ஏதாவது செய்து, இந்த ஒன்பது பேரையும் மீட்டுக்கொண்டு செல்ல நினைத்தால்... வீரப்பன் எதிலும் வெட்டு ஒண்ணு துண்டு ரெண்டுதான். அப்புறம் இந்த 9 பேரின் தலையும் 'கட்'தான்

19

இரண்டாம் லட்சியப் பயணம்!

அரசு தூதுவராக காட்டுக்குள் சென்று வீரப்பனை, சந்தித்துவிட்டுத் திரும்பியதிலிருந்து வீரப்பன் விவகாரத்தில் இரண்டு மாநில அரசுகளும் என்ன முடிவெடுக்கப்போகின்றன என நாடே எதிர்பார்த்துக்கொண்டிருந்த நிலையில்... ஜூலை 26-ந் தேதியன்று உளவுத்துறை ஐ.ஜி. அலெக்சாண்டரிடமிருந்து நமக்கு அழைப்பு வந்தது.

"வீரப்பன் விவகாரம் பற்றி பேசுவதற்காக கர்நாடகா முதல்வர் ஜே.எச்.பாட்டீல் வருகிறார். செகரட்டரியேட்டில் அவரை மீட் பண்ண வேண்டியிருக்கும்" என்று தெரிவித்தார் ஐ.ஜி.

மாலை 6 மணிவரை கோட்டையில் காத்திருந்த தமிழக முதல்வர், கர்நாடகா தரப்பிலிருந்து வருவதற்கு தாமதம் ஏற்படுவதை அறிந்ததும் புறப்பட்டுச் சென்றார். சிறிதுநேரம் கழித்து "எங்கள் சி.எம். ஸ்பெஷல் ப்ளைட்டில் புறப்பட்டுவிட்டார்" என்று தகவல் வந்ததைத் தொடர்ந்து, நமது முதல்வருக்கு தகவல் தெரிவிக்கப்பட்டது. இரவு 7 மணி அளவில் மீண்டும் கோட்டைக்கு வந்தார் முதல்வர். அப்போது நாம் கோட்டையில் இருந்தோம்.

இரவு 8:35 மணியளவில் கோட்டைக்கு வந்த கர்நாடகா முதல்வரை, முதல்வர் கலைஞர் வரவேற்றார்.

கர்நாடகா முதல்வர் ஜே.எச்.பாட்டீலுடன், கர்நாடக உள்துறை அமைச்சர் ரோஷன்பெய்க், சட்ட மந்திரி எம்.சி.நானய்யா, வனத்துறை மந்திரி குருபாதப்பா, கர்நாடகா தலைமைச் செயலாளர், கூடுதல் தலைமைச் செயலாளர், டி.ஜி.பி.

சீனிவாசலு, டி.ஐ.ஜி. சங்கர்பிதாரி உள்ளிட்டோர் வந்திருந்தனர். வீரப்பன் விவகாரம் குறித்து பேசுவதற்காக கர்நாடகா முதல்வர் சென்னைக்கு வருவதை அறிந்த பத்திரிகை புகைப்படக் கலைஞர்களும் டி.வி. சேனல் கேமராமேன்களும் அதிக அளவில் கோட்டையில் குழுமியிருந்தனர்.

ஜே.எச்.பாட்டீலை வரவேற்ற கலைஞர், அமைச்சரவை கூட்டம் நடைபெறும் இடத்திற்கு அமைச்சர்களையும், அதிகாரிகளையும் அழைத்துச் சென்றார். தமிழக அரசின் சார்பில் முதல்வர் கலைஞருடன் அமைச்சர்கள் ஆற்காடு வீராசாமி, ஆலடி அருணா, தலைமைச் செயலாளர் கே.ஏ.நம்பியார், டி.ஜி.பி. ராஜசேகரன் நாயர், ஐ.ஜி. அலெக்சாண்டர், அரசு வக்கீல் சண்முகசுந்தரம் ஆகியோர் பேச்சுவார்த்தைக்குத் தயாராயினர்.

வழக்கம்போல் பார்க் ஷெரட்டான் ஹோட்டலிலிருந்து வரவழைக்கப்பட்ட சமோசாவும், முந்திரிப் பருப்பும் பரிமாறப்பட்ட பின், பேச்சுவார்த்தை தொடங்கியது. கர்நாடகத்திலிருந்து வந்திருந்த அமைச்சர்களும், அதிகாரிகளும் கடத்தப்பட்ட 9 பேரின் உயிரைப் பற்றி கொஞ்சம்கூட கவலைப்படாமல் ஆவேசமாகப் பேசினார்கள். உடனடியாக படையை அனுப்பி வீரப்பனை பிடித்து வரவேண்டும் என்பதாகவே அவர்கள் பேச்சு இருந்தது. அவர்கள் தரப்பில் இரண்டுபேர் ஆவேசப்படுவதும், இரண்டுபேர் சாந்தப் படுத்துவதுமாக பேச்சுவார்த்தை நீண்டுகொண்டிருந்தது.

ஒருகட்டத்தில் கர்நாடகா முதல்வர் ஜே.எச்.பாட்டீலே ஆவேசமாகப் பேசினார். தங்கள் மாநிலத்தைச் சேர்ந்த 9 பேரின் உயிரைப் பற்றி கொஞ்சமும் அக்கறை எடுத்துக்கொள்ளாமல் பொறுமையிழந்து பேசும் கர்நாடகா தரப்பினரின் செயல் கண்டு நமது முதல்வருக்கு கோபம் வந்துவிட்டது.

இரண்டு மாநிலத்து அதிரடிப்படைகளையும் அனுப்பி வீரப்பனைப் பிடிக்கவேண்டும் என்று கர்நாடகா தரப்பிலிருந்து மீண்டும் மீண்டும் வலியுறுத்தப்பட்டதால் எரிச்சலடைந்த நமது டி.ஜி.பி. நாயர், “இரண்டுபேரும் சேர்ந்து இவ்வளவு நாள் நடத்திய ஆபரேஷனில் எந்தப் பலனும் கிடைக்கவில்லை. இப்போது 9 பேரின் உயிரைக் காப்பாற்ற வேண்டும், அதைப்பற்றி யோசியுங்கள்” என்றார்.

இறுதியாக என்னிடம் மீண்டும் காட்டுக்குச் செல்லுமாறு கேட்டுக்கொள்வதென முடிவெடுக்கப்பட்டது. இரு மாநிலங்கள் சார்பாகவும் இத்தகைய முடிவு மேற்கொள்ளப்பட்டவுடன் நமது முதல்வர் கலைஞர், கர்நாடகா முதல்வரை நோக்கி ‘கமான் சி.எம்.’

என அழைத்தார். பாட்டீலை தனது அறைக்கு கூட்டிச் சென்றார் கலைஞர். பேச்சுவார்த்தையில் கலந்துகொண்ட மற்றவர்கள் யாரும் அழைக்கப்படவில்லை.

இரு முதல்வர்களும் இருந்த அறைக்கு நாம் அழைக்கப்பட்டோம். அப்போது ஜே.எம்.பாட்டீல், "என்னால் தமிழைப் புரிந்து கொள்ள முடியும். வீரப்பனிடம் நீங்கள் நன்றாகப் பேசியிருப்பதாக எல்லோரும் சொன்னார்கள். உங்கள் முயற்சியைப் பாராட்டுகிறேன். அதே நேரத்தில் பொதுமன்னிப்பு வழங்குவதில் லீகல் பிராப்ளம் உள்ளது" என்றார் நம்மிடம்.

உடனே நமது முதல்வரும், பொதுமன்னிப்பு வழங்குவதில் உள்ள சட்ட சிக்கல்களை தெரிவித்துவிட்டு "ஸ்பெஷல் கோர்ட் அமைப்பது பற்றியும் உயிருக்கு உத்தரவாதம் அளிப்பது பற்றியும் வீரப்பனிடம் தெரிவித்து 9 பேரை மீட்க முயற்சி செய்யுங்கள்" என்றார்.

இதுகுறித்து வீரப்பனிடம் ஏற்கனவே தெரிவித்திருப்பது பற்றியும், அதை அவன் ஏற்றுக்கொள்ளாமல் பொதுமன்னிப்பு என்பதிலேயே உறுதியாக இருப்பதையும், இனிமேல் காட்டுக்குள் வந்தால் பொதுமன்னிப்புடன் வாருங்கள் என அவன் கூறியிருப்பதையும் முதல்வரிடம் மீண்டும் வலியுறுத்தினோம்.

அப்போதும் முதல்வர், "நீங்கள் இந்த முறையும் போய்ப் பாருங்கள். வீரப்பன் மனமாற்றம் அடைய ஒரு வாய்ப்பளிப்போம்'' என்றார். இச்சந்திப்பு முடிந்து புறப்பட்டவுடன் தமிழக முதல்வரும், கர்நாடகா முதல்வரும் பத்திரிகையாளர்களைச் சந்தித்து கூட்டாகத் தயாரிக்கப்பட்ட ஆங்கில அறிக்கையை அளித்தனர்.

"இரண்டு மாநில முதலமைச்சர்களும் இரண்டு மாநில அரசுகளும் இந்தப் பிரச்சினை எவ்வளவு விரைவில் தீர்க்கப்பட முடியுமோ அவ்வளவு விரைவில் தீர்க்கப்பட வேண்டுமென்று விரும்புகிறார்கள். இதிலே ஒரு முடிவு காணவும், ஒரு நல்லெண்ணத்தின் அடையாளமாகவும் வீரப்பன் உடனடியாக 9 பேரையும் விடுதலை செய்யவேண்டும்., பொதுமன்னிப்பு வழங்கப்பட வேண்டுமென்ற கோரிக்கையை ஏற்றுக்கொள்வதில் சிக்கலான சட்டப் பிரச்சினைகளும் தடைகளும் இருக்கின்றன.

வீரப்பன் சரணடைந்ததுமே அவருடைய உயிருக்கு 2 மாநில அரசுகளாலும் பாதுகாப்புக்கு உத்தரவாதம் அளிக்கப்படும். இரண்டு மாநிலங்களிலும் அவருக்கு எதிராக பல வழக்குகள் பதிவு செய்யப்பட்ட நிலையில் உள்ளன.

கலைஞரிடம் வீரப்பன் வைத்த விசித்திர வேண்டுகோள்!

ஐயா, கலைஞர் அவர்களுக்கு! வீரப்பன் பேசறேன். உங்களுக்கு நான் தனியா ஒரு கோரிக்கை வைக்கிறேன். எனக்கு பொதுமன்னிப்பு கிடைத்த பிறகு, இந்த கோரிக்கையை நீங்கதான் நிறைவேற்ற வேண்டும். எனக்கு பொதுமன்னிப்பு கிடைத்து நாட்டுக்கு வந்தவுடன் எனக்கு நீங்க ஒகனேக்கல் கரை ஓரத்தில் நீர்வீழ்ச்சி பகுதியில் இரண்டு ஏக்கர் நிலம் பட்டா போட்டு தரவேண் டும். அந்த இரண்டு ஏக்கர் நிலத்தில் ஏழை குழந்தைகளுக்கு அனாதை விடுதி கட்டி, கை, கால், காது கேளாதோர் பள்ளிக்கூடம் கட்டி அதை பராமரிப்பு செய்கிறேன்.

மற்றும் ஐயா கலைஞர் பெயரில் ஒரு அனாதை ஆசிர மம் கட்டணும். அந்த இரண்டு ஏக்கர் நிலத்தில் ஒருபக்கம் பூங்கா அமைத்து, அந்தப் பூங்காவில் உங்க சிலை (கலைஞர்) வைத்து நான் உங்களை கடவுளா நினைத்து தினமும் பூஜை பண்ணணும். எங்களுக்கு உயிர் கொடுக்கிறது நீங்கதான். அதனால உங்களையே நான் தெய்வமா கும்பிடுறேன்.

இதை நான் ஏன் கேக்கிறேன்னா ஒருமுறை எம்.ஜி.ஆர். சினிமா படம் எடுக்க ஒகனேக்கல் நீர்வீழ்ச்சியில் குதித்து வெளியே வர மாதிரி ஒரு சீன். ஆனா அந்த நீர்வீழ்ச்சியில் குதித்து யாரும் வெளியே உயிரோடு வந்ததில்லை. அப்போது பரிசல் ஓட்டிக்கொண்டிருந்த ஒருவன், ‘ஐயா நான் உங்களுக்காக மாறுவேடம் போட்டு இந்த நீர்வீழ்ச்சியில் குதிக்கிறேன். உயிரோட வந்தாலும் சரி, வரலேன்னாலும் சரி... உங்களுக்கென குதிக்கிறேன்’னு சொல்லிவிட்டுக் குதித்தான்.

அப்போது அவன் தப்பித்து உயிரோடு வந்து விட்டான். ஆனால் அவனுக்கு இரண்டு காதும் கேட்காமல் போயிடுச்சு. எம்.ஜி.ஆர். முதலமைச்சரான பிறகு அவனைக் கூப்பிட்டாரு. ‘எனக்காக உயிரையே தியாகம் செய்ய வந்தே. நான் உனக்கு தரும் பரிசு, நீ உயிருள்ள வரைக்கும் இந்த ஒகனேக்கல் பரிசல் துறையை குத்தகைக்கு உனக்கு எழுதித் தருகிறேன்’ என்று சொல்லி அப்பொழுது எழுதி வைத்தார். அதுமாதிரி, ஐயா நீங்க இரண்டு ஏக்கர் நிலத்தை உங்க பேரு சொல்ற மாதிரி எங்களுக்குத் தரணும்னு ரொம்ப பணிவா கேட்டுக்கிறேன். வணக்கம். நன்றி ஐயா!

இவைகளை விசாரணைக்கு எடுத்துக்கொண்டாக வேண்டும். இந்த வழக்குகளை தமிழகத்திலே நடத்தி விசாரிப்பதற்கு கர்நாடக அரசு தனது ஒத்துழைப்பை தமிழக அரசுக்கு நல்க ஒப்புக்கொண்டுள்ளது. இதற்கு உச்சநீதிமன்றத்தின் ஒப்புதல் தேவைப்படுகிறது. அதற்கு சிறிது காலம் ஆகும்.

இந்தச் செய்தியுடனும் பிடித்து வைக்கப்பட்டுள்ள ஒன்பது பேரையும் உடனடியாக விடுதலை செய்யவேண்டுமென்ற இரண்டு மாநில முதலமைச்சர்களின் இன்றைய வேண்டுகோளுடனும் நக்கீரன்கோபால், வீரப்பனை சந்திப்பதற்காக அனுப்பப்படுவார்" என்று அந்த அறிக்கையில் தெரிவிக்கப்பட்டது.

வீரப்பனை, நாம் சந்தித்தபோது 9 பேரில் 4, 5 பேரையாவது விடுவிக்கும்படி கோரப்பட்டது. வீரப்பன் மறுத்து விட்டான். தனது கோரிக்கை ஏற்கப்பட்டால்தான் இவர்களை விடுவிக்க முடியும் என்பதை உறுதியாகத் தெரிவித்துவிட்டான். இப்போதும் அவன் அதே மனநிலையில்தான் இருக்கிறான் என்றாலும் கடத்தப்பட்ட வனத்துறையினரின் உயிரை மீட்பதற்காக மீண்டும் அவனுக்குத் தகவல் அனுப்பியிருக்கிறோம். வீரப்பனிடமிருந்து பதில் தகவலை எதிர்பார்த்து காத்துக்கொண்டிருக்கிறோம். இதனிடையே அரசுத் தரப்பிலிருந்து மேலும் சாதகமான தகவல்கள் கிட்டுமா என்கிற எதிர்பார்ப்பும் உள்ளது.

வீரப்பனின் கோரிக்கைகள் பற்றி மீண்டும் பரிசீலித்து முன்னேற்றமான பதிலை எழுத்துபூர்வமாக தெரிவித்தால், 9 பேரின் உயிரை மீட்பதற்கு வசதியாக அமையும் என்பதை நக்கீரன் நன்றாகவே அறிந்துள்ளது. நாம் எதிர்பார்ப்பதுபோல் அரசுத் தரப்பிலிருந்து தகவல் கிடைக்கலாம் என்ற நம்பிக்கையுடன் வீரப்பனுடன் இரண்டாம்கட்ட பேச்சுவார்த்தை நடத்த ஆயத்தமாக இருந்தோம்.

வீரப்பனின் மரணப்பிடியில் சிக்கியிருக்கும் 9 பேரையும் மீட்க வேண்டும் என்ற பொறுப்புணர்வுடன் நாம் ஒவ்வொரு அடியையும் கவனமாக எடுத்து வைத்துவரும் வேளையில்... கர்நாடக அரசின் நடவடிக்கைகள் பலத்த அதிர்ச்சியை அளிக்கின்றன. வீரப்பன் விவகாரத்தில் சாதகமான முடிவை நக்கீரனால்தான் எடுக்க முடியும் என்று சென்னையில் தெரிவித்த கர்நாடக அரசு காட்டுப்பகுதியில் முற்றிலும் மாறுபட்ட நடவடிக்கையில் இறங்கியுள்ளது.

கர்நாடக அதிரடிப்படை எஸ்.பி. ரவீந்திர பிரசாத் தலைமையில் திம்பம், கெத்தேசால், தாளவாடி, ஆசனூர் உள்ளிட்ட பகுதிகளில் அதிரடிப்படையினர் மாறுவேடத்தில் சுற்றி வந்துகொண்டிருக்கின்றனர். மலைக்கிராமங்களைச் சேர்ந்த இன்ஃபார்மர்களைக் கொண்டு வீரப்பனின் இருப்பிடத்தை அறியும் முயற்சியில் தீவிரமாக ஈடுபட்டுள்ளனர். காட்டுப் பகுதியில் மாடு மேய்ப்பது போல் இன்ஃபார்மர்கள் சுற்றிவருகின்றனர்.

கடத்தப்பட்ட 9 பேரின் உயிர் போனாலும் பரவாயில்லை. வீரப்பனைப் பிடிக்கவேண்டும் என்ற வெறித்தனத்துடன் கர்நாடகா அதிரடிப்படை மாறுவேடத்தில் ரோந்து வந்துகொண்டிருக்கிறது. நாம் செல்லும் பாதையை பின்தொடர்ந்து வீரப்பனைப் பிடிக்கவும் அதிரடிப்படை தயாராகிவிட்டது என்ற அதிர்ச்சித் தகவல் காட்டுப்பகுதியில் உள்ள நமது நிருபர்கள் மூலம் தெரிய வந்துள்ளது.

இத்தனை இடர்ப்பாடுகளையும் கடந்து, தடைகளை தகர்த்தெறிந்து 9 பேரின் உயிரை மீட்பதற்காக நக்கீரன் தனது இலட்சியப் பயணத்தை இரண்டாம் முறையாக மேற் கொள்வதற்கு தயாராகிவிட்டான்.

20

பத்திரிகையாளர்கள் முன் நக்கீரன்!

சரித்திரத்தின் பக்கங்களில் பதிந்துவிட்ட அந்த சாகஸ சந்திப்பின்போது நடந்தது என்ன என்பதை பத்திரிகையுலக நண்பர்களுடன் பகிர்ந்து கொள்வதற்காக 24-7-97 அன்று ஏற்பாடு செய்யப்பட்டிருந்த சிறப்பு 'பிரஸ் மீட்'டினால் சென்னை காஞ்சி ஹோட்டலின் முதல் தளத்தில் உள்ள கூடம் நிரம்பி வழிந்தது.

தனியார் தொலைக்காட்சி நிறுவனங்கள், சர்வதேச தொலைக்காட்சி நிறுவனங்கள், தமிழ், ஆங்கிலம், கன்னடம், தெலுங்கு, மலையாளம், ஹிந்தி, மராத்தி என சகல மொழிகளையும் சார்ந்த பத்திரிகைகளின் நிருபர்கள், புகைப்படக் கலைஞர்கள், வீடியோகிராபர்கள் என கூடம் முழுவதும் கண்களில் ஆவலைத் தேக்கியபடி 110-க்கும் அதிகமானோர் நிறைந்திருந்தனர்.

தமிழக அரசின் வேண்டுகோளை ஏற்று காட்டுக்குள் சென்றது, வீரப்பனுடனான நேரடி சந்திப்பு, கடத்தப்பட்டவர்களின் கண்ணீர் பேட்டி என ஒருமணி நேரத்துக்கும் மேல் நக்கீரனின் பணியை விளக்கிய நாம், பத்திரிகை யாளர்களின் கேள்விகளுக்கும் பதிலளித்தோம். பிறகு கேசட் பதிவுகளை ஒளிபரப்பி விளக்க மளித்தபோது கவனத்துடன் அவற்றைக் குறிப்பெடுத்துக்கொண்டது பத்திரிகை உலகம். சாகஸ சந்திப்பு சம்பந்தமான புகைப்படங்களும் பத்திரிகையுலக நண்பர்களுக்கு வழங்கப்பட்டன.

பிரஸ்மீட் முடியும்வரை இமைகொட் டாமல் இருந்த பத்திரிகையுலக நண்பர்களுக்கு அதன் பிறகும் பிரமிப்பு அகலவில்லை. வடஇந்திய

பத்திரிகையுலகத்தினர் நமது கைகளைக் குலுக்கியபடி, "தமிழ்நாட்டில் இதுவரை இவ்வளவு பெரிய அளவிலான பிரஸ்மீட்டில் நாங்கள் பங்கெடுத்ததில்லை. உங்களின் முயற்சிகளும் செயல்பாடுகளும் எங்களை ஆச்சரியத்தில் ஆழ்த்துகின்றன" என்றனர். நக்கீரன் சாதனையை தமிழ் பத்திரிகையுலக நண்பர்கள் மனமுவந்து பாராட்டினர். அன்று ஒளிபரப்பான தொலைக்காட்சி செய்திகள், வெளியான மாலை பத்திரிகைகள், மறுநாள் காலை தினசரிகள் அனைத்திலும் முதலிடம் பிடித்தது வீரப்பன் சந்திப்பு பற்றிய செய்திதான். நக்கீரனின் சாதனையை இந்திய துணைக் கண்டமே ஏறிட்டுப் பார்த்தது.

21

கண்ணீர்க் கதறல்!

சந்தன வீரப்பன், வனத்துறையினரை துப்பாக்கி முனையில் கடத்தி, கைகளில் விலங்கிட்டு, காட்டுக்குள் இழுத்துச் சென்று விட்டான் என்ற செய்தி காட்டுத்தீ போல 12-7-97 மாலையில் கொள்ளேகால் பகுதியில் பரவியது.

கடத்தப்பட்ட 9 பேரின் குடும்பங்களின் தலையிலும் இடி விழுந்தது போலாகிவிட்டது. கடத்தப்பட்டவர்கள் தங்கள் குடும்பத் தலைவர் என்ற செய்தி அவர்களது நெஞ்சங்களில் உலைக்கள ஈட்டியாய் பாய்ந்திருக்கின்றன. உண்மைச் செய்திகளை விட வதந்திகள் இன்னும் அதிவேகமாய், கொடூரமாய் அந்தக் குடும்பங் களைத் தாக்கத் தொடங்கின. 'மரப்பாலத்தின் அருகில் ஒரு தலை மட்டும் கிடக்கிறது' என வதந்திகள் பரவியதால் அந்த 9 வனத்துறையினரின் குடும்பத்தினரும் துடிதுடித்துப் போயிருக் கிறார்கள்.

கர்நாடகாவிலிருந்து வெளிவரும் பத்திரிகை களில் சில, 'பணயக் கைதிகளை சித்ரவதை செய்கிறான் வீரப்பன்' என்று மனம்போன போக்கில் செய்திகளை வெளியிட்டதால், குழப்பமும் பயமும் ஓலமும் அந்தக் குடும்பங் களை ஆட்டிப் படைத்திருக்கின்றன.

இத்தகைய சூழலில்தான் கர்நாடக பத்திரிகையான 'அந்தோலன்' நக்கீரனைத் தொடர்புகொண்டு உண்மை நிலவரத்தை அறிந்துகொள்ள ஆர்வம் காட்டியது. அதோடு, கண்ணீர் விடும் குடும்பங்கள் நம்மைத் தொடர்புகொண்டு "உங்கள் ஆசிரியர்தானாமே அரசின் தூதராக காட்டுக்குள் சென்றார்

கடத்தப்பட்ட எங்கள் குடும்பத் தலைவர்களை அவர் பார்த்தாரா? எல்லோரும் உயிரோடு இருக்கிறார்களா? சித்ரவதை செய்கிறானோ அந்தப்பாவி? 9 பேரையும் கூட்டி வந்திருக் கிறாரா?" என்று கண்ணீரும் கம்பலையுமாக கேட்டனர்.

குடும்பத்தலைவர்கள் பணயக் கைதிகளாக வீரப்பனிடம் சிக்கிக்கொண்டதால், மரண பயத்தில் நிமிடங்களைக் கடக்கும் அந்த 9 குடும்பங்களுக்கும் ஆறுதல் கூற விரும்பினோம் வனத்திற்குள் சென்று பணயக்கைதிகளான வனத்துறையினரிடம் எடுத்துக்கொண்டு வந்த வீடியோ கேசட்டை போட்டுக் காட்டி நிலைமையை விளக்கினால்... அந்தக் குடும்பங்களின் மரண பயம், ஓரளவு குறையுமென்று எண்ணி, அதற்கான வேலைகளில் துரிதமானோம்.

நமது ஏற்பாட்டிற்கு கர்நாடக நாளிதழான 'அந்தோலன்' நிர்வாகியும் ஆசிரியருமான ராஜசேகர் துணை நின்றார். அவருடைய ஆலோசனையின்படி 'அந்தோலன்' நாளிதழின் கொள்ளேகால் நிருபர் கோவிந்துவின் உதவியோடு பாதிப்புக் குள்ளான ஒன்பது குடும்பங்களையும் சந்தித்து நமது திட்டத்தைக் கூறினோம்.

9 குடும்பங்களில் பாரஸ்ட் அதிகாரி வேலாயுதம், பாரஸ்ட் கார்டு அந்தோணி, வாட்சர் தாசய்யா, வாட்சர் ராஜு ஆகியோரின் குடும்பத்தினர் சென்னைக்கு வர ஆர்வம் காட்டினர். 25-7-97 அன்று மாலை கொள்ளேகாலில் மூன்று வாடகைக் கார்களை ஏற்பாடு செய்தோம்.

தொட்டசிந்துவாடி கிராமத்திலிருந்து தாசய்யாவின் மனைவி லிங்கம்மா, சகோதரன் ரங்கய்யா, மகள்கள் சரசு, ஜோதி, மகன்கள் கிருஷ்ணா, முத்து ஆகியோரை ஏற்றிக்கொண்டோம். இரண் டாவதாக கண்ணூரிலிருந்து ராஜுவின் மனைவி சந்திரம்மா, மகன்கள் சயித்தன்குமார், மாது மற்றும் ராஜுவின் தந்தை சிக்கமல்லய்யா, சகோதரி சுசிலா ஆகியோரை அழைத்துக் கொண்டு பாரஸ்டர் வேலாயுதத்தின் வீட்டிற்குச் சென்றோம்.

வேலாயுதத்தின் அக்கம்பக்க வீட்டுக்காரர்கள் வேலாயுதம் மனைவியை சென்னைக்குச் செல்லாதீர்கள் என கூறிக் கொண்டிருந்தனர். அந்த அம்மையாரும் தனக்கு இரத்தக் கொதிப்பு நோய் இருப்பதாக கூறினார். ஆனால் வேலாயுதத்தின் மைத்துனர் கணேஷ் தன்னை அழைத்துச் செல்லுமாறு வேண்டியதால் அவரை காரில் ஏற்றிக்கொண்டோம்.

கடைசியாக நாம் அந்தோணி வீட்டிற்கு சென்றபோதுதான் கர்நாடக வனத்துறையினரின் குறுக்கீட்டைத் தெரிந்துகொள்ள

முடிந்தது. தங்கள் உத்தரவு இல்லாமல் வீட்டை விட்டு வெளியே செல்லக்கூடாதென அந்தோணி குடும்பத்தினரை கடுமையாக எச்சரித்திருந்தனர் வனத்துறையினர். தங்கள் குடும்பத்தலைவரை வீடியோவிலாவது பார்க்க நெஞ்சம் நிறைய ஆசையைத் தேக்கி வைத்திருந்த அந்தக் குடும்பம் கடைசி நிமிடத்தில் சென்னை வருவதிலிருந்து பின்வாங்கிக் கொண்டது.

மூன்று குடும்பங்களைச் சேர்ந்த 16 பேரோடும் 'அந்தோலன்' நிருபர் கோவிந்தோடும் சென்னையை நோக்கி நமது பயணம் தொடங்கியது. வழியில் அந்தப் பரிதாபத்திற்குரியவர்களின் பசியைப் போக்க, சென்னை காஞ்சி ஹோட்டலுக்குள் நமது வாகனங்கள் 26-7-97 நண்பகல் 2 மணிக்கு நுழைந்தன.

வனத்துறையினரின் குடும்பங்களை வரவேற்க நக்கீரன் குடும்பம் மட்டுமல்ல, சென்னை பத்திரிகை உலகமே காத்திருந்தது.

மதிய உணவிற்குப் பின் அவர்களுக்கு வீடியோ கேசட்டை போட்டுக் காட்டினோம்.

தங்கள் குடும்பத் தலைவர்களை வீடியோவில் பார்த்ததும் சந்தோஷத்தில் தேம்பத் தொடங்கினார்கள். ஒவ்வொருவர் முகத்திலும் ஆனந்தக் கண்ணீர். வீடியோ காட்சி முடிந்ததும், 'ஐயா... மறுபடி எப்போ போவீர்கள்? போகும்போது எங்களையும் அழைத்துச் செல்லுங்கய்யா. எங்கள் நிலையை... இந்தப் பாலகர்களின் முகத்தைப் பார்த்தால் நிச்சயம் என் கணவரை விட்டுவிடுவாரய்யா; எங்க குல தெய்வத்தை எப்படியாவது காப்பாத்துங்கய்யா'' என்று கதற ஆரம்பித்தார் ராஜுவின் மனைவி.

''ஐயா! எல்லா பத்திரிகையாளர்களையும் கும்பிட்டுக் கேட்டுக்கிறோம். எப்படியாவது காப்பாத்துங்கய்யா'' என்று பணயக் கைதிகளின் குடும்பத்தினர் பத்திரிகையாளர்கள் எல்லோரையும் கும்பிட்டபடி கதறி அழுதது நெஞ்சை குலுக்கியது.

அவர்களுக்கு நம்பிக்கையூட்டி, ஆறுதல் கூறி, அவர்களது கணவர்கள் உள்ள புகைப்படங்களையும் கொடுத்து, இருள்சூழத் தொடங்குமுன் வழியனுப்பி வைத்தோம்.

ஆறுதல் பெற்ற அவர்களை அழைத்துக்கொண்டு மீண்டும் நமது பயணம் தொடர்ந்தது. 27-7-97 காலை கொள்ளேகாலில் அவர்கள் வீடுகளில் பத்திரமாக கொண்டு சேர்த்தோம் கனத்த இதயத்துடன்.

22

பணயக் கைதிகளின் கண்ணீர்க் கடிதம்!

வீரப்பன் பிடியில் இருக்கும் கர்நாடக வனத்துறையினரின் நிலை, துயரம் கப்பியதாக இருக்கிறது. மரணத்தின் அருகில் நிறுத்தி வைக்கப்பட்டிருக்கும் அவர்கள், கண்ணீர் கசியும் வார்த்தைகளால் நம்மிடம் எழுதிக் கொடுத்தனுப்பிய கடிதங்கள்தான் இவை. 'இவர்களின் கண்ணீர் விரைவில் நிறுத்தப்படும். இவர்களுக்கு வீரப்பனிடமிருந்து விடுதலை விரைவில் கிடைக்கும்' என்ற நம்பிக்கையோடு இக்கடிதங்களை மக்களின் பார்வைக்கு வைக்கிறோம்.

தேதி: 21-7-1997

தமிழ்நாடு மற்றும் கர்நாடக அரசாங்கத்தின் மாண்புமிகு முதல்மந்திரிகளின் பாதங்களுக்கு மற்றும் வன இலாகா மந்திரி அவர்களுக்கும்!

மைசூர் ஜில்லா, சாம்ராஜ நகர் வன விலங்குகள் கோட்டம், பைலூர் ரேஞ்ச், குண்டல் செக்ஷன் ஊழியர்களாகிய நாங்கள் ஒன்பது பேர்களாகிய அரசாங்க ஊழியர்கள் வனக் காட்டுக்குள் இருக்கும்பொழுது தேதி 12-7-97 அன்று காலை சுமார் 10:30 மணியளவில் எங்களை வீரப்பன் மற்றும் அவருடைய ஆட்கள் சுற்றி வளைத்து மின்னல் வேகத்தில் பிடித்துக்கொண்டு காட்டுக்குள் எங்களை அழைத்துச் செல்லும் போது "நான் கர்நாடக அரசாங்கத்திடம் என்னுடைய கோரிக்கைகளை ஒன்றரை

வருடங்களாகக் கேட்டிருந்தேன். ஆனால் இதுவரை எந்தவித பதிலும் உங்க அரசாங்கத்திடமிருந்து வரவில்லை.

உங்க கர்நாடக அரசிடமிருந்து பதில் வரும்வரை, நாங்கள் உங்களை விடுவதாக இல்லை. பதில் வராவிட்டால் நாங்கள் உங்களைக் கொன்றுவிடுவோம்" என்று எச்சரிக்கைவிட்டிருக் கிறார்கள். இதனால் எங்களுக்கு உயிர்மேல் பயம் வந்துள்ளது. நாங்கள் எல்லோரும் கஷ்டப்பட்டுக்கொண்டிருக்கிறோம்.

ஒவ்வொரு நாளும் தினசரி 10 அல்லது 15 கி.மீட்டர் எங்களை அழைத்துக்கொண்டு செல்லுகிறார்கள். ஒரே இடத்தில் இருப்பிடமாக இருப்பது இல்லை. நாங்கள் எங்கு இருக்கிறோம் என்று தெரியவில்லை. எங்கள் கஷ்டங்களை சொல்லிக்கொள்ள யாரும் இல்லை. ஒவ்வொரு நாளும் ஒவ்வொரு வருஷமாக போய்க்கொண்டிருக்கு. ஒவ்வொரு நாளும் எங்கள் கண்ணீரால் கை கழுவிக்கொண்டு இருக்கிறோம். எங்கள் மனைவி, மக்கள், உற்றார் உறவினர்கள் எவ்வளவு கவலையோடு இருப்பார்கள் என்பதை நினைக்கும்போது ரொம்பவும் கவலைக்கிடமாக உள்ளது. எங்கள் நிலைமை மான், வேடனிடம் மாட்டிக்கொண்டதுபோல் இருக்கிறது. எங்களது ஒன்பது ஊழியர்களின் உயிர் உங்கள் கையில்தான் இருக்கிறது. நாங்கள் கர்நாடக அரசின் கடைநிலை ஊழியர்களாக இருக்கிறோம். அதனால் கருணை உள்ளம் கொண்ட பெரியவர்கள் அனைவரும் இரக்கம் காட்டி இந்த நரக , மற்றும் கொடூரமான நிலைமையில் இருந்து எங்களை விடுவிக்குமாறு தாழ்மையுடன் கேட்டுக்கொள்கிறோம் அய்யா.

இன்று 21-7-97 அன்று காலை 8 மணிக்கு தமிழ்நாட்டின் நக்கீரன் பத்திரிகை ஆசிரியரான ஆர்.ஆர்.கோபால் என்பவர், நாங்கள் இருக்கும் இடத்திற்கு வந்து பேட்டி எடுத்து, எங்கள் நிலைமையைப் பார்த்து கவலையுடன், மிகுந்த வேதனையுடன் இருப்பதை அறிந்து அவர் கருணையுடன் எங்களிடம் பேசினார். எங்கள் விடுதலை பற்றி வீரப்பனிடம் பேசி, நல்ல முடிவு எடுப்பதாகச் கூறியிருக்கிறார். உங்களைப் பற்றி தமிழ்நாடு மற்றும் கர்நாடக முதல்மந்திரிகளிடம் பேசி நல்ல முடிவை எடுப்பதாகக் கூறினார். இங்கு நடந்த விஷயங்களைப் பற்றி, உங்கள் ஒன்பதுபேரின் கஷ்டங்களைப் பற்றி அவர்களிடம் பேசி, கூடிய சீக்கிரம் எங்களுக்கான நல்ல முடிவை எடுப்பேன் என்று எங்களுக்கு தைரியம் கூறியிருக்கிறார். மேற்கண்ட விஷயங்களை தங்களின் பாதங்களில் எங்கள் கண்ணீராய்

சமர்ப்பிக்கிறோம். விரைவில் இதற்கான நல்ல முடிவை எடுக்க வேண்டும். எங்கள் (ஒன்பது பேர்) உயிரைக் காப்பாற்ற வேண்டுமென்று மீண்டும் உங்கள் பாதங்களைத் தொட்டு வணங்கிக் கேட்டுகொள்கிறோம்.

இப்படிக்கு,
வீரப்பனால் கடத்தப்பட்ட
கர்நாடக வனத்துறை ஊழியர்கள்
(9 பேர் கையொப்பம்)

23

நக்கீரனுக்கு அரசுகள் தந்த உறுதிமொழிகள்!

இனம், மொழி வெவ்வேறாக இருந்தாலும் -தமிழனுக்கு காவிரித் தண்ணீரைத் தர மறுத்தாலும், அந்த 9 பேரின் முகம் நம்மைவிட்டு அகலவில்லை.

"எப்படியாவது எங்கள் உயிரைக் காப்பாற்றுங்கள். எங்கள் குடும்பம், குழந்தை களெல்லாம் நடுத்தெருவில் நின்றுவிடாமல் நீங்கள்தான் காப்பாற்ற வேண்டும். அரசாங்கங் களுடன் பேசி எங்களை இங்கிருந்து மீட்டுச் செல்லுங்கள்'' என்று அழுதபடி அவர்கள் கெஞ்சியது, கன்னட மொழி தெரியாத நம்மை கலங்க வைத்தது. அவர்களின் கெஞ்சல், உயிர்ப்பிச்சை கேட்கும் கண்கள், 'எப்படியாவது இப்போதே எங்களை அழைத்துக்கொண்டு போகமாட்டீர்களா' என்று நம் கைகளை அழுத்தமாகப் பிடித்துக்கொண்ட அவர்களது கரங்கள்... எல்லாவற்றையும் நினைக்க நினைக்க எப்படியாவது 9 பேரை மீட்டே தீரவேண்டும் என்ற வெறியே நமக்கு ஏற்பட்டது.

நமக்கு இருக்கும் அக்கறை, மனித உயிர் அநியாயமாகப் போய்விடக்கூடாதே என்ற பதைபதைப்பு, கர்நாடக மாநில முதல்வருக்கும், அதிகாரிகளுக்கும் இருக்கின்றதா? என்றால் இல்லவே இல்லை என்றே சொல்லலாம்.

"எத்தனையோ பேர் ரயிலிலும் பஸ்ஸிலும் விபத்தில் இறந்து போகின்றார்கள். அதுபோல் இந்த 9 பேரையும் நினைத்துக் கொள்வோம். அதுவும் காட்டில் வேலை செய்யும் சாதாரண

ஊழியர்கள்தானே? ஏதாவது அவர்கள் குடும்பத்திற்கு நஷ்டஈடு தந்துவிட்டால் போதும்" -இப்படித்தான் பேசிக்கொண்டிருக் கிறார்கள். கர்நாடகாவில் உள்ள மூத்த பத்திரிகையாளர்கள் நம்மைத் தொடர்புகொண்டு வருத்தத்துடன் தரும் தகவல் இது.

இரண்டாவது முறையாக காட்டுக்குள் செல்லும் நம்மை மாறுவேடத்தில் பின்தொடர்ந்து, வீரப்பனையும் அவன் கும்பலையும் வெடிகுண்டு வீசி கொன்று விடுவது இந்த குண்டுவீச்சில் அரசு தூதுவர்களாக சென்றவர்களும், 9 பணய கைதிகளும் பலியானாலும் பரவாயில்லை என்பதுதான் கர்நாடக போலீஸின் திட்டம் என்கின்றார் கர்நாடக மாநில உளவுத்துறையில் பணியாற்றும் உயர் அதிகாரி ஒருவர்.

ஜூலை 26-ந் தேதியன்று தனி விமானத்தில் தனது பரிவாரங்களுடன் சென்னை வந்த கர்நாடக முதல்வர் ஜே.எச்.பாட்டீல், தமிழக முதல்வர் கலைஞருடன் பேச்சுவார்த்தை நடத்திவிட்டு நம்மிடமும் பேச்சுவார்த்தை நடத்தினார்.

அப்போதே, கர்நாடக முதல்வரின் பேச்சில் 9 பேரின் உயிரைப் பற்றிய அலட்சியம்தான் இருந்தது.

கலைஞர் விடுத்த அன்பான வேண்டுகோளும் 'என்னை நம்பச் சொல்லுங்கள் வீரப்பனை' என்று அவர் அளித்த உறுதியும் 9 பேரை எப்படியாவது மீட்கவேண்டும் என்ற நமது உறுதிக்கு வலுச் சேர்த்தது.

இரண்டாவது முறையாக அரசு தூதுவராக வீரப்பனிடம் செல்ல ஒத்துக்கொண்டோம். அன்று இரவே பெங்களூர் கிளம்பிய முதல்வரும் அவரோடு வந்திருந்த அமைச்சர்கள் அதிகாரிகளும் பெங்களூரில் ரகசியமாக பேசி தயாரித்த திட்டத்தைதான் கர்நாடக உளவுத்துறை அதிகாரி ஒருவர் நமக்கு ரகசியமாக தெரிவித்துவிட்டார்.

வீரப்பனோ, "பொதுமன்னிப்பு பத்திரத்தோடு வந்தால், மீண்டும் என்னைப் பார்க்க வாருங்கள். இல்லையென்றால் ரேடியோவில் சொல்லிவிடுங்கள். 9 பேரின் தலையை சீவி எறிந்துவிட்டு நான் போய்விடுகிறேன். பேச்சுவார்த்தை என்று நடத்திக்கொண்டு, என்னைப் பிடிக்க காட்டுக்குள் போலீஸ் வந்தால் நான் மனிதனாகவே இருக்கமாட்டேன்" என்று எச்சரித்துவிட்டுத்தான் நம்மை திருப்பி அனுப்பினான்.

கர்நாடக போலீஸோ பேச்சுவார்த்தைக்கு செல்லும் நம்மை கூண்டோடு கூண்டாக காலி செய்யும் திட்டத்தை வகுத்துக்கொண்டிருக்கிறது.

முதலில் எட்டு நாட்கள்தான் கெடு என்ற வீரப்பன், நமது

வேண்டுகோளை ஏற்று பத்து நாட்கள் என விதித்த கெடு வியாழக்கிழமை (31-ந் தேதி)யோடு முடிவடையப்போகிறதே என்ற பதட்டத்துடன் இருந்த நம்மை உளவுத்துறை ஐ.ஜி. தொடர்பு கொண்டார். சேப்பாக்கம் அரசு விருந்தினர் மாளிகை அறை எண் 8-ல் அவரை சந்தித்தோம். கர்நாடக அரசின் திட்டம் பற்றி விரிவாக எடுத்துச் சொன்னோம். பொது மன்னிப்பு தவிர வேறெதுவும் தேவையில்லை எனக்கூறும் வீரப்பனை மீண்டும் பார்க்கப்போனால், ஏதாவது குறைந்தபட்ச அரசின் உத்தரவாதத் துடன் சென்றால்தான் 9 பேரை மீட்கவாவது உதவியாக இருக்கும் என்று வீரப்பனின் மனோநிலையை தெளிவாக சுட்டிக் காட்டி னோம். ஒருமணி நேரம் நடைபெற்ற சந்திப்பின் இறுதியில் அரசு தூதுவருக்கு கர்நாடக, தமிழக அரசு தரவேண்டிய உறுதி மொழி கள் என்று இரண்டு விசயங்களைக் குறிப்பிட்டு எழுதித் தந்தோம்.

1. வீரப்பனை 2-வது முறையாக சந்திக்கச் செல்லும் நமது உயிருக்கு தமிழக-கர்நாடக அரசுகளின் தலைமைச் செயலாளர்கள் உத்தரவாதம் அளித்து கடிதம் தரவேண்டும்.

2. வீரப்பனை சந்திக்க காட்டுக்குள் நுழைந்த பிறகு இரண்டு மாநில போலீஸாரும் உள்ளே வரக்கூடாது. மாறுவேடத்தில் கூட காட்டுக்குள் இருக்கக்கூடாது.

அடுத்து தமிழக, கர்நாடக முதல்வர்கள் முன் பேசப்பட்டதை எழுத்துபூர்வமாக தரவேண்டும்.

அவைகள்...

1. தமிழகத்தில் சிறப்பு கோர்ட் அமைக்கப்படும்.

2. எக்காரணத்தைக் கொண்டும் வீரப்பனையும் அவனது கூட்டாளிகளையும் கர்நாடக மாநிலத்துக்கு கொண்டு செல்லமாட்டோம்.

3. வீரப்பனுக்கும் அவனது கூட்டாளிகளின் உயிருக்கும் உத்தரவாதம் அளிக்கிறோம்.

4. வீரப்பனும் அவனது கூட்டாளிகளும் தனிச் சிறைச் சாலைகளில் அடைக்கப்படுவார்கள்.

5. வீரப்பனின் உறவினர்கள், அவனது கூட்டாளிகளின் உறவினர்கள் மற்றும் காட்டு மக்கள் மீது போடப்பட்டுள்ள வழக்குகளை வாபஸ் பெற்றுக்கொள்கிறோம்.

6. சிறைவாசம் சட்டப்படி எவ்வளவு குறைந்த காலத்திற்கு இருக்க முடியுமோ அவ்வளவு காலம் இருக்க இந்த உறுதிமொழிகள் தமிழக, கர்நாடக அரசால் வீரப்பனுக்கு எழுத்துபூர்வமாக தரப்பட்டால், அவனிடம் எப்படியாவது பேசி ஒரு சமாதானத் திற்கு வர உதவியாக இருக்கும்.

வீரப்பனுக்குத் தரவேண்டிய இந்த உறுதிமொழிகளை யெல்லாம் அரசாங்கங்கள் ஏற்றுக்கொள்ளாவிட்டாலும் 9 பேரின் உயிரைக் காப்பாற்ற நாங்கள் வீரப்பனை சந்திப்பதாக முடிவெடுத்து விட்டோம் என்பதை அழுத்தம் திருத்தமாக சொன்னோம்.

அனைத்தையும் கைப்பட எழுதி பெற்றுக்கொண்ட ஐ.ஜி., 'உள்துறை செயலாளரை சந்திக்கப்போகிறேன். விரைவில் இறுதி முடிவு எடுப்போம்' என்றார். அன்றே உள்துறை செயலாளர், தலைமைச் செயலாளர் ஆலோசனையின் பேரில் உள்துறை, தலைமைச் செயலாளர்களுக்கு தகவல் அனுப்பப்பட்டது. இதன்படி, ஜூலை 30-ந் தேதி கர்நாடக உள்துறை செயலாளர் முத்தண்ணா, டி.ஜி.பி.சீனிவாசலு ஆகியோர் சென்னையில் தலைமைச் செயலகத்தில், தமிழக உள்துறை செயலாளர் பூர்ண லிங்கத்தை சந்தித்தார்கள். நமது கோரிக்கைகளை அவர்களிடம் விரிவாக எடுத்து வைத்துள்ளார் உள்துறை செயலாளர். நம்மை தலைமைச்செயலகத்திற்கு மதியம் 3:15 மணி அளவில் வர வேண்டினார் உள்துறை செயலாளர், சென்றோம். உள்துறைச் செயலாளர் அறையில் ஐ.ஜி. அலெக்ஸாண்டரும் இருந்தார்.

"நீங்கள் கேட்ட உறுதிமொழிகளை கர்நாடக அதிகாரி களிடம் சொன்னேன். கொஞ்சம் பிடிவாதமாக இருக்கிறார்கள்" என்றார் உள்துறை செயலாளர். 9 பேரை மீட்பது என்பது முதல் நோக்கம். அதில் கர்நாடக அரசாங்கத்திற்கு மனிதாபிமானத் தோடு செயல்பட வேண்டும் என்ற அக்கறை இல்லாவிட்டாலும், ஏற்றுக்கொண்ட பணியை முடிப்பதே நக்கீரனின் விருப்பம். 9 பேரின் குடும்பத்தார்களின் கதறல் எங்கள் முன் நிற்கிறது. நீங்கள் கர்நாடக அதிகாரிகளிடம் பேசி இறுதி முடிவுக்கு வாருங்கள். உங்கள்மேல் முழு நம்பிக்கை நக்கீரனுக்கு இருக்கிறது" என்றோம் உள்துறை செயலாளரிடம்.

ஒருமணி நேரம் நடைபெற்ற நம்முடைய சந்திப்புக்குப் பிறகு, தலைமைச் செயலகத்திலேயே தமிழக உள்துறை செயலாளரை கர்நாடக உள்துறை செயலாளர், டி.ஜி.பி. ஆகியோர் மாலை 6 மணி அளவில் சந்தித்தார்கள். ஆரம்பத்தில் பிடிவாதமாக இருந்தவர்கள் பிறகு ஒத்துக்கொண்டார்கள்போல் தெரிகிறது. '31-ந் தேதி காலை விமானத்தில் பெங்களூர் சென்று முதல்வரை கலந்தாலோசித்து விட்டு உறுதிமொழிகளை எழுத்துப்பூர்வமாக அனுப்புகிறோம் என்று கிளம்பிவிட்டார்கள். எதிர்பார்த்தது போலவே 31-ந் தேதி மதியம் 2 மணிக்கு தமிழக உள்துறை செயலாளரிடமிருந்து நமக்கு அழைப்பு வந்தது.

'கர்நாடக அரசு எல்லாவற்றையும் ஒத்துக்கொண்டு எழுத்துப் பூர்வமாக கடிதங்களை அனுப்பியுள்ளார்கள், வாருங்கள்' என்றார் பூர்ணலிங்கம். உள்துறை செயலாளரை சந்தித்தோம். கர்நாடக அரசின் உள்துறை செயலாளர் முத்தண்ணா கையெழுத்துடன் ஆங்கிலத்திலும் கன்னட மொழியிலும் உள்ள உறுதிமொழிகளை தந்தார் பூர்ணலிங்கம்.

அக்கடிதத்தில்...

1. வீரப்பன் மற்றும் அவருடைய கூட்டாளிகள் உயிருக்குத் தகுந்த பாதுகாப்பு அளிக்கப்படும்.

2. சட்டப்படி நீதிமன்ற உத்தரவு பெற்றபின், கர்நாடகத்தில் பதிவு செய்யப்பட்ட வழக்குகள் தமிழகத்தில் உள்ள நீதிமன்றங்களுக்கு மாற்றப்படும்.

3. சிறப்பு தனிச்சிறை முகாமில் வீரப்பனையும், அவனது கூட்டாளிகளையும் அடைத்து, தமிழக காவல்துறையும் மற்றும் சிறைத்துறையும் தகுந்த பாதுகாப்புடன் வைத்துக்கொள்வர்.

4. எந்தக் காரணத்தை முன்னிட்டும் கர்நாடக மாநிலத்துக்கு வீரப்பனை அனுப்ப கேட்கமாட்டோம்.

5. இந்த சிறைவாசம் சட்டப்படி எவ்வளவு குறைந்த காலத்திற்கு இருக்க முடியுமோ, அவ்வளவு காலம் இருக்கும்.

வீரப்பனுக்கு அளித்துள்ள உறுதிமொழிகளோடு, நமது உயிருக்கு உத்தரவாதம் அளித்தும், காட்டுக்குள் மாறுவேடத்தில் கூட போலீஸார் இருக்கமாட்டார்கள், சென்னை திரும்பும்வரை இந்த ஏற்பாடு இருக்கும் என்றும், உறுதிமொழியை எழுத்துப்பூர்வமாக 31-7-97 தேதியிட்டு தந்துள்ளார் முத்தண்ணா.

கர்நாடக அரசு தந்ததுபோல் தமிழக அரசின் உள்துறை செயலாளரும், வீரப்பனுக்கு வாக்குறுதிகளை எழுத்துப்பூர்வமாக தந்துள்ளார். எழுத்துப்பூர்வமான இந்த உறுதிமொழிகளுடன் 31-7-97 மாலை 4:50-க்கு சென்னையிலிருந்து கிளம்பினோம்.

24

வாக்கு மீறிய கர்நாடகா!

நாம் வீரப்பனின் இடம் தேடி 1-ந் தேதி காலை சென்றுகொண்டிருக்கும் போதே ஈரோடு நிருபர் ஜீவாதங்கவேல் அதிர்ச்சிகரமான தகவல்களைச் சொன்னார்.

வீரப்பன் காட்டில் கர்நாடக அதிரடிப்படை அமைத்திருக்கும் 24 முகாம்களில் புளிஞ்சூர் முகாமும் ஒன்று. இந்த முகாமில் 20 கர்நாடக போலீஸார் இருந்துகொண்டு அப் பகுதிகளில் வரும் மலைமக்களை மிரட்டி மீசை வைத்துள்ள யாராவது (என்னை) இந்தப் பக்கம் போனார்களா? வீரப்பன் எங்கேயிருக்கிறான்? எங்கேயாவது தெரிந்தால் உடனே வந்து சொல்லவேண்டும் இல்லாவிட்டால்... என்று மிரட்டிக்கொண்டிருக்கிறார்கள். தயார் நிலையில் நிறுத்தப்பட்டுள்ள 2 போலீஸ் வேன்களில் ஏறி காட்டுக்குள் துப்பாக்கிகளுடன் சென்று வருகின்றார்கள். தாளவாடி முகாமில் 5 போலீசார் சாதாரண உடையில் நின்றுகொண்டு, மக்களை அழைத்து மிரட்டிக்கொண்டிருக்கிறார்கள். இதோடு மட்டுமல்லாது, காடுகளில் சாதாரண உடையில் போலீஸார் சுற்றுவதாக மக்கள் கூறுகிறார்கள்... என்று நிருபர் ஜீவா சொன்ன விபரங்கள், கர்நாடக அரசு கொடுத்த வாக்குறுதியை மீறுகின்றது என்பதை பறைசாற்றுகின்றன. உடனே தமிழக உள்துறை செயலாளரையும் உளவுத்துறை ஐ.ஜி.யையும் சந்தித்து, “இதுபோன்ற தடைகள் இருந்தால் வீரப்பனிடமிருந்து வரும் ஆள், எங்களை சந்தித்து அழைத்துச் செல்வதில் சிக்கல்கள் எழும், உடனடியாக நடவடிக்கை எடுங்கள்” எனக் கேட்டுக்கொண்டோம்.

ஆகஸ்ட் முதல்நாள், இரண்டாம் நாள் மாலைவரை இப்படி தடைகளை அகற்ற முயல்வதிலேயே நேரம் சென்றது. எதிர்பார்த்தது போலவே வீரப்பன் ஆட்களோடு சனிக்கிழமை இரவு எட்டுமணி அளவில் நமக்கு தொடர்பு கிடைத்தது. மிகுந்த சிரமங்களுக்கிடையே காட்டுக்குள் இருக்கும் போலீஸாரின் பார்வையிலிருந்து தப்பிவர காலதாமதம் ஆகிவிட்டதாக வீரப்பன் ஆட்கள் கூறினார்கள்.

9 பேரின் உயிரை மீட்கவும், இனி இதுபோல் எப்போதும் உயிர் விளையாட்டு நடைபெறாதவண்ணம் தடுக்க, வீரப்பனை சரணடைய வைக்கும் முயற்சியிலும் காட்டுக்குள் நுழைந்தோம்.

காட்டுக்குள் தற்போது உள்ள அபாயகரமான சூழ்நிலையை இரண்டு அரசுகளும் மக்களும் தெரிந்துகொள்வதற்காக ஒலி நாடாவில் பேசி நமது அலுவலகத்திற்கு அனுப்பினோம்.

25

தம்பிகளுக்கு...!

2-8-97 இரவு சரியாக 9 மணிக்கு நாங்கள் காட்டுக்குள் நுழைந்துவிட்டோம். ஒருமணி நேர நடைக்குப் பிறகு வீரப்பனுடைய ஆட்களான ரங்கசாமியும் அன்புராசுவும் ஓரிடத்தில் இருப்பதைப் பார்த்தோம்.

அவர்களைச் சந்தித்த பிறகு அவர்கள் இருவரோடு நாங்கள் மூவரும் காட்டுக்குள் அவர்கள் குறிப்பிட்ட திசையில் தொடர்ந்து நடந்தோம். இரவு சரியாக 12 மணி. வழியில் காட்டு யானைகளின் தொந்தரவு அதிகமாக உள்ளது.

ஆகையால் இந்தக் காட்டுப் பகுதியில் நிற்கும் மரங்களிலேயே பெரிய மரமொன்றைத் தேர்ந்தெடுத்து அதன் அடியில் தங்கி, சிறிது ஓய்வெடுத்துக் கொண்டு மறுபடியும் பயணத்தை தொடரலாம் என்று எண்ணியுள்ளோம். காட்டு யானைகளின் பிளிறல் எங்களை அசைய முடியாமல் செய்துகொண்டிருக்கிறது.

வீரப்பனை நாம் முதலில் சந்தித்து திரும்பியதற்கும், தற்போதைக்கும் உள்ள இந்த பத்துநாள் இடைவெளியில் கிட்டத்தட்ட 6 இடங்களை மாற்றிக்கொண்டிருக்கிறார்கள்.

பணயக் கைதிகளாக 9 வனத்துறையினரையும் பிடித்த நாளிலிருந்து இதுவரை 16 இடங்களுக்கு மாறியிருக்கிறான் வீரப்பன். முன்பு வைத்திருந்த இடத்தைக் காட்டிலும் மிகவும் பயங்கரமான இடத்தில்தான் அவர்களை தற்போது வைத்திருக்கிறானாம் வீரப்பன்.

யானைகளின் இந்த தொந்தரவுகள் கழிந்து அதிகாலை ஐந்தரை ஆறு மணிக்கு இங்கிருந்து புறப்பட்டு பத்துமணி நேரம் நடந்தால் அந்த இடத்தைப் போய்ச்சேர முடியும் என்கின்றனர் வீரப்பனின் ஆட்களான ரங்கசாமியும் அன்புராசுவும்.

இப்பொழுது மழையும் கொட்டிக் கொண்டிருக்கிறது. நாங்கள் இந்த மரத்தடியை தேர்ந்தெடுத்து தங்கியதற்கு இதுவும் காரணம்.

முக்கியமான விஷயம் என்னவென்றால்... வீரப்பன் இருக்கும் இடத்திற்கு பணயக் கைதிகளான அந்த 9 பேர் இருக்கும் இடத்திற்கு நாங்கள் செல்ல வேண்டுமென்றால் கிட்டதட்ட இன்னும் 15 மணி நேரத்திற்கும் அதிகமாகலாம். அதனால் நீங்கள் கட்டாயமாக, போலீஸ் தரப்பிற்கும் எஸ்.டி.எப். தரப்பிற்கும் சொல்லி இன்னும் இரண்டு, மூன்று நாட்களுக்கு அதாவது வீரப்பனை நாங்கள் சந்தித்துவிட்டு திரும்பி வரும்வரையில் பின்தொடர்வதோ, காட்டுக்குள் வருவதோ கூடாது என்று கட்டாயமாகச் சொல்லி, அதை கவனமாக செய்கிறார்களா என்று பார்த்துக்கொள்ள வேண்டியது உங்கள் பொறுப்பு.

நாங்கள் திரும்பிவர எப்படியும் ஐந்து அல்லது ஆறாம் தேதி ஆகிவிடலாம் என்று கருதுகிறேன். அதுவரை போலீஸ் எஸ்.டி.எப். விஷயங்களை ரொம்ப கவனமாக நீங்கள் பார்த்துக்கொள்ளுங்கள். கடந்தமுறை நாங்கள் பார்த்துவிட்டு வந்தவுடன், போலீஸ் உள்ளே நுழைந்து கடைகளில் ஐந்து கிலோ, ஆறுகிலோ அரிசி, சர்க்கரை வாங்கியவர்களை விசாரித்திருக்கிறது. போலீஸ் தன் நடவடிக்கைகளில் மிகவும் சீரியஸாக இருப்பதையே இது காட்டுகிறது. இதை ரொம்ப கவனமாகச் சொல்லவேண்டியது உங்கள் பொறுப்பு.

காலையில் நாங்கள் ஐவரும் வீரப்பன் இருக்கும் இடத்திற்குப் புறப்படுவோம்.

மீண்டும் சந்திப்போம்!

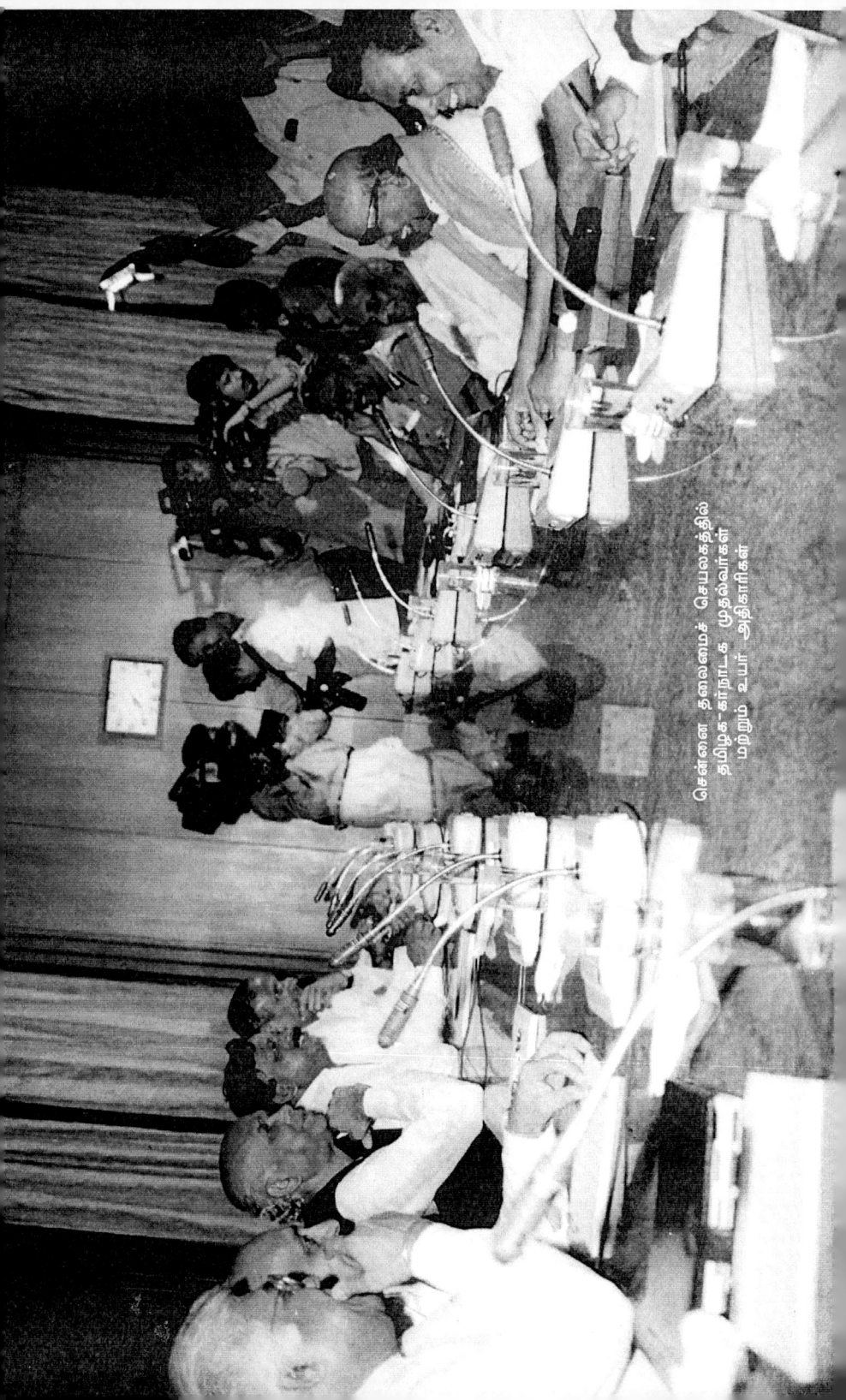

சென்னை தலைமைச் செயலகத்தில்
தமிழக-கர்நாடக முதல்வர்கள்
மற்றும் உயர் அதிகாரிகள்

நமது அலுவலகத்தில்
பணயக் கைதிகளின்
குடும்பத்தினர்

கதறி அழும்
ராஜுவின் மனைவி

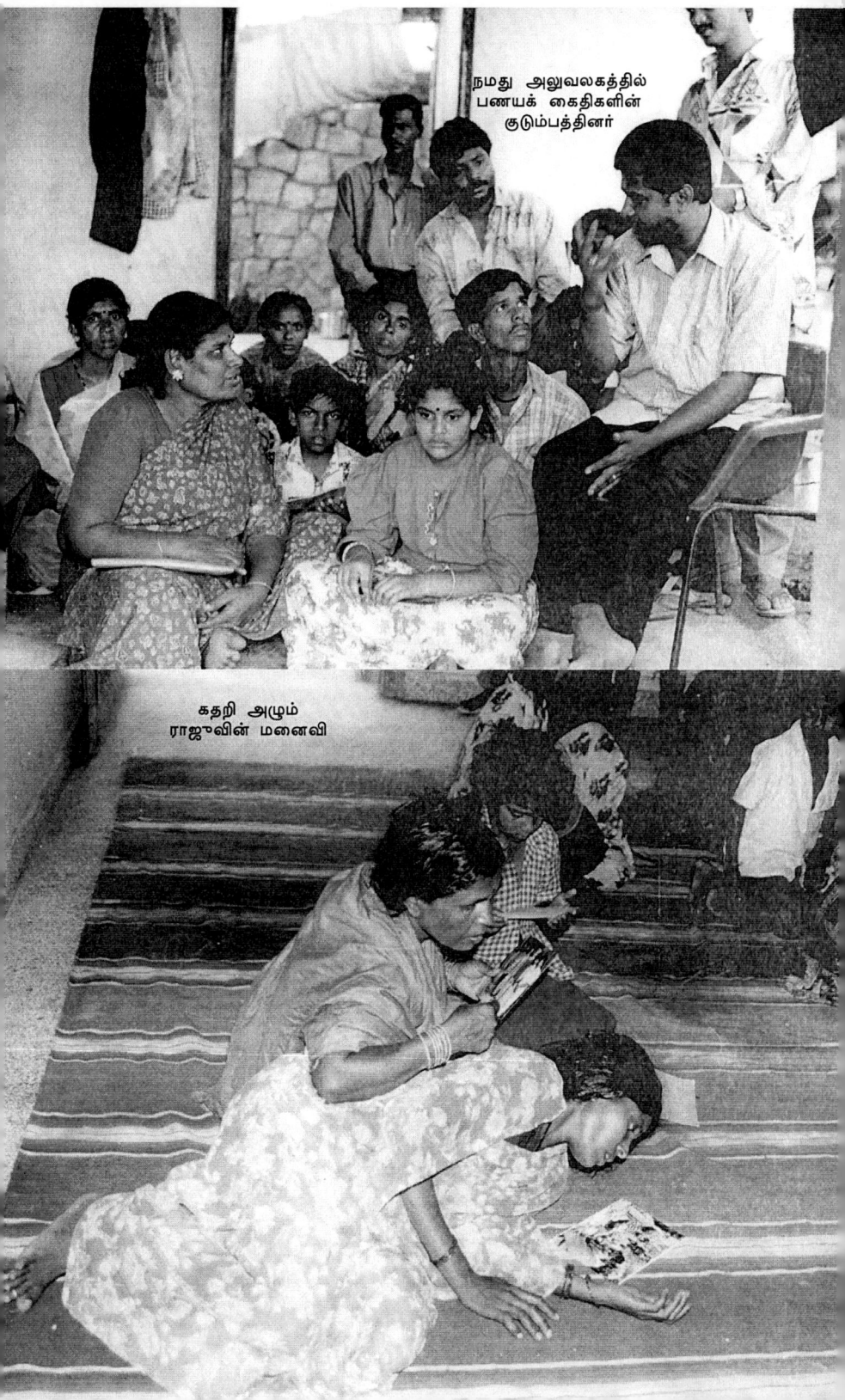

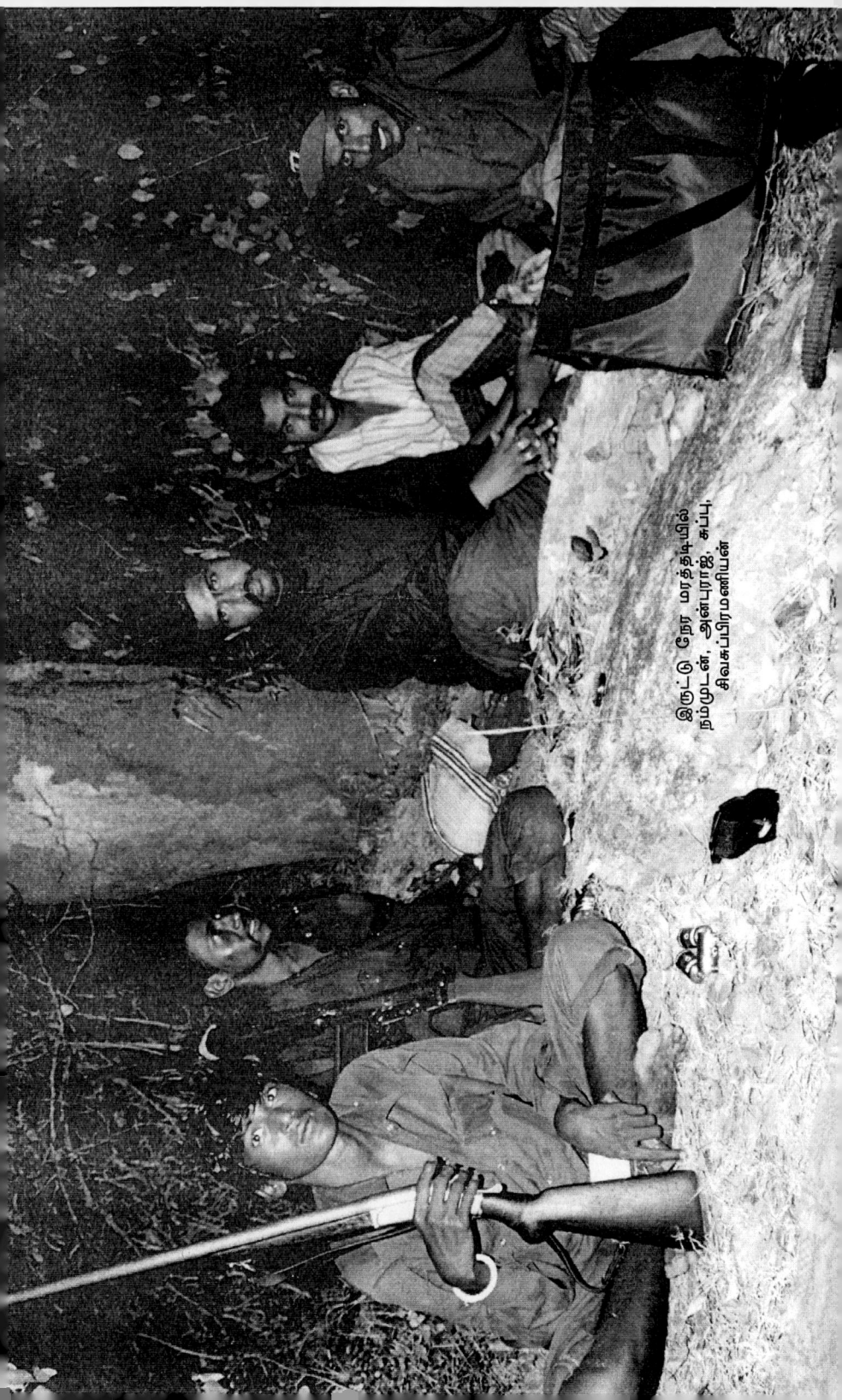

இருட்டு நேர மரத்தடியில்
நம்முடன், அன்புராஜ், சுப்பு,
சிவசுப்பிரமணியன்

சங்கிலியால் கட்டப்பட்ட பணயக் கைதிகள்

உடல் நலிவுற்ற
ராஜுவுக்கு
ஆறுதல்
கூறியபோது...

காட்டிலிருந்து ராஜுவை
மட்டும் விடுவித்து
அழைத்துச்
சென்றபோது...

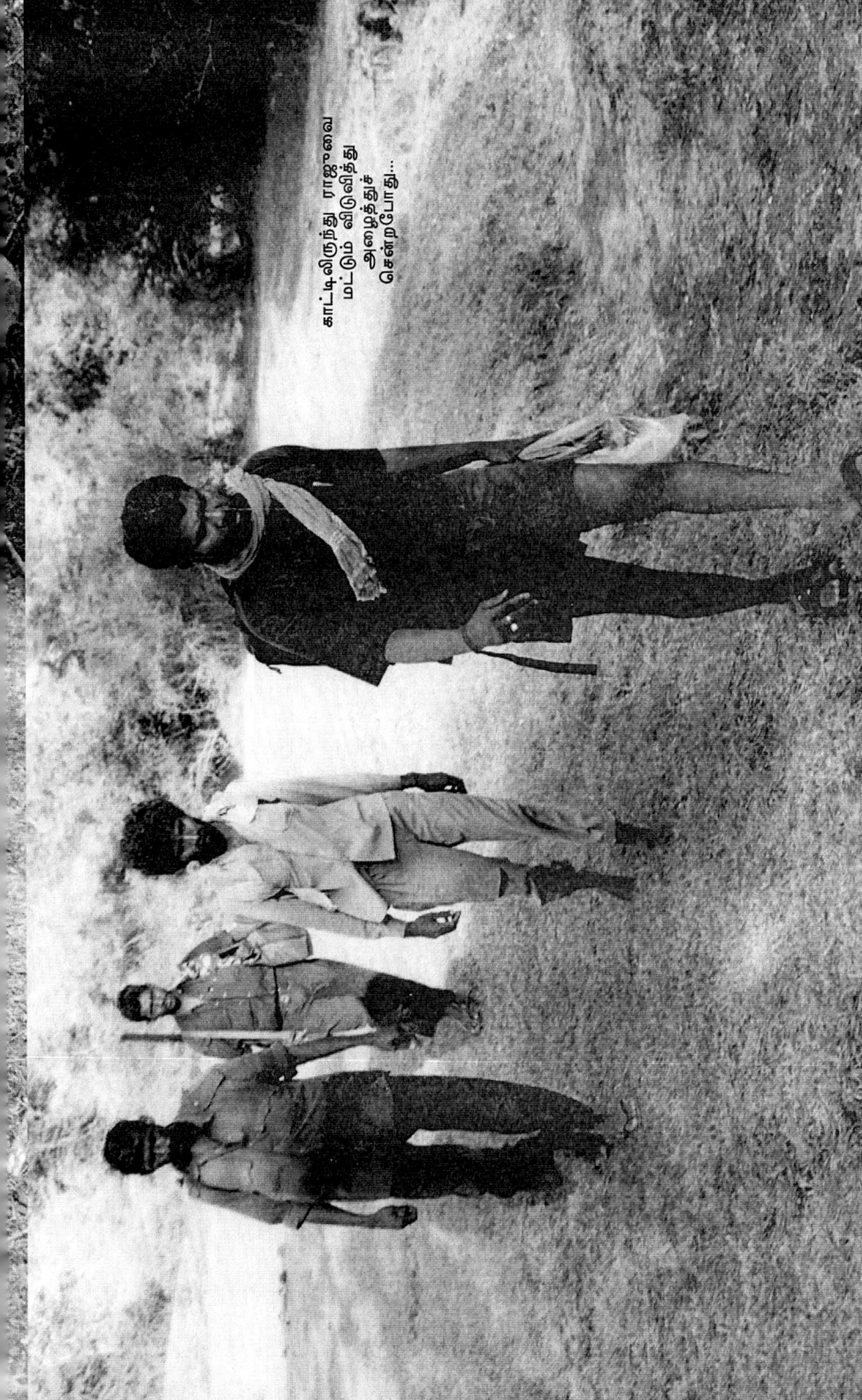

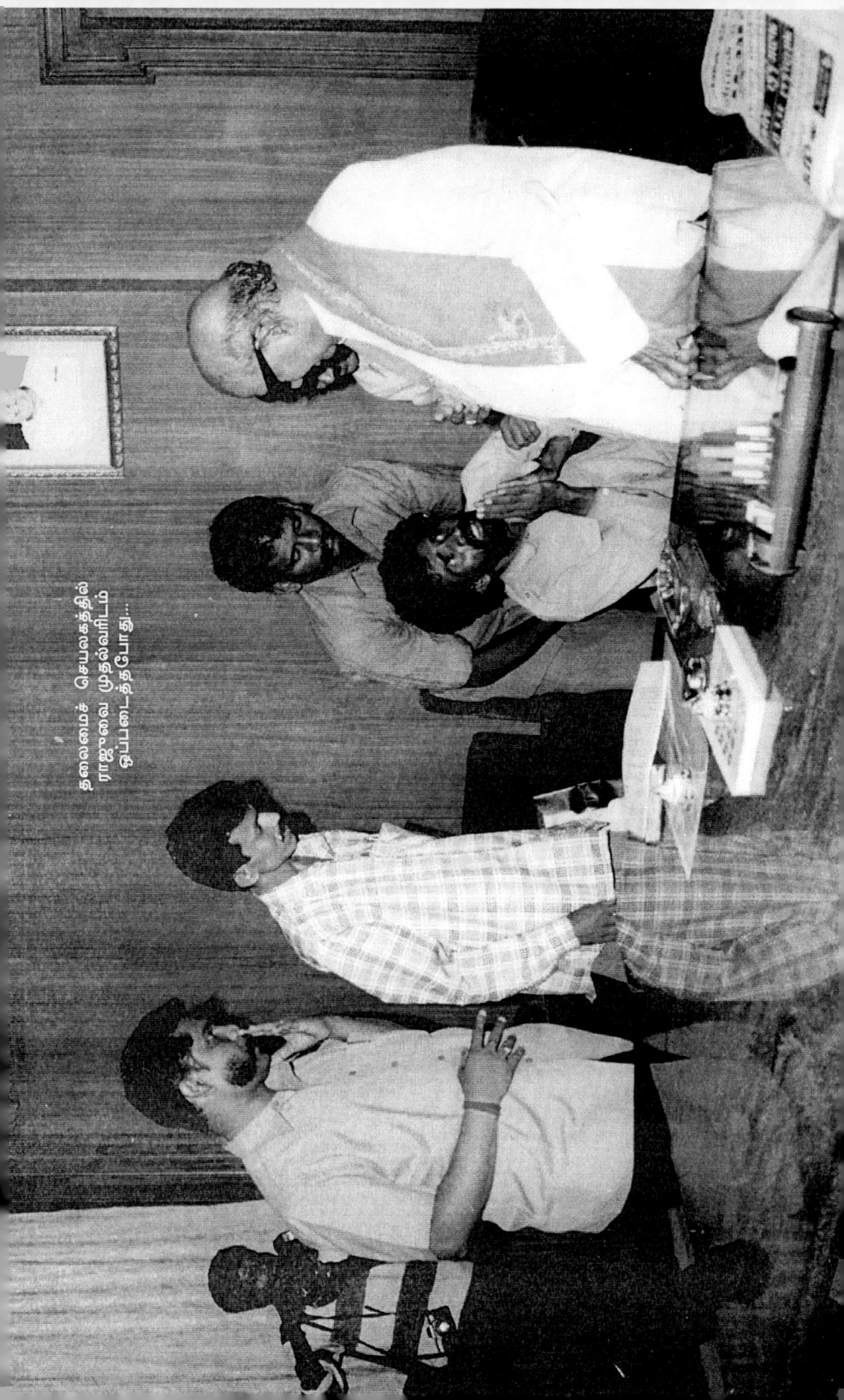

தலைமைச் செயலகத்தில்
ராஜுவை முதல்வரிடம்
ஒப்படைத்தபோது...

26

பேச்சு யுத்தம்!

2-8-1997 அன்று காட்டுக்குள் நுழைந்த நாம் 3-8-1997 அன்று சந்தன வீரப்பனைச் சந்தித்தோம். 3 மற்றும் 4-ஆம் தேதிகளில் வீரப்பனோடும், அவனது சகாக்களோடும் நாம் நடத்திய முக்கியமான பேச்சுவார்த்தைகள் இதோ-

நக்கீரன்: உங்களைப் போன்றவர்கள் விஷயத்தில் அரசாங்கம் இவ்வளவு இறங்கி வந்திருப்பது என்பது மிகப்பெரிய விஷயம் இரண்டு மாநில அரசுகளும் பலமுறை பேசி, ஐந்து கோரிக்கைகளை எழுத்துப்பூர்வமாக அளித்திருக்கின்றன. இந்தக் கோரிக்கைகளை நான் படிக்கிறேன். கேட்டுத் தெரிந்துகொள்ளுங்கள்.

பொது மன்னிப்பு என்பது சட்டத்திலேயே இல்லாத ஒன்று...

உங்களுக்கு பொதுமன்னிப்பு கொடுத்து, உங்கள் விருப்பப்படி பஸ் ஏறி வீட்டுக்குச் செல்லுங்கள் என்று சொல்லிவிட்டாலும், பொதுமன்னிப்பு கொடுக்கக்கூடாது என்று சொல்பவர்கள் ஆயிரக்கணக்கில் இருப்பார்களே...

வீரப்பன்: இருப்பார்கள். கலைஞர் கடவுள் மாதிரி உதவி செய்பவர் என்பது ஒரு பக்கம். ஜெயலலிதா மாதிரி. எத்தனையோ பேர் கலைஞர் மீதே எதிர்க்கவில்லையா... அதுமாதிரிதான்.

நக்கீரன்: அதுவல்ல... அப்படி சிலர் கேஸ் போட்டால் உங்களை மறுபடியும் உள்ளே வைக்க வேண்டியிருக்கும். அதனால்தான் அரசாங்கம்...

வீரப்பன்: அதனால்தான் ஜனாதிபதி கையெழுத்துக் கேட்கிறேன். ஜனாதிபதி பொதுமன்னிப்பு கொடுத்துவிட்டால் ஒருவரும்

ஒன்றும் செய்யமுடியாது!

நக்கீரன்: பெரிய வழக்கறிஞரிடம் ஆலோசனை செய்திருப்பதுபோல நீங்கள் பேசுகிறீர்கள்! நான் பலரைக் கலந்தாலோசித்த வரையில் இது சாத்தியமில்லை!

வீரப்பன்: இது 15 வருடமாய் நடக்கிறது. இருமாநிலங்களிலும் எவ்வளவோ சேதம்... எவ்வளவோ அவமானம்... கற்பழிப்பு... கொடுமையோ கொடுமை... இந்தப் பிரச்சினைக்கு ஒரு முற்றுப்புள்ளி வைக்கவேண்டும் என்று அரசாங்கம் நினைத்தால் இதை நல்லபடியாக முடித்துக்கொடுக்கலாம். சிறையில் போடுவதென்றால் நான் வரவில்லை. வரமாட்டேன்!

நக்கீரன்: நான் சொல்வதை முதலில் நீங்கள் கேளுங்கள். இதைப் படிக்கிறேன். இரண்டு மாநில அரசுகளும் உங்களுக்கு கொடுத்திருக்கும் உறுதிமொழிகள்

இவை:-

1. வீரப்பன் மற்றும் அவனது கூட்டாளிகள் உயிருக்குத் தகுந்த பாதுகாப்பு.

2. சட்டப்படி நீதிமன்ற உத்தரவு பெற்றபின் கர்நாடகாவில் பதிவு செய்யப்பட்ட வழக்குகள் தமிழகத்திற்கு மாற்றப்படும்.

3.சிறப்புத்தனி சிறைமுகாமில் வீரப்பனையும் கூட்டாளிகளையும் அடைத்து காவல்துறை மற்றும் சிறைத்துறையினர் தகுந்த பாதுகாப்போடு வைத்துக்கொள்வர்.

4. சிறைவாசம் சட்டப்படி எவ்வளவு குறைந்த காலத்திற்கு இருக்க முடியுமோ... அவ்வளவு காலம் இருக்கும்.

5. கர்நாடக அரசு வீரப்பனை கர்நாடகத்திற்கு அனுப்பக் கோரினாலும் தமிழக அரசு அதனை ஏற்றுக்கொள்ளாது!

வீரப்பன்: என்னைக் கொண்டுபோய் ஜெயிலில் போடவா இதெல்லாம்? இதுதான் நியாயமா? நீதியா? தர்மமா? அரசியல்வாதிக்கு ஒரு நியாயம்... அதிகாரிக்கு ஒரு நியாயம்... என் மாதிரி பரதேசிகளுக்கு ஒரு நியாயமா?

ஆசிரியரே இதெல்லாம் நமக்குச் சரிப்படாது. இந்த 9 பேரும் உயிரோட வேணும்னா? எங்களுக்குப் பொதுமன்னிப்பு வேணும்!

நக்கீரன்: வேறு வழியே இல்லையா?

வீரப்பன்: வேற வழியா... பொதுமன்னிப்பு கிடைக்கவே கிடைக்காது என்றால் ஒன்று செய்யலாம். ம்... ஒரு அஞ்சுகோடி ரூபாயை கொடுத்திட்டு 9 பேரையும் கூட்டிப்போங்க!

நக்கீரன்: ஆத்தாடி... (தலையில் கைவைத்தபடி) ஐந்து கோடியா? இது என்னங்க... பெரிய அயோக்கியத்தனமா இருக்கே? ஐந்து கோடி... நிஜமாகவே கேட்கிறீங்களா அல்லது விளையாட்டுக்கு..

வீரப்பன்: இதில் என்னங்க விளையாட்டு? பொதுமன்னிப்பு இல்லைனா இதுதாங்க முடிவு!

நக்கீரன்: இதை டி.வி.யில் மக்களெல்லாம் பார்ப்பாங்க... பார்த்து சிரிப்பாங்க... உண்மையில் நீங்கள் பொதுமன்னிப் பிற்காக கடத்தினீர்களா அல்லது பணத்திற்காகவா... உங்களுக்கு பணம்தான் முக்கியமா?

வீரப்பன்: இவங்களைக் கடத்திக்கொண்டுவர நிறைய கஷ்டப்பட்டிருக்கிறேன். இவங்களுக்காக நிறைய செலவு செய்திருக்கிறேன்.

நக்கீரன்: சரி சொல்லுங்க. நான் போய் என்னதான் சொல்ல... ஐந்து கோடிங்கிறது ரொம்ப அபாண்டமாக இருக்கிறதே!

வீரப்பன்: என்னங்க அபாண்டம்? அப்ப பொதுமன்னிப்பு கொடுங்க, இல்லை, ஐந்து கோடி கொடுங்க. முன்னே ஜெயலலிதா 3 லட்சம் கொடுத்தனுப்பினாரே அந்த மாதிரி லட்சமெல்லாம் இல்லை. 5 கோடி வேணும்! வேற பேச்சே வேணாம். இது சத்தியம்! (கையை ஓங்கி தரையிலடிக்கிறான்.)

நக்கீரன்: இப்ப நான் வந்ததுக்காக ஐந்து பேரையாவது அனுப்புங்க!

வீரப்பன்: 5 பேரையா? அதெல்லாம் அனுப்ப முடியாது. ஐயா கலைஞர் சொல்லியனுப்பியிருக்கிறார். அவருடைய வார்த்தைக் கும் உங்கள் வார்த்தைக்கும் நான் மதிப்புக் கொடுக்கவேண்டும். எதைச் சொன்னாலும் கேட்காமல் கசக்கிக் கசக்கிப் பேசுகிறீர்கள். ராஜுவை அனுப்புகிறேன். ஐயாவிடம் (கலைஞரிடம்) கொண்டுபோய் ஒப்படையுங்கள். கர்நாடகாவை நான் நம்பவில்லை.

அவர்களுக்குத் தேவைப்பட்டால் இந்த எட்டுப் பேரையும் காப்பாற்றிக்கொள்ளட்டும். இல்லையென்றால் சுட்டு எறிகிறேன். இப்போது உங்கள் முகத்திற்காக ராஜுவை மட்டும் விடுகிறேன்.

ராஜுவை உங்கள் கஸ்டடியில்... தமிழக அரசு கஸ்டடியில் வைத்து வைத்தியம் பாருங்கள். ஆனால் எக்காரணத்தைக் கொண்டும் கர்நாடக போலீசிடம் ஒப்படைக்காதீர்கள் இவனை. அப்படி அவனை நீங்கள் ஒப்படைத்து, வீரப்பன் எங்கிருக்கிறான், எப்படி எப்படிக் கூட்டிப் போனான் எனக் கேட்டுக்கொண்டு

போலீஸ் வந்ததோ, இந்த 8 பேரும் காலி! இது நிச்சயம். இவனைக் கலைஞரிடம் ஒப்படையுங்கள்.

இன்னும் எட்டு நாளைக்குள்... சரி நீங்கள் ரொம்பக் கேட்பதால் பத்தே நாளுக்குள் பொதுமன்னிப்போ அல்லது அதற்கு மாற்றலாக நான் சொன்ன ஐந்து கோடி ரூபாயையோ கொண்டு வந்து கொடுத்து இவர்களை உயிரோடு மீட்டுக்கொள்ளுங்கள்.

நன்றி! வணக்கம்!

27

முதல்வரிடம் பணயக் கைதி ஒப்படைப்பு!

ஆகஸ்ட் 6-ந் தேதி மாலை 4.30 மணிக்கு நாம், வீரப்பன் பிடியில் இருந்து மீட்கப்பட்ட கர்நாடக வனக்காவலர் ராஜுவை அழைத்துக்கொண்டு முதல்வரை சந்திக்க கோட்டைக்குச் சென்றோம். இவர்களோடு நம் நிருபர்கள் சிவசுப்ரமணியமும் சுப்புவும். கோட்டையில் காத்திருந்த பத்திரிகை யாளர்களும், கேமராமேன்களும் வீடியோ கிராஃபர்களும் தகவல்களுக்காக சூழ்ந்து கொள்ள... ''முதல்வரைச் சந்தித்த பிறகு பேசுகிறேன்'' என்றோம்.

உடல்நலம் பாதிக்கப்பட்டிருந்த வனக்காவலர் ராஜு, பத்திரிகையாளர்களின் முற்றுகையைக் கண்டு பீதியடைந்தார். நமது நிருபர்களின் கையை இறுகப்பற்றிக் கொண்டார். அவரை சமாதானப் படுத்தி நடக்க வைத்தனர். முதல்வர் பயன்படுத்தும் லிஃப்டில் தலைமைச் செயலகத்தின் முதல்தளத் திற்குள் நுழைந்ததும் ராஜு, அங்கிருந்த அதிகாரிகளையெல்லாம் நடுங்கிய உடலோடு கும்பிட்டபடியே வந்தார்.

முதல்வர் அறைக்குள் நுழைந்ததும் மிகுந்த பதட்டத்தோடு முதல்வர் காலில் விழுந்தபடி. “எட்டுபேரையும் காப்பாத்துங்க சாமி. நீங்கதான் எங்க தெய்வம்” என்று கன்னடத்தில் கூறியபடியே கதறி அழுதார்.

முதல்வர் உட்பட அங்கிருந்த அனைவரும் உணர்ச்சிவசப்பட்டு நெகிழ்ந்தனர். “அழாதப்பா... நான் முயற்சி செய்றேன்'' என்று ராஜுவுக்கு ஆறுதல் கூறிய கலைஞர், அதிகாரிகளிடம் திரும்பி ''ஆள் ரொம்ப டல்லா இருக்கார். ஒரு நல்ல

மருத்துவமனைல அட்மிட் பண்ணுங்க" என்றார்.

நான்கு மருத்துவமனைகளின் பெயர்கள் பரிசீலிக்கப்பட்டன. கடைசியில் 'போர்ட் ட்ரஸ்ட்' மருத்துவமனையில் ராஜுவை சேர்க்க உத்தரவிட்டார் முதல்வர்.

அடுத்து முதல்வர் சொன்னதன் பேரில் ராஜுவை வேறொரு அறைக்கு அழைத்துச் சென்ற அதிகாரிகள் அவருக்கு டீ கொடுத்தனர். அவர் உடல் நடுக்கத்தைப் பார்த்து ஏர்கண்டிஷனரை ஆஃப் செய்தனர்.

வீரப்பனை சந்திக்கச் சென்ற அனுபவங்களை நம் ஆசிரியரிடம் விரிவாகக் கேட்டார் முதல்வர். பின்னர் தமிழக, கர்நாடக அரசுகளுக்கு வீரப்பன் வைத்த கோரிக்கைகள், பணயக்கைதிகளின் நிலை ஆகியவற்றை கூறும் வீடியோ கேசட்டை நாம், முதல்வரிடம் ஒப்படைத்தோம்.

உடனே அவற்றை டெக்கில் போட்டுப் பார்த்த முதல்வர் "இதை ஏதாவது தொலைக்காட்சியில் கொடுத்து ஒளிபரப்பச் செய்யுங்கள். மக்களுக்கு உண்மை தெரியட்டும்" என்றார். வீடியோ கேசட்டை கர்நாடக அரசுக்கு அனுப்ப உத்தரவிட்டபின் "கர்நாடக அரசு என்ன சொல்கிறது என்று பார்த்துவிட்டு முடிவெடுப்போம்" என்றார்.

மாலை 4.30 மணியிலிருந்து 6.45 வரை இச்சந்திப்பு நடைபெற்றது.

வெளியே காத்திருந்த செய்தியாளர்களிடம் ராஜு ஒப்படைக்கப்பட்டது குறித்தும் அவர் மருத்துவமனையில் சேர்க்கப்பட்டிருப்பது குறித்தும் சொன்ன முதல்வர் "இதற்குமேல் நக்கீரன் கோபாலிடம் கேட்டுக்கொள்ளுங்கள்" என்று கூறிவிட்டுக் கிளம்பினார்.

பின்னர் நாம் செய்தியாளர்களிடம் மேலோட்டமாக சில தகவல்களைச் சொல்லிவிட்டு "காஞ்சி ஹோட்டலில் ஏற்பாடு செய்யப்பட்டுள்ள பிரஸ்மீட்டில் மற்ற விஷயங்களைப் பேசலாம்" என்று கூறி விடைபெற்றோம்.

28

எட்டுபேரின் நிலைமை?

வீரப்பனின் பொதுமன்னிப்பு கோரிக்கைகளை அரசுகள் நிராகரித்து விட்டநிலையில் மரணக் கிணற்றில் தவித்துக்கொண்டிருந்தவர்களுக்கு ஆசிரியர் மீண்டும் பேச்சுவார்த்தைக்கு வருகிறார் என்ற செய்தி கொஞ்சம் தெம்பூட்டியது.

நாம் காட்டுக்குச் சென்று, சிலந்திக்கட்டி மற்றும் காய்ச்சலால் பாதிக்கப்பட்டிருந்த ராஜூவை போராடி மீட்டு வந்திருக்கிறோம். அதேவேளையில் மீதமுள்ள எட்டுபேருக்கும் இன்னும் 10 நாட்கள் கெடுவைத்துள்ளான் வீரப்பன். "இந்த 10 நாட்களுக்குள் அரசு பொது மன்னிப்பு தரவேண்டும் அல்லது ரூபாய் 5 கோடி தரவேண்டும். இதை அரசு ரேடியோவில் அறிவிக்க வேண்டும். இல்லையானால் இவர்களை கொன்று விடுவேன்" என்று வீரப்பன் மிரட்டியிருக்கிறான்.

பிணைக்கைதிகளாக இருக்கும் 8 பேரும் கலங்கிப்போய் இருக்கின்றனர். அதில் சிக்கும்பா என்ற வாட்சர் மனநிலை முழுதும் பாதிக்கப்பட்டு எதுக்குப்போகிறோம், எங்கேபோகிறோம் என்று கூட தெரியாமல் காட்டுக்குள் திரிகிறார். கடத்தப்பட்ட வர்களில் 7 பேரும் சிக்கும்பாவுக் காக மிகவும் பயந்து போயுள்ளனர். எங்காவது தனியாகப் போய்விட்டால் நமது நிலைமை மோசமாகிவிடும் என்று பயப்படுகின்றனர்.

தவிர, மழைக்காலம் என்பதால் இவர்களுக்கு சிரமம் அதிகம். இடம்விட்டு இடம் மாறுவது மிகவும் கஷ்டம். ஆனால்... வீரப்பன் 2 நாட்கள் ஒரு இடத்தில் இருப்பது என்பது அபூர்வம். அதனால் சேற்றில், சகதியில் வழுக்கி விழுந்து எழுந்து... நடந்துகொண்டுதான் இருக்கின்றனர்.

குளிர் அதிகமாய் இருப்பதால் அவதிப்படுகின்றனர். 8 பேருக்கும் தேவையான பெட்ஷீட் வசதியும் இல்லை. வீரப்பனின் உணவுப் பழக்கம் இவர்களுக்கு ஒத்துவரவில்லை.

கடந்த 24 நாட்களாய் குளிக்கவோ, துணி மாற்றிக் கொள்ளவோ முடியவில்லை. இதெல்லாம்கூட பெரிய விஷயமில்லை. மனரீதியாக தினம் தினம் செத்துக்கொண்டிருக்கிறார்கள் 8 பேரும்.

இன்றைக்கே வெட்டி கொன்னுட்டாக்கூட பரவாயில்லை. எப்ப கொல்லப்போறாரோன்னு நினைக்கும்போது தூங்கவே முடியவில்லை என்றார் விஷ்கன்டா என்கிற கார்டு. யாரோடும் யாரும் பேசுவதும் இல்லை. காரணம்... தேவையில்லாமல் யாரும் பேசக்கூடாது என்பது வீரப்பனின் உத்தரவு.

சிறுநீர் கழிக்க, மலம் கழிக்க செல்லும்போதுகூட வீரப்பன் ஆள் ஒருவர் துப்பாக்கியோடு நிற்பதால், எங்களுக்கு மலஜலம் கூட வரமாட்டேங்குது என்று அழுகிறார் பாரஸ்டர் வேலாயுதம்.

'சிக்கும்பாவுக்குத்தான் பைத்தியம் ஆரம்பம். இன்னும் சிலநாள்ல எங்களுக்கும் பைத்தியம் பிடிச்சிக்கும்' என்கிறார் அந்தோணி.

"ரேடியோவுல செய்தியின்னு சொன்னாலே எங்களுக்கு உயிர்போயி போயித்தான் வருது. எப்ப போகுதுன்னு தெரியலீங்க" என்றபடி கண்ணீர் விடுகின்றனர் மற்றவர்கள்.

நாம் 6-8-1997 அன்று கொடுத்தனுப்பிய கேசட்டை 7-8-1997 காலை 9.30 மணிக்கு போட்டுப் பார்த்துவிட்டு, கர்நாடக உள்துறைச் செயலாளரும், டி.ஜி.பி.யும் 7-ந் தேதி நண்பகலில் சென்னை வந்தனர். தமிழக தலைமைச் செயலாளரையும் உள்துறைச் செயலாளரையும், டி.ஜி.பி.யையும் சந்தித்து பேசிய அவர்கள், மீட்கப்பட்டு மருத்துவமனையில் சிகிச்சை பெறும் ராஜுவை 8-8-1997 காலையில் பார்க்கச் சென்றனர். இதற்கிடையில் தமிழக முதல்வரோடு தொடர்புகொண்டு கர்நாடக முதல்வர் பேசியிருக்கிறார். இவர்கள் எடுக்கும் முடிவுதான் மரணத்தின் கோரப் பிடியில் சிக்கிக்கொண்டிருக்கும் 8 பேரின் தலைவிதியை நிர்ணயிப்பதாக அமையும்.

29

கூட்டாளிகள் கருத்து!

வீரப்பன் மட்டும்தான் பொதுமன்னிப்பு கேட்கிறானா? அல்லது அவனது கூட்டாளிகளும் தானா என்பதை தெரிந்துகொள்ள தனித்தனியே விசாரித்தோம். இதோ... வீரப்பனின் நம்பிக்கைக்குரிய சேத்துக்குளி கோவிந்தன்.

நக்கீரன்: எத்தனை வருடமாய் வீரப்பனோடு இருக்கிறீர்கள்?

கோவிந்தன்: 17 வருடங்களாக!

நக்கீரன்: பொதுமன்னிப்பு விஷயத்தில் உங்கள் தலைவர் விடாப்பிடியாக இருக்கிறார். உங்கள் கருத்தென்ன? என்ன நோக்கத்தில் இருக்கிறீர்கள்?

கோவிந்தன்: சொல்வதற்கு என்ன இருக்கிறது? அண்ணன் (வீரப்பன்) என்ன சொல்லுதோ அதுதான் என் கருத்து.

என் அப்பன் செத்ததுக்குக்கூட போகமுடி யலை. அவ்வளவு போலீஸ் கெடுபிடி! என் அம்மா வுக்கு 90 வயதிருக்கும். போலீஸ் மாதேஸ் மலையில் வைத்திருக்கிறது. கொடுத்தால் எங்களுக்கு பொது மன்னிப்புக் கொடுக்கட்டும். அல்லது சுதந்திரமாக காட்டிலே இருந்துவிட்டுச் சாகிறோம்.

நக்கீரன்: கோவிந்தன்...! இப்போது அரசு கொடுத்திருக்கும் உறுதிமொழிகளை உலகமே பார்த்துக்கொண்டிருக்கிறது. மீறமுடியாது. ஆகவே, நீங்கள் பயப்படவேண்டியதில்லை. அரசாங்கமே இறங்கி வரும்போது நீங்கள் இறங்கி வரக்கூடாதா?

கோவிந்தன்: இறங்கிவர என்ன இருக்கிறது? சிறையில் கிடப்பதைக் காட்டிலும் மலைக்

காட்டிலே சுதந்திரமாக இருந்து விட்டுப் போகிறோமே!

வீரப்பன் கேங்கில் அடுத்த தளபதியாக இருக்கும் ரங்கசாமி.

நக்கீரன்: சொல்லுங்க ரங்கசாமி! நீங்க எத்தனை வருடமாக வீரப்பனுடன் இருக்கிறீர்கள்?

ரங்கசாமி: 7 வருடமாக!

நக்கீரன்: உங்கள் கருத்தென்ன?

ரங்கசாமி: பொதுமன்னிப்பு இல்லையென்றால், காட்டிலேயே இருந்துகொள்கிறோம்.

நக்கீரன்: முடிவே செய்துவிட்டீர்களா?

ரங்கசாமி: எத்தனை கொடுமை; கரண்டுவிட்டார்கள். எவ்வளவு...

நக்கீரன்: நீங்களும் பெரிய பெரிய ஆட்களையெல்லாம் கொலை செய்திருக்கிறீர்கள்.

ரங்கசாமி: இதில் பெரிய ஆளென்ன சின்ன ஆளென்ன... பெண்களைக் காட்டிலுமா? மிளகாய்ப்பொடி போட்டு...

நக்கீரன்: உங்களில் யார் பாதிக்கப்பட்டது...?

ரங்கசாமி: என் மனைவிகூட பாதிக்கப்பட்டிருக்கிறாள்.

நக்கீரன்: ஒரே முடிவில் இருக்கிறீர்கள் இல்லையா?

ரங்கசாமி: எங்கள் தலைவர் எப்படிச் சொல்கிறாரோ அதுதான் எங்கள் முடிவு!

நக்கீரன்: அப்ப... உங்க ஆட்களிடம் பேசுவதில் அர்த்தமே இல்லை! இல்லையா?

ரங்கசாமி: அர்த்தத்தோடுதானே பேசுகிறோம். என்கூட இருந்தவர்களையெல்லாம் போலீஸ் பிடித்து...

நக்கீரன்: உங்களைப் பிடிக்கவேண்டுமென்றால் கூட இருப்பவர்களைப் பிடித்து விசாரிக்கத்தான் செய்வார்கள். இதில் தவறில்லையே?

ரங்கசாமி: பொதுமன்னிப்பு கொடுத்தால் வருவோம். இல்லையென்றால் வரமாட்டோம்.

வீரப்பனின் மற்றொரு தளபதி மாதேஸ்...

நக்கீரன்: மாதேஸ்...! அரசாங்கம் எழுத்துபூர்வமாக கொடுத்த இவைகளைப் பற்றி உங்கள் தலைவரிடம் காட்டினோம். உங்கள் தலைவரோ பொதுமன்னிப்பு இல்லையென்றால் ஒன்றும்முடியாதென்று கூறிவிட்டார்; நீங்கள் என்ன முடிவில் இருக்கிறீர்கள்?

மாதேஸ்: *எந்தக் கோரிக்கையாக இருந்தால் என்ன? எங்களுக்கு முக்கியம் பொதுமன்னிப்பு... எங்கள் தலைவர் ஒன்றரை வருஷமா கேட்பது பொதுமன்னிப்பு! எங்களுக்கு பொதுமன்னிப்புதான் முக்கியம்.*

நக்கீரன்: *நீங்கள் வந்து எத்தனை வருஷமாகிறது?*

மாதேஸ்: *6 வருஷமாச்சு; நான் தப்பு செய்தால் என்னைத்தானே பிடிக்கவேண்டும்?*

நக்கீரன்: *நீங்கள் காட்டுக்குள் ஒளிந்து திரிகிறீர்கள். உங்களைப் பிடிக்க வேண்டுமென்றால்... உங்க அண்ணன் தம்பி... இப்படித்தானே விசாரிக்கமுடியும்.*

மாதேஸ்: *அதெப்படி முடியும்? தப்பு செய்தவனைத்தானே பிடிக்கவேண்டும். எங்கள் குடும்பத்தினர் இத்தனை வருஷமா ஜெயிலில் கிடக்கிறார்கள். நாங்கள் இத்தனை வருஷமா காட்டில் கிடக்கிறோம். இனிமேல் ஏன் ஜெயிலுக்கு போகவேண்டும். தனிநீதி மன்றம் தனி ஜெயில் என்கிறார்கள். ஜெயில் ஜெயில்தானே?*

நக்கீரன்: *பொதுமன்னிப்பு இல்லையென்றால்...?*

மாதேஸ்: *வரவேமாட்டோம். தலைவர் என்ன சொல்கிறாரோ அதுதான் எங்கள் முடிவு.*

நக்கீரன்: *உங்கள் தலைவர் அரசாங்க விருப்பத்திற்கு ஒத்துக்கொண்டால் நீங்களும் ஏற்றுக்கொள்வீர்களா?*

மாதேஸ்: *ஆமா! அவர் எதற்கு ஒத்துக்கொள்கிறாரோ... அதுதான் எங்கள் முடிவும்.*

வீரப்பனின் இன்னொரு தளபதியான சித்தன்

சித்தன்: *மோகன்நிவாஸ் சொன்னான். சித்தன் பொண்டாட்டி எங்கிருந்தாலும் எங்களிடமிருந்து தப்பிக்க முடியாதுன்னு சொன்னான். இவர்கள் பிடித்தால் தொந்தரவு செய்வார்கள். ஆகையினால் என்கூடவே வா! செத்தாலும் இரண்டுபேரும் சாவோம் என்று அவளையும் கூட்டிக்கொண்டு காட்டுக்கு வந்துவிட்டேன்.*

நக்கீரன்: *இப்ப டீ கொடுத்தாங்களே... அவங்க...?*

சித்தன்: *அவள்தான் என் பொண்டாட்டி!*

நக்கீரன்: *உங்க மனைவியை போலீஸ் துன்பப்படுத்தியதோ?*

சித்தன்: *இல்லீங்க! அதுக்கு முன்னே கூட்டிக்கொண்டு வந்துவிட்டேன்.*

நக்கீரன்: *உங்க குடும்பத்தில் துன்பப்படுத்தப்பட்டது யாரு?*

சித்தன்: அக்கா, தங்கச்சி மாதி... நாகி இப்படி 3 பேரு. இவங்க காதில், மூக்கில், உள்வாயில் எல்லாம் கரண்டு கொடுத்திருக்காங்க... வெந்து போய்விட்டது வாயெல்லாம்!

நக்கீரன்: பாதிக்கப்பட்டதால்தான் இங்கே வந்து கூடவே தங்கிவிட்டீர்களா?

சித்தன்: பாதிக்கப்பட்டதால்தான் ஐயா (வீரப்பன்) கூடவே தங்கிவிட்டேன்.

நக்கீரன்: பொதுமன்னிப்பு இல்லையென்றால் நீங்கள் வருவீர்களா?

சித்தன்: ஐயா எப்படிப் போவாரோ... அப்படித்தான் நாங்களும்... பொதுமன்னிப்புக் கிடைத்து ஐயா நாட்டுக்கு வந்தால் நாங்களும் வருவோம்.

30

"வீரப்பனிடமே கொண்டுபோய் விடுங்க" மீட்கப்பட்ட ராஜு!

நமது நீண்டநேர வற்புறுத்தலுக்குப் பிறகு, காய்ச்சலால் மிகவும் பாதிக்கப்பட்டிருந்த ராஜுவை நம்முடன் அழைத்துக் கொண்டுசெல்ல வீரப்பன் சம்மதித்தான். இந்த செய்தியை பிணையாட்களாக உள்ள மற்றவரிடம் நாம் கூறியதும், அவர்களும் ராஜுதான் மிகவும் பாதிக்கப்பட்டுள்ளான்; அவனையே அழைத்துக் கொண்டு செல்லுங்கள் என்றனர்.

ஆனால் ராஜுவோ நான் மட்டும் தனியாக வரமாட்டேன். 8-பேரோடுதான் வருவேன் என்று அடம்பிடிக்க... திரும்ப அந்த 8-பேருமே தனியாக ராஜுவிடம் போய் "நாம் பட்ட கஷ்டங்களையெல்லாம் முதல்வரிடம் நீ போய் சொன்னால்தான் எங்களை உடனடியாக மீட்பார்கள்" என்று கூறியதற்குப் பின்புதான் "சரி வருகிறேன்" என்று சம்மதித்தார் ராஜு.

அப்போதும் வீரப்பனின் காலில் விழுந்து 'அவங்கள ஒண்ணும் செய்துடாதீங்க' என்று அழுதார் ராஜு. பின்பு வீரப்பனின் முக்கிய தளபதியான கோவிந்தனின் கால்களை கட்டிக் கொண்டு, "அய்யா (வீரப்பன்) கோபப்பட்டாலும், நீங்கதான் எப்படியாவது இந்த 8-பேரையும் காப்பாத்தனும். நீங்க சரின்னு சொன்னாதான் காலைவிடுவேன்" என்று கதறி அழ ஆரம்பித்து விட்டார் ராஜு. நாம் கிளம்பியபோது திரும்பத் திரும்ப 8-பேரையும் பார்த்துக்கொண்டே வந்தார் ராஜு.

கடைசியாக நாங்கள் கார் அருகில் வந்ததும்

வீரப்பனின் கையை பிடித்துக்கொண்டு, எதுவுமே பேச முடியாமல் விம்மினார் ராஜு. பின்பு மலைப்பாதையில் கார் வந்தபோது உடல்நலம் பாதிக்கப்பட்டிருந்த ராஜுவுக்கு வாந்தி வந்துவிட்டது. காரிலிருந்து இறங்கி ஓரமாக வாந்தி எடுத்தபோது எதிரில் வரும் வாகனங்களின் வெளிச்சத்தில்- தான் போட்டிருந்த வனத்துறை சீருடை தெரிந்துவிடும் என்பதால் ஒரு துண்டு கொடுக்கும்படி கேட்டார். நாம் கொண்டுபோயிருந்த சால்வையை கொடுத்ததும் அதைவாங்கி தனது காக்கி பேண்ட்டும், சட்டையும் தெரியாதபடி போர்த்திக்கொண்டார்.

பின், காரில் அழுதுகொண்டே வந்த ராஜுவிடம் "அழாதே, நாளை சென்னைபோய் முதல்வரை பார்த்துவிட்டு... மருத்துவ மனைக்கு செல்லலாம். உடல்நிலை சரியானதும் உன் வீட்டுக்கு போய்விடலாம்" என்று நாம் கூறியதும், "வேண்டாங்க... அந்த எட்டுபேரும் வந்தாதான் நான் வீட்டுக்குப் போவேன். இல்லையின்னா... என்ன மீண்டும் காட்டுலேயே கொண்டுபோய் வீரப்பனிடம் விட்டுடுங்க... போனா எட்டுபேரோடதான் வீட்டுக்குப்போவேன்... இல்லையின்னா அவங்களோடவே நானும் சாகிறேன்" என்று மீண்டும் தேம்பித் தேம்பி அழ ஆரம்பித்து விட்டார் ராஜு. ராஜுவின் மனித நேயம் நம்மை திகைக்க வைத்தது.

இல்லப்பா ராஜு. நீ முதல்ல ஆஸ்பத்திரிக்குப் போய் உடம்பு சரியாகட்டும். அதுக்குள்ளேயே வீரப்பனோட பேசி, 8-பேரையும் மீட்டு வந்திடுவோம். பிறகு அவங்களோட சேர்ந்து நீ உன் வீட்டுக்கு போகலாம் என்று சமாதானப்படுத்திய பின்புதான் டீயும், பன்னும் சாப்பிட்டார் ராஜு.

தனது குடும்பத்தைப் பற்றிகூட ராஜு எதுவும் கேட்கவில்லை. ஆனால் தன்னுடன் பணிபுரியும் 8-பேரின் நிலைபற்றியே பேசிக்கொண்டுவந்தார்.

முதல்வரை சந்தித்துவிட்டு, மருத்துவமனைக்கு அழைத்துப்போகும்முன்பு ராஜுவை சாப்பிடவைக்க நண்பர் ஒருவரின் வீட்டிற்கு அழைத்துச் சென்றோம். 4 இட்லி மட்டும் சாப்பிட்டார். பயமும், உடல் நடுக்கமும் ஓரளவுக்கு குறைந்தது. நண்பரின் வீட்டிற்கு கிறிஸ்துவ மத போதகர் ஒருவர் வர ஜெபகூட்டம் ஆரம்பமானது. உடனே தானும் அதில் கலந்துகொள்ளவேண்டும் என்று கூற, நாமும் அனுப்பிவைத்தோம். அங்கு தனது சக ஊழியர்கள் நல்ல முறையில் திரும்பிவர ஜெபம் செய்யும்படி ராஜு கேட்க... உடனே அங்கிருந்த அனைவரும் கிட்டத்தட்ட அரை மணிநேரம் ஜெபம்

செய்து ராஜுவுக்கு ஆறுதல் கூறினார்கள். பிறகு தமிழக உளவுத்துறை இன்ஸ்பெக்டர் நடராஜன் உடன்வர, சென்னை துறைமுக பொறுப்பு கழக மருத்துவமனைக்கு அழைத்துக்கொண்டு போனோம். அவரது உடலை பரிசோதித்த டாக்டர், 'மனம் கலவரம் அடைந்துள்ளது; அதிக டென்ஷனில் இருக்கிறார். மலேரியா அல்லது டைபாய்டாகக்கூட இருக்கலாம். முதலில் ரத்த பரிசோதனை செய்யவேண்டும். இப்போது உடல் மிகவும் சோர்ந்துள்ளது. அதற்கு குளுகோஸ் ஏற்றுகிறோம்' என்று கூறி ராஜுவை வார்டுக்கு அனுப்பிவைத்தார்.

வார்டில் ராஜுவுக்கு தேவையான பொருட்களை வாங்கிவர இன்ஸ்பெக்டர் நடராஜன் ஆள் அனுப்பினார்.

கிளம்ப முற்படும்போது, மீண்டும் ராஜு தனது சக ஊழியர்களை நினைத்து அழ ஆரம்பித்துவிட்டார். மீண்டும், "கவலைப்படாதே! உனக்கு உடம்பு சரியாவதற்குள் 8 பேரையும் அழைத்துவந்துவிடுவோம்" என்று கூறி சமாதானப்படுத்தி விட்டுத்தான் கிளம்பினோம்.

ராஜுவுக்கு வயதான தாய் தந்தையும், இரண்டு மனைவியும், நான்கு குழந்தைகளும், ஒரு சகோதரியும் உள்ளார்கள். ராஜுவின் சம்பாத்தியத்தில்தான் எல்லோரும் சாப்பிடுகின்றார்கள்.

31

கதறும் குடும்பங்கள்!

நக்கீரனால் மீட்கப்பட்டு சென்னையில் அரசு மருத்துவமனையில் சிகிச்சை பெற்றுவரும் வனத்துறை ஊழியர் ராஜுவை சந்திக்க விரும்புவதாக கர்நாடகத்திலிருக்கும் ராஜு குடும்பத்தினர் நமது அலுவலகத்தை தொடர்பு கொண்டு தகவல் தெரிவித்தனர். அவர்களை சென்னைக்கு அழைத்துவரும் பொறுப்பை நக்கீரன் ஏற்றுக்கொண்டது.

கடந்த 11-8-1997 அன்று ராஜுவின் துணைவியர் இருவரும் அவர்களது உறவினர்களும் நமது அலுவலகத்திற்கு வந்தனர். அவர்களுடன் வீரப்பனிடம் பணயக் கைதியாக உள்ள வேலாயுதத்தின் மனைவியும் மகளும் வந்திருந்தனர். ஒரு மாதகால வேதனையால் மிகவும் மனந்தளர்ந்து போயிருந்தனர். நக்கீரன் இதழில் வெளியாகியுள்ள பணயக் கைதிகளின் படங்களையும் மேலும் சில புகைப்படங்களையும் அவர்களிடம் காண்பித்து பணயக்கைதிகளின் உயிருக்கு ஆபத்தில்லை என்பதை உணர்த்திய போது அனைவரின் கண்களும் பனித்திருந்தன.

வேதனை மிகுந்த குரலில் நம்மிடம் பேசிய வேலாயுதத்தின் மனைவி, “இரண்டு அரசாங்கமும் எங்களை கைவிட்டுவிட்டது. நாங்கள் உங்களைத்தான் நம்பியிருக்கோம். நீங்கள் இனிமேல் காட்டுக்குப் போகப்போவதில்லைன்னு சொன்னாங்க. வீரப்பன்கிட்டேயிருக்கிற என் கணவர் உட்பட 8 பேரையும் நீங்கதான் காப்பாற்ற முடியும். எங்களுக்காக நீங்க மறுபடியும் காட்டுக்குப் போய் அவங்களை மீட்டுவரணும்” என்றார். அருகில் நின்ற வேலாயுதத்தின் மகன்,

"எங்க அப்பாவை காப்பாத்துங்க" என முறையிட்டார்.

அவர்கள் தந்த வேண்டுகோள் மனுவை பெற்றுக்கொண்டு, "நீங்க கவலைப்படவேண்டாம். நக்கீரன் உங்களுக்கு உதவியாக இருக்கும். எட்டுபேர் உயிருக்கும் வீரப்பனால் எந்த ஆபத்தும் வராதுன்னு நம்புறோம். தைரியமாக இருங்க. பணயக்கைதிகளை மீட்க இறுதிவரை முயற்சி எடுப்போம்" என்று ஆறுதல் கூறினோம்.

நமது ஆறுதலால் சற்று நிம்மதியடைந்த வனத்துறை ஊழியர்களின் குடும்பத்தினர், மருத்துவமனைக்குச் சென்று ராஜுவை சந்தித்து நலம் விசாரித்தனர். அப்போது ராஜு,

"நமக்காகத்தான் ஆசிரியர் இத்தனை முயற்சிகளை மேற்கொண்டிருக்கிறார். அவர் சொல்வதுபோல் வீரப்பனால் பணயக் கைதிகளுக்கு ஆபத்து வராது. நீங்க தைரியமா ஊருக்குப் புறப்படுங்க" என்றார்.

பாரத்தை இறக்கிவைத்த திருப்தியுடன் அவர்கள் புறப்பட்டபோது, அவர்கள் படும்பாட்டை உணர்ந்து நமது நெஞ்சம் கனத்தது.

32

வீரப்பனுக்கு பகிரங்க கடிதம்!

தனது மரணப்பிடிக்குள் சிக்கிக்கொண்டிருக்கும் அந்த எட்டு வனஊழியர்களின் தலையெழுத்தை வீரப்பன் எப்படி எழுதப் போகிறான்?

கர்நாடக அரசோ அந்த எட்டுபேர் விவகாரத்தில் சிண்டைப் பிய்த்துக் கொண்டிருக்கிறது. வீரப்பன் விதித்த கெடு ஆகஸ்ட் 15-ந் தேதியோடு முடிவதால், வீரப்பனை, பணம் கொடுத்து சமாதானப்படுத்தி பணயக்கைதிகளை மீட்கலாமா? -என்றும் ஆலோசனை செய்து வருகிறது அரசு.

அப்படி பணம் தருவதென்றால் எவ்வளவு தருவது? கொடுக்கும் பணத்தை வீரப்பன் பெற்றுக்கொள்வானா? இல்லை 5 கோடிதான் வேண்டும் என அடம் பிடிப்பானா?- இப்படி யெல்லாம் பல்வேறு கேள்விகளை தங்களுக்குள் கேட்டுக்கொண்டு குழம்பிவருகிறார்கள் கர்நாடக அதிகாரிகள்.

பணம் தரமுடியாது என்று பகிரங்கமாக வீர முழக்கமிட்ட பிறகு- எப்படி பணத்தை வீரப்பனுக்குக் கொடுப்பது? இந்த பணப்பட்டுவாடா விவரம் வெளியே கசிந்து பத்திரிகைகள் அரசின் கௌரவத்தை சந்திக்குக் கொண்டுவந்துவிட்டால் என்னாவது? என்றெல்லாம் கர்நாடக அரசாங்கம் தலைக்குடைச்சலோடு திணறிக்கொண்டிருக்கிறது.

இது ஒருபுறம் என்றால் இன்னொருபுறம் காட்டுக்குள் புகுந்து இரண்டில் ஒன்று பார்த்துவிடுவது என்று ஒரு சில அதிகாரிகள் அரசிடம் அனுமதி கேட்டு வருகின்றனர்.

காஷ்மீரில் இருந்து உயர் போலீஸ் அதிகாரி ஹர்ஷ்வந்தன் ராஜுவை வரவழைத்து அவரது தலைமையில் 'ஆப்ரேஷன்' நடத்த, கர்நாடக அரசு முடிவுசெய்துள்ளது. ஆனால் கர்நாடக வனத்துறை அமைச்சர் குருபாதப்பாவோ இந்த 'ஆப்ரேஷன்' திட்டத்தில் நம்பிக்கையின்றி இருக்கிறார்.

வீரப்பனை வளைப்பது என்பது சாதாரண காரியமல்ல. அந்த முயற்சியில் இறங்கி காட்டுக்குள் நுழைவது என்பது எட்டு பணயக் கைதிககளின் உயிருக்கு எமனாகத்தான் அமையும் என்று கருதுகிறார்.

ஆனாலும்கூட திம்பம், புளிஞ்சூர், பைலூர், நால்ரோடு ஆகிய முகாம்களில் அதிரடிப்படையினர் குவிக்கப்பட்டு வருகின்றனர். ஆகஸ்ட் 15-க்கு பிறகு தங்களுக்கு எந்த உத்தரவும் வரலாம் என்று அதிரடிப்படை முகாம்கள் ஆயத்தநிலையில் இருக்கின்றன. விடுமுறையில் சொந்த ஊருக்குச் சென்றிருந்த அதிரடிப்படை வீரர்களுக்கு உடனே முகாமுக்கு வரும்படி தந்திகள் கொடுக்கப்பட்டுள்ளன.

அதிரடிப்படைகள் உஷார்படுத்தப்படுவதையும், பெருமளவில் குவிக்கப்பட்டுவருவதையும் கண்ட மலைக்கிராமங் கள் தங்கள் நிம்மதியை இழந்துள்ளன. ஆகஸ்ட் 15-க்குப் பிறகு 'ஆப்ரேஷன்' தொடங்குமானால்... அதிரடிப்படையினர் நேரே காட்டுக்குள் நுழையமாட்டார்கள். அவர்கள் முதலில் நுழைவது மலைக் கிராமங்களுக்குள்தான். கிராமங்களுக்குள் நுழைந்து விட்டால் அவர்களுக்கு குஷி பிய்த்துக்கொள்ளும். கண்ணில்படும் ஆண்களையெல்லாம் அடித்து, உதைத்து இம்சிப்பார்கள். கொஞ்சம் வாட்டசாட்டமான இளைஞர்கள் என்றால் அவர்களை அடித்துத் துவைப்பதோடு 'கரண்ட் விடுவார்கள்' பெண்கள் சிக்கினால், கேட்கவே வேண்டாம் அவ்வளவு கொடுமைகள் இழைக்கப்படும். எனவேதான் நாங்கள் பயந்து செத்துக்கொண்டிருக்கிறோம் என்கிறார்கள் மலை மக்கள். குறிப்பாக...

கடம்பூர், பர்கூர், தலைமலை, தாளவாடி, நெய்தாளபுரம், கல்மண்டிபுரம் போன்ற மலைக்கிராமங்களைச் சேர்ந்தவர்கள் "ரொம்ப பயமா இருக்குங்க. வீரப்பனைத் தேடு. அவனைப் பத்தி தகவல் சொல்லுன்னு அதிரடிப்படைக்காரங்க அடிப்பாங்க. காட்டுக்குள் ஆடுமாடு மேய்க்கப்போனாகூட, வீரப்பனுக்கு அரிசி பருப்பு கொடுக்கப்போனியான்னு கேட்டு சித்திரவதை பண்ணுவாங்க. எங்களுக்கு இனி கஷ்டகாலம்தான்'' என்றனர் நடுக்கத்தோடு. சங்கர்பிதாரி தலைமையிலான கர்நாடக அதிரடிப்

படை, இப்போதே உற்சாகமாக கிராமங்களுக்குள் நுழைந்து மிரட்டல்களைத் தொடங்கிவிட்டன. தமிழக அதிரடிப்படையினரோ சுரத்தில்லாமல் இருக்கின்றனர்.

உங்கள் தளர்வுக்கு என்ன காரணம் என்று கேட்டபோது-

"வீரப்பன் பிரச்சினை சீக்கிரம் முடியும். காட்டிலிருந்து விடுதலை பெறலாம் என எண்ணியிருந்தோம். ஆனா இந்த ஜென்மத்தில் இந்தக்காடு எங்களை விடாது போலிருக்கு" என்றனர் தமிழக அதிரடிப்படையினர்.

இதற்கிடையே சமீபத்தில், வீரப்பன் கேட்டபடி 5 கோடி ரூபாயைத் தரமுடியாது என கறார் தொனியில் கர்நாடக, தமிழக அரசுகள் அறிவித்ததை செய்திப் பத்திரிகைகளும், வானொலி, தொலைக்காட்சி நிறுவனங்களும் உரத்த குரலில் முழங்கின.

இது பலருக்கு அதிர்ச்சியைத் தந்தது. வீரப்பனின் மரணப்பிடியில் 8 பேர் சிக்கியிருக்கும் நிலையில், அவர்களைப் பற்றி கொஞ்சம்கூட கவலைப்படாமல் இப்படி அறிவித்தால்... வானொலி வழியாக இதைக் கேள்விப்படும் வீரப்பன் எந்த மாதிரியான முடிவுக்கு வருவானோ என்ற அச்சம் பரவலாக எழுந்தது. வீரப்பன் அவரசப்பட்டு எங்கே விபரீதமான முடிவுக்குப் போய் விடுவானோ என்று கவலைப்பட்ட நாம் வீரப்பனுக்கு ஒரு பகிரங்கக் கடிதத்தை கடந்த 10-8-1997-ல் வெளியிட்டோம்-

"நீ மீண்டும் நன்றாக யோசி! இந்தியா சுதந்திரம் அடைந்து 50-ஆவது பொன்விழாவை இந்திய மக்கள் சிறப்பாகக் கொண்டாடிக்கொண்டிருக்கும் நேரமிது. நீ இந்த அளவிற்கு உன்னுடைய வாதத்தை வைப்பதற்கு உரிமை தந்ததே இந்த சுதந்திரம்தான்.

எல்லாவற்றிற்கும் வாய்கிழிய பதில் சொல்லும் உனக்கு, சுதந்திரத்தைப் பற்றியும் நன்றாகத் தெரிந்திருக்கும். இந்த பொன்விழா ஆண்டில், ஆகஸ்ட் 15-ஆம் நாள் எட்டுபேர் உயிருக்கு கெடுவைத்திருக்கிறானே வீரப்பன். இது நியாயமா? என்று மக்கள் கேட்கின்றார்கள். அம்மக்களின் சார்பாகவும், உன்னை மனிதனாக்க முயற்சிகள் எடுத்தவன் என்ற முறையிலும் கேட்டுக்கொள்கிறேன்.

"அந்த எட்டுபேரை உடனே விடுதலை செய்துவிடு!"

-என பலவாறாக வீரப்பனை கண்டித்தும் அறிவுறுத்தியும் 8 பேரை விடுவிக்கக் கேட்டுக்கொண்டோம்.

நமது கடிதத்தையும் செய்திச்சாதனங்கள் அச்சிலும், காற்றிலும் பரப்பின.

கடிதத்தகவல் வீரப்பனுக்குப் போய்ச் சேர்ந்ததா? அவனது தற்போதைய முடிவெடுப்புகள் என்ன? என்பது குறித்து அறிந்துகொள்ள வீரப்பனுக்கு நெருக்கமான சிலரை மிகுந்த கஷ்டங்களுக்கிடையே சந்தித்தோம்.

வீரப்பன், நமது கடிதத்திற்கு மதிப்பளித்து, பணயக்கைதிகளை இதுவரை கொல்லாமல் இருக்கிறான் என்பதையும், 'அதிரடிப்படைகள் காட்டுக்குள், நுழைந்தால் தனக்கு கைதிகளைக் கொல்வதைத் தவிர வேறு வழியில்லை'- என்று அவன் சொல்லிக்கொண்டு இருப்பதையும் அறிந்துகொண்டோம். தன்வசமுள்ள பணயக்கைதிகளை வெறுமனே விடுதலை செய்தால் போலீஸின் அட்டகாசம் மீண்டும் அதிகமாகிவிடும் என வீரப்பன் கருதுகிறானாம்.

எது எப்படியோ இந்த நிமிடம்வரை பணயக்கைதிகளின் உயிருக்கு ஆபத்து எதுவும் ஏற்படவில்லை என்பதே நமக்கு மிகுந்த ஆறுதலைத் தருகிறது.

33

கர்நாடக வனத்துறையினர் கண்ணீர்க் கோரிக்கை!

வீரப்பனிடம் பணயக் கைதிகளாக உள்ள எட்டு பேரையும் எப்படியாவது மீட்டுத் தாருங்கள் என்ற கண்ணீர்க் கோரிக்கையுடன் கர்நாடக வனத்துறையினர் நமது அலுவலகத்திற்கு வந்தனர். கர்நாடக வனத்துறையில் பணியாற்றும் சுமார் 20,000 ஊழியர்களின் சார்பாக வனத்துறை தலைமை கன்சர்வேட்டரான ஐ.எஃப்.எஸ். அதிகாரி பி.எஸ்.ஆதப்பாவின் அனுமதி பெற்று 13-8-1997 அன்று சென்னைக்கு வந்த அவர்கள், நம்மை நேரில் சந்தித்து தங்களது வேண்டுகோளை தெரிவிக்க விரும்பினர்.

கர்நாடக பாரஸ்டர்கள் அசோசியேஷன், கர்நாடக பாரஸ்ட் கார்டுகள் மற்றும் வாட்சர்கள் சங்கம், வனத்துறை ஓட்டுநர் சங்கம், குரூப் 'டி' சங்கம் ஆகிய சங்கங்களைச் சேர்ந்த 14 பிரிதிநிதிகள், வீரப்பனிடமிருந்து மீட்கப்பட்ட வனத்துறை ஊழியர் ராஜுவை சந்திக்க விரும்பினர். நக்கீரன் உதவியது.

ராஜுவை சந்தித்து ஆறுதல் தெரிவித்த பின் 14-8-1997 அன்று பிற்பகலில், வனத்துறை சங்கத்தினர் சந்தித்தனர். "உங்களால்தான் எட்டுபேரின் உயிரைக் காப்பாற்றித்தர முடியும். இரண்டு மாநில அரசுகளையும் நீங்கள் வலியுறுத்துங்கள். கர்நாடக வனத்துறையினர் உங்களுக்கு முழு ஒத்துழைப்பு தரத்தயாராக இருக்கிறார்கள். நீங்கள்தான் அவர்களை மீட்டுத்தரவேண்டும்" என கலங்கிய விழிகளுடன் தெரிவித்தனர்.

பணயக்கைதிகளை மீட்டுத்தரும்படி கோரிக்கை விடுக்கும் மனு ஒன்றை தந்த வனத்துறையினர், வீரப்பனுக்கு வேண்டுகோள்

விடுக்கும் கடிதம் ஒன்றையும் நம்மிடம் தந்தனர். அதில், **"சகோதரனே! தயவுசெய்து எங்கள் சகோதரர்களுக்கு அதிக இடைஞ்சல் பண்ணாது, உயிர்ப்பிச்சை தந்தால், அவர்களின் குடும்பத்திற்கு நீங்கள் கடவுள் மாதிரி ஆவீர்கள். இதுதான் கர்நாடக வனத்துறை, காவல்துறை சங்கத்தின் பிரார்த்தனை. நீங்கள் அதிகம் நம்பிக்கை வைத்திருக்கும் நக்கீரன் ஆசிரியர் ஸ்ரீ ஆர்.ஆர். கோபால் மேல் நாங்களும் அதிக நம்பிக்கை வைத்து அவர்மூலம் இக்கடிதத்தை அனுப்புகிறோம்''** என குறிப்பிட்டிருந்தனர்.

அதனைப் பெற்றுக்கொண்டு, ''எட்டுபேரின் உயிருக்கு வீரப்பன் எந்த ஆபத்தும் விளைவிக்கமாட்டான் என நாங்கள் நம்புகிறோம். அவனுக்கு நாங்கள் அனுப்பியுள்ள கடிதத்தில், பணயக்கைதிகளின் உயிருக்கு உன்னால் ஆபத்து ஏற்பட்டால், மக்கள் உன்னை மன்னிக்கமாட்டார்கள் என்பதை தெளிவாக, சொல்லியிருக்கிறோம். ரேடியோ செய்தியில் அந்தக் கடிதம் வாசிக்கப்பட்டது. வீரப்பன் தொடர்ந்து ரேடியோ செய்திகளை கேட்டுவருவதால், கடத்தப்பட்ட வன ஊழியர்களுக்கு எந்த பாதிப்பும் ஏற்படாது என்பது எங்கள் நம்பிக்கை. இதற்குமேல் இந்த விவகாரத்தில் இரண்டு மாநில அரசுகளும்தான் கலந்தாலோசித்து நடிவடிக்கை எடுக்க வேண்டும். நீங்கள் நம்பிக்கையுடன் புறப்படுங்கள்" எனத் தெரிவித்தோம்.

நமது வார்த்தைகளால் ஆறுதலும், நம்பிக்கையும் பெற்ற வனத்துறை சங்கங்களின் பிரதிநிதிகள், நன்றிதெரிவித்து புறப்பட்டபோது... வீரப்பன் விதித்த கெடு முடிவடைய குறைந்த நேரமே மிச்சமிருந்தது.

34

சரண்டர் எங்கே? எப்போது?

வீரப்பன் விதித்த கெடு முடிந்துவிட்டதே! அவனிடம் சிக்கியுள்ள 8 பேரின் கதி என்ன?- என்று மக்கள் பதைபதைத்துக்கொண்டிருக்க- தமிழக- கர்நாடக அரசுகளிடமிருந்து மிகுந்த உறுதியான முடிவுகள் எதுவும் அறிவிக்கப்படாத நிலையில்... எந்த நேரத்தில் என்ன விபரீதம் நடக்குமோ என்ற அச்சத்தில், ஒவ்வொரு நொடியும் கரைந்து கொண்டிருந்த நேரத்தில் தான்... வீரப்பனிடமிருந்து சமிக்ஞை கிட்டியது.

தனது கெடு முடிந்துவிட்ட நிலையில் அடுத்து என்ன செய்யப்போகிறான் என்பது பற்றி ஆடியோ கேசட்டுகளில் பேசியிருந்த வீரப்பன், அதை நக்கீரனிடம் ஒப்படைக்கும்படி தனது ஆட்கள் மூலம் கொடுத்து, "ஆசிரியரிடமோ அல்லது நிருபர்கள் சிவசுப்ரமணியம், சுப்பு ஆகிய இருவரில் ஒருவரிடமோ கேசட்டை பத்திரமாக ஒப்படைத்துவிடு" என்று தெரிவித்துள்ளான் வீரப்பன். வீரப்பனிடமிருந்து தகவலை எதிர்பார்த்து 24 மணி நேரமும் காட்டுப் பகுதியி லேயே தமது பணியை மேற்கொண்டிருக்கும் நமது நிருபர் டீமின் கைகளுக்கு அந்த ஆடியோ கேசட்டுகள் 16-8-97 அன்று கிடைத்த சில மணி நேரங்களில் அவை அலுவலகத்துக்கு வந்து சேர்ந்தன.

ஒரு ஆடியோ கேசட்டில் நமக்கும், மற்றொன்றில் தமிழக முதல்வருக்கும் தனித்தனி யாகப் பேசியிருந்தான். 17-8-97 அன்று காலையில் தொலைபேசி மூலம் தமிழக முதல்வரை தொடர்புகொண்டு ஆடியோ கேசட் பற்றிய விபரத்தை தெரிவித்தோம். முதல்வரின் அழைப் பின் பேரில் கோபாலபுரம் இல்லத்திற்கு காலை 9

மணியளவில் சென்றோம். விவரங்களைக் கேட்டறிந்த முதல்வர், ''மிகவும் சந்தோஷம். நீங்கள் தலைமைச் செயலகத்திற்கு வந்துவிடுங்கள்; அதிகாரிகளுடன் ஆலோசிப்போம்'' என்றார்.

மதியம் 12 மணியளவில் தலைமைச் செயலகத்தில் முதல்வர் முன்னிலையில், அந்த ஆடியோ கேசட்டுகளை போட்டுக்காட்டினோம். சட்ட அமைச்சர், உள்துறைச்செயலாளர், டி.ஜி.பி., உளவுத்துறை ஐ.ஜி., ஆகியோர் அங்கு இருந்தனர். கேசட்டில் வீரப்பன் பேசியதை முழுவதும் கேட்ட முதல்வர், "கர்நாடக அரசுடன் இதுபற்றி பேசி, வீரப்பனின் கோரிக்கைகளை குறித்து நல்லதொரு முடிவை எடுக்கவேண்டும்'' என்றார். வீரப்பன் தெரிவித்திருந்த கோரிக்கைகள் சிலவற்றை குறிப்பெடுத்துக் கொண்ட முதல்வர், உளவுத்துறை ஐ.ஜி.யிடம், "கர்நாடக அரசுக்கு உடனடியாக தகவல் தெரிவித்து விடுங்கள். தாமதப்படுத்த வேண்டாம். நாம் இந்தப் பிரச்சினையில் வாக்குக் கொடுத்து விட்டால் அதன்பிறகு மாறக்கூடாது. அதனால் உடனடியாக கர்நாடக அரசை தொடர்புகொள்ளுங்கள். அவர்கள் விரைவாக இங்கு வந்து பேசுவதற்கு வேண்டிய ஏற்பாடுகளை செய்யுங்கள். தலைமைச் செயலாளருக்கும் விவரம் தெரிவித்துவிடுங்கள்'' என்றார்.

ஒன்றரை மணிநேர சந்திப்பிற்குப் பிறகு தலைமைச் செயலகத்திலிருந்து திரும்பினோம்.

வீரப்பன் விவகாரத்தில் அடுத்து என்ன நடக்கும் என அனைத்து தரப்பு மக்களும் எதிர்பார்த்துக் கொண்டிருக்கும் நேரத்தில், நக்கீரனுக்கு அவன் அனுப்பிய ஆடியோ கேசட்டுகள் மிகவும் முக்கியத்துவம் பெற்றுவிட்டன. அந்த கேசட்டில் இடம் பெற்றிருக்கும் தகவல் இதுதான்.

ஐயா, நான் வீரப்பன் பேசுறேன்.

நக்கீரன் ஆசிரியர் உங்களுக்கு:

நீங்க வந்து என்னை சந்திச்சீங்க. எவ்வளவோ எனக்கு எடுத்துச் சொன்னீங்க. முதல் தடவை சந்திச்சப்பவும், பின்னால சந்திச்சப்பவும் 9 பேர் குடும்பத்தோட போட்டோவெல்லாம் கொண்டு வந்து காட்டினீங்க. அவங்களெல்லாம் பாவம்; ரொம்ப ஏழைங்க. மனசு வைத்து ஏதாவது மனமிரங்கி வா! அவங்க உயிரைக் காப்பாத்துன்னு கேட்டீங்க. எவ்வளவோ வாதாடினீங்க. நான் அதை ஒத்துக்கலை. போகும்போதுகூட சொல்லிட்டுப் போனீங்க. யோசனை பண்ணி ஒரு முடிவுக்கு வா என்று. மன்னிப்பு கொடுக்கலைன்னா எனக்குப் பணம் வேணும்னு கேட்டேன். அதெல்லாம் வேண்டாம்பா, இன்னும்

நீ நல்லா யோசனை பண்ணுன்னு சொன்னீங்க. நீங்க போனபிறகு, நான் எங்க தோழர்களையெல்லாம் கூப்பிட்டு வைத்து பேசினேன். பெரியவங்கள்லாம் என்ன சொல்றாங்க, நம்ம கலைஞர்லாம் என்ன சொல்றாருன்னு ரேடியோவில் மாநில செய்தியில சொன்னாங்க. அதையும் கேட்டு தெரிஞ்சுக்கிட்டேன். நீங்க போய் பேப்பர்ல படிச்சு ஒரு செய்தி சொன்னீங்க. அதையும் நான் கேட்டேன். பணம் நான் கேட்டதால் ரொம்ப கேவலமான வார்த்தையெல்லாம் என் காதுக்கு வந்தது. நான் வந்து பணத்தை பொதுமக்களுக்குக் கேட்டேனே தவிர... எனக்காக கேட்கவில்லை. அத விடுங்க போகட்டும்; வேண்டாம். பணத்தை மட்டும் வாங்கி என்ன செய்கிறேன்? இப்ப சரண்டர் என்கிற முடிவுக்கு நான் வந்துவிட்டேன்.

நீங்களெல்லாம் சொன்னீங்க. பெரியவங்க எல்லாம் இவ்வளவு தூரம் சொல்லியும் நான் புடிச்ச முயலுக்கு மூணுகால்னு பேசக்கூடாது. அதனால நம்மள காப்பாத்தறதுக்கு ஐயா ஆசிரியர் இருக்காரு. ஐயா கலைஞர் இருக்காரு. அவர்களெல்லாம் சேர்ந்து நம்மள காப்பாத்துவாங்க; விடமாட்டாங்க அப்படிங்கிற முழுநம்பிக்கையோட இப்ப நாங்க இறங்கிட்டோம். தயவு செய்து உங்களைக் கும்பிட்டு கேட்கிறேன். என்னை சரண்டர் பண்றதோ, வெளியிலே கொண்டு வருவதோ, மனிதனா நிலைநாட்டுவதோ எல்லாமே உங்க கையிலதான் இருக்கு. உங்கள நம்பித்தான் நான் வர்றேன். கலைஞர் மூஞ்சிய நான் நேர்ல பார்த்தது இல்லை. அவர் சொல்லி அனுப்புறத நீங்க சொல்றீங்க; அதைத்தான் நான் கேக்கிறேன். நான் என் கூடப்பிறந்த சகோதரனாக உன் மூஞ்சியத்தான் பார்த்து பேசறேன். இந்த அடங்காட்டில் வந்து என்னைப் பார்த்து பேசி, கூட்டிட்டுப்போய் சரண்டர் பண்ணுகிற அளவுக்கு கொண்டு வந்தது நீங்கதான். உங்கள நம்பித்தான், ஐயா கலைஞரை நம்பித்தான் வர்றேன். எங்களை காப்பாற்ற வேண்டிய கடமை உங்களது.

இரண்டாவது கோரிக்கை வைச்சேன்ல அதுல ஒன்று விட்டுட்டேன். ஜெயில்ல ஒரு வருஷம் இருக்கிறதுக்குள்ள எல்லா சௌகரியமும் கேட்டிருக்கிறேன். எங்க குடும்பம், குழந்தை குட்டிங்க வந்து பார்த்துப் பேசிட்டுப் போறதுக்கு வசதிபண்ணி கொடுக்கவேண்டும். அதை கலைஞர் ஐயாகிட்ட சொல்லி ஏற்பாடு பண்ணிக்கொடுத்திடுங்க.

அதாவது- என் குடும்பம், என் கூட இருக்கிறவங்க

குடும்பம் எல்லாரும் எப்ப வேணுமானாலும் வந்து பார்த்துப் பேசிவிட்டுப் போவதற்கு அனுமதி கொடுக்கவேண்டும். அடுத்த கேசட்டில் ஐயா சி.எம்.முக்கு பேசி கொடுத்திருக்கேன். முதல் மந்திரி கலைஞர் ஐயாவுக்கு பேசியிருக்கேன். அதையும் அவரிடம் கொடுங்கள். உடனே இதை பரிசீலனை பண்ணி கர்நாடகாவிற்கு தெரியப்படுத்தி, இங்க இருக்கிற போலீஸை எல்லாம் வாபஸ் பண்ணி அனுப்பிவிட்டு, சீக்கிரமா நீங்க வந்து என்னைச் சந்திக்கணும். முன்ன மாதிரியே சீக்கிரமா கலைஞரிடம் சொல்லி 3-வது சுற்றுப் பேச்சுவார்த்தைக்கு நீங்க வருவதா ரேடியோ நியூஸ்ல சொல்ல சொல்லிவிடுங்க. அப்பப்ப... அப்பப்ப ரேடியோ நியூஸ்ல சொல்லிக்கிட்டே இருக்கணும். அப்பதான் நாங்கள் நீங்க எந்தப் பாதைபக்கம் வர்றீங்கன்னு ஃபாலோ பண்ணிக்கிட்டே இருப்போம். நம்ம ஆளுகளை விட்டு ரோட்டுத் தடம்னு எந்தந்த பகுதியில் வருவீங்களோ, அந்தந்த பகுதியில பார்த்துக்கிட்டே இருப்பேன். இப்ப இவ்வளவுதான் பேச முடிஞ்சது. நீங்க நேரில் வரும்போது மீதி பேசிக்கலாம்.

நன்றி! வணக்கம்ங்க!

மேலும்-

"என்னுடைய கோரிக்கைகளை ஏத்துக்கிட்டு, ஆசிரியர் ஐயா வரட்டும். அவரோடு வந்து சரண்டர் ஆவறேன். எட்டுபேரையும் பத்திரமா உங்க முன்னால ஒப்படைக்கிறேன்" என்றும் வீரப்பன் கலைஞருக்கு தெரிவித்துள்ளான்.

சரணடைவது என்ற மிக முக்கியமான முடிவை நோக்கி வீரப்பன் நகர்ந்து வந்துவிட்ட நிலையில்... அந்த நிகழ்ச்சி எங்கே, எப்போது நடக்கும் என்ற பலத்த எதிர்பார்ப்பு எல்லா தரப்பிலும் ஏற்பட்டுள்ளது. வீரப்பனின் சரணடைதல் நிகழ்ச்சி சென்னை யில்தான் நடைபெறும். அதற்கு முன், தமிழகம், கர்நாடகம் ஆகிய இரு மாநில அரசுகளும் வீரப்பனின் கோரிக்கைகள் பற்றி விரைவான முடிவு எடுக்க வேண்டும். இரு மாநில முதல்வர்கள், அமைச்சர்கள் மற்றும் அதிகாரிகள் நிலையிலான இறுதிக்கட்ட பேச்சுவார்த்தை முடிந்தவுடன், இன்னும் பத்து அல்லது பதினைந்து தினங்களில் எந்த விவகாரத்திற்கு முற்றுப்புள்ளி வைக்க வேண்டும் என நக்கீரன் அயராத முயற்சி எடுத்ததோ, அந்த விவகாரத்திற்கு அழுத்தமான முற்றுப்புள்ளி வைக்கப்படும். அதற்கான அறிகுறிகளும், நம்பிக்கைகளும் பலமாகத் தோன்றியுள்ளன.

35

உலகம் எதிர்பார்க்கிறது!

தமிழக, கர்நாடக மக்கள் ஆவலுடன் எதிர் பார்த்து கொண்டிருந்த செய்தி, செவ்வாய் கிழமை இந்தியா முழுவதும் அனைத்து செய்தி ஏடுகளி லும், உலகம் முழுவதும் செய்தி சொல்லக் கூடிய தொலைக்காட்சிகளிலும், வானொலியிலும் சொல் லப்பட்டபோது மக்களுக்கு மட்டற்ற மகிழ்ச்சி.

தொலைபேசியிலும், நேரடியாகவும், தந்தி மூலமாகவும், கடிதங்கள் வாயிலாகவும் தமிழக, கர்நாடக மக்களிடமிருந்து நக்கீரனுக்கு வரும் வாழ்த்துக்களை தலை வணங்கி ஏற்றுக்கொள் கிறோம்.

இந்திய உள்துறை அமைச்சர் இந்திரஜித் குப்தா, வீரப்பன் விவகாரத்தில் தமிழக அரசு திறமையாக செயல்பட்டுள்ளது என்று பாராட்டு பத்திரம் வழங்கியுள்ளார். வீரப்பனை பிடிக்கிறோம் என்று தமிழக, கர்நாடக அரசுகள் செய்து வந்த செலவுத் தொகை தோராயமாக 200 கோடியை தாண்டும் என்கின்றார்கள்.

இனி, இப்படிப்பட்ட செலவுகள் இல்லை, அநாவசியமாக மனித உயிர்கள் பலியாகாது. வனப்பகுதி மக்களுக்கும் நிம்மதி பிறக்கும் என்று அமைதி விரும்பும் நல்மனம் கொண்டோர் சரண்டரை வரவேற்று வாழ்த்திக்கொண்டிருக்கும் அதேநேரத்தில் சிலர்... மிகச் சிலர் மட்டும் விவாதத்தை ஆரம்பித்துவிட்டார்கள்.

வீரப்பன் சரண்டரை ஏற்றுக்கொள்வதா? வீரப்பன் சரண்டர் அடையவில்லை, அரசாங்கங் கள் சரண்டர் அடைந்துவிட்டன. வீரப்பனை தேடிப் பிடித்து சட்டத்துக்கு முன் நிறுத்தாமல் இது என்ன கேலிக்கூத்து என்று ஏ.ஸி. அறையில் உட்கார்ந்து கொண்டு வம்படிக்க ஆரம்பித்துவிட்டார்கள்.

நல்ல காரியங்கள் நடைபெறும் போதெல்லாம், இப்படிப் பட்டவர்கள் உடுக்கையை எடுத்துக்கொண்டு கிளம்பிவிடுவார் கள். இவர்கள் அலட்சியப்படுத்தப்பட வேண்டியவர்கள் என்றாலும் நக்கீரனின் நிலையை மீண்டும் பதிவு செய்ய வேண்டியது அவசியமாகிறது.

வீரப்பனுக்கு பொதுமன்னிப்பு தரவேண்டும் என்றோ, வீரப்பன் விதிக்கும் முரட்டுத்தனமான நிபந்தனைகள் ஏற்றுக் கொள்ளப்பட வேண்டும் என்றோ என்றும், எங்கும், எப்போதும் நக்கீரன் வாதாடியதில்லை.

8 பணயக் கைதிகளின் விலைமதிப்பற்ற உயிரை நினைத்து நினைத்து, அவர்களை எப்படியாவது மீட்க வேண்டும் என்றே வீரப்பனிடம் நக்கீரன் போராடியதை நாட்டுமக்கள் அனைவரும் அறிவார்கள்.

இன்னும், அரசாங்கங்களாலேயே கணக்குப் போட முடியாத அளவுக்கு மனித உயிர்களை பறித்தவன், வளத்தை அழித்தவன் வீரப்பன் என்பதும், தேடுதல் வேட்டை என்ற பெயரில் 12 வயது இளம் பெண்களைக்கூட கற்பழித்தவர்களை யும், அப்பாவி மலை கிராம இளைஞர்களை சுட்டுக்கொன்ற வர்களையும் கண்டுபிடித்து தண்டிக்க வேண்டும் என்று வீரப்பன் வைக்கும் வாதத்தையும் எல்லோரும் அறிவார்கள்.

இவையிரண்டும் தொடரவேண்டும், யாரோ எப்படியோ அழிந்து போகட்டும் என்று நினைக்கும் துர்குணம் கொண்டவர் கள்தான் சரண்டரா? என்று வாய்பிளக்கின்றார்கள். தமிழக, கர்நாடக மாநிலங்களைத் தாண்டி உலகமே வீரப்பன் சரண்டரை எதிர்பார்த்துக் கொண்டிருக்கிறது. வீரப்பனையும், அவனது சகாக் களையும் பணயக் கைதிகளாக வைக்கப்பட்டுள்ள 8 பேரோடு சரண்டர் அடைய வைக்க நாம் மீண்டும் கிளம்பிவிட்டோம்.

காட்டுக்குள் நுழைந்து, வீரப்பன் இருக்குமிடம் தேடி அலைந்து, வீரப்பனிடம் பேசி நமக்கு தகவல் வர இன்னும் நான்கு நாட்களாவது ஆகும். நக்கீரனின் சாதனைகள் எல்லாம் நக்கீரன் வாசகர்களையே சாரும். அவர்கள் தரும் ஆதரவு, துணிச்சல்தான் உயிரைப் பணயம் வைக்கும் அளவிற்கு நக்கீரனை கொண்டு செல்கிறது.

இதோ...

விரைவில் ஒரு வரலாற்று சாதனை நிகழப்போகிறது. இதை வெற்றிகரமாக முடிக்க, வீரப்பனை தேடிப் போயிருக்கும் நாமும் நிருபர்களும் விரைவில் வீரப்பனோடு வர வாழ்த்துங்கள்!

-நக்கீரன் குடும்பத்தினர்

36

முதல்வர்கள் தந்த வாக்குறுதி!

வீரப்பன் விவகாரத்திற்கு முற்றுப்புள்ளி வைப்பதற்கான முயற்சிகள் தொடங்கிவிட்டன. அவனிடமிருந்து வந்த ஆடியோ கேசட்டுகளை 17-ந் தேதியன்று கேட்ட தமிழக முதல்வர் உடனடியாக கர்நாடகத்துடன் தொடர்புகொண்டார். அவர்களுக்கும் கேசட் அனுப்பப்பட்டது. அதனைக் கேட்ட கர்நாடக முதல்வர் ஜே.எச். பாட்டீல் தமிழக முதல்வரைத் தொடர்புகொண்டு, 19-ந் தேதியன்று ஸ்பெஷல் ஃபிளைட்டில் நாங்கள் சென்னை வருகிறோம்'' என தெரிவித்தார். நம்பிக்கையின் அறிகுறிகள் தென்பட்டன.

19-ந் தேதி காலை 10.30 மணியளவில் தலைமைச் செயலகத்தில் இரு மாநில அரசுகளும் பேச்சுவார்த்தையை தொடங்கின. தமிழகத்தின் சார்பில் முதல்வர் கலைஞர், தலைமைச் செயலாளர் நம்பியார். உள்துறை செயலாளர் பூர்ணலிங்கம், பொதுத்துறைச் செயலாளர் தேவராஜ், டி.ஜி.பி. ராஜசேகரன் நாயர், போலீஸ் கமிஷனர் ராஜகோபாலன், உளவுத்துறை ஐ.ஜி. அலெக்சாண்டர் ஆகியோரும் கர்நாடகத்தின் சார்பாக அம்மாநில முதல்வர் ஜே.எச். பாட்டீல், சட்ட அமைச்சர் நானய்யா, உள்துறை அமைச்சர் ரோஷன் பெய்க், காட்டிலாகா அமைச்சர் குருபாதப்பா நாகமரப்பள்ளி, கூடுதல் தலைமைச் செயலாளர் முத்தண்ணா, டி.ஜி.பி. சீனிவாசலு ஆகியோரும் கலந்துகொண்டனர்.

வீரப்பனின் நிபந்தனைகளை பரிசீலித்த இரு மாநில அரசுகளும் எதை எதை ஏற்றுக்கொள்ள முடியும் என முடிவு செய்தன. சுமார் ஒரு மணி பதினைந்து நிமிடங்கள் நடந்த இந்த ஆலோசனை கூட்டத்திற்குப் பின் நாம் முதல்வர் அறைக்கு

அழைக்கப்பட்டோம். அங்கே நமது முதல்வருடன் கர்நாடக முதல்வரும் உளவுத்துறை ஐ.ஜி. அலெக்சாண்டரும் இருந்தனர்.

நம்மை கண்ட கர்நாடக முதல்வர், "வெல்கம், வெல்கம்" என வரவேற்றார். பிறகு "வீரப்பன் அனுப்பிய ஆடியோ கேசட்டைக் கேட்டேன். எனக்கு அவ்வளவா தமிழ் தெரியாது. அதனால் ஆங்கிலத்தில் மொழிபெயர்க்கச் சொல்லித்தான் கேட்டேன். மகாத்மா காந்தி, நெல்சன் மண்டேலா பற்றியெல்லாம் வீரப்பன் பேசியிருந்ததைக் கேட்டபோது ஆச்சரியமாகத் தான் இருந்தது. வீரப்பனின் நிபந்தனைகள் எதை எதை ஏற்றுக்கொள்ள முடியும் என உங்கள் அரசுடன் பரிசீலித்து முடிவெடுத்துள்ளோம்" என்றார்.

ஏற்றுக்கொள்ளப்பட்ட நிபந்தனைகளின் பட்டியல் நம்மிடம் வழங்கப்பட்டது.

1. இரண்டு மாநில அரசுகளும் வீரப்பன் மற்றும் அவரது கூட்டாளிகளும் சரண் அடைவதை ஏற்றுக்கொள்கின்றன. மேலும் அவர்களுடைய உயிருக்கு பாதுகாப்புத் தரவும் உறுதி அளிக்கின்றன.

2. தமிழகத்திலே உள்ள ஒரு சிறப்பு முகாமில் காவல்துறை மற்றும் சிறை அதிகாரிகளின் காவலில் வீரப்பனும் மற்றும் அவரது கூட்டாளிகளும் வைக்கப்படுவார்கள்.

3. வீரப்பனும் மற்றும் அவரது கூட்டாளிகளும் சிறப்பு முகாமில் இருக்கக்கூடிய காலம் சட்டப்படி நிர்ணயிக்கப்படும் குறைந்த காலமாக இருக்கும்.

4. வீரப்பன் சம்பந்தப்பட்ட வழக்குகளில் புலன் விசாரணைக் காக கைது செய்யப்பட்டவர்கள்மீது எந்தவிதமான தனிப்பட்ட குற்றச்சாட்டுகள் இல்லையென்றால் அவர்கள் உடன் விடுவிக்கப்படுவார்கள். ஏதாவது குறிப்பிட்ட குற்றச்சாட்டுகள் அவர்கள் மீது இருக்குமேயானால் அவைகள் உடனடியாக ஆய்வு செய்யப்பட்டு, ஒரு முடிவு எடுக்கப்படும். மேலும், அனைவரையும் சட்டப்படி ஜாமீனில் விடுதலை செய்ய நடவடிக்கை எடுக்கப்படும்.

5. வீரப்பனின் உறவினர்களுக்குப் புனர் வாழ்வு தருவதற்கான கோரிக்கைகள் கருணையோடு பரிசீலிக்கப்படும்.

6. கர்நாடகத்தில் உள்ள வீரப்பன் மீதான வழக்குகள் அனைத்தும் சம்பந்தப்பட்ட நீதிமன்றத்தில் ஒப்புதல் பெறப்பட்டு, தமிழ்நாட்டின் நீதிமன்றத்துக்கு மாற்றப்படும்.

7. எந்தக் காரணத்தைக் கொண்டும் கர்நாடக அரசு வீரப்பனை கர்நாடகத்தற்கு வரவேண்டுமென கோராது.

8. ஒரு நல்ல சூழ்நிலையை உருவாக்க, பிணைக்கைதிகள் அனைவருடனும் வீரப்பன் உடனடியாக சரணடைய வேண்டுமென இரு மாநில அரசுகளும் விரும்புகின்றன.

9. சிறப்பு முகாமில் வீரப்பனைப் பார்க்க, பார்வையாளர்கள் அனுமதிக்கப்படுவார்கள். மேலும், தேவையான வசதிகள் செய்து கொடுக்கப்படும்.

இரு மாநில அரசுகளும் ஏற்றுக்கொண்ட நிபந்தனைகளை படித்ததும், "ஒரு வருடம் மட்டுமே ஜெயிலில் இருப்பேன் என்பதில் வீரப்பன் விடாப்பிடியாக இருக்கிறான். நீங்கள் குறைந்த பட்ச தண்டனை என்கிறீர்கள். அது எவ்வளவு காலம் என்பதை வீரப்பனிடம் எப்படி தெரிவிப்பது?" என கேட்டோம். உடனே முதல்வர் கலைஞர், "சிறப்பு கோர்ட்டுதான் இதை விசாரித்து முடிவு செய்யும். வழக்கு நடந்து நீதிபதியின் தீர்ப்பு வெளியாகட்டும். அதற்கு முன் எதுவும் செய்ய சட்டத்தில் இடமில்லை. தீர்ப்பு சொன்ன பிறகு வேண்டுமானால் இரு அரசுகளும் தலையிட்டு பொதுமன்னிப்போ, தண்டனை குறைப்போ வழங்கலாம்" என்றார். கர்நாடக முதல்வரும் அதனை ஆமோதித்தார்.

சட்டரீதியாக விபரங்களை விவரித்த நமது முதல்வர் ஒரு சம்பவத்தையும் எடுத்துக்காட்டினார். "என்னையும் அண்ணாவையும் காமராஜர் ஆட்சி காலத்தில் கைது செய்தபோது 3 மாத சிறைத்தண்டனை என தீர்ப்பளிக்கப்பட்டது. ஆனால்... அது தேவையில்லையென அப்போதைய முதல்வர் காமராஜ் விடுதலை செய்தார். சட்டப்படி இப்படித்தான் செய்ய முடியும் என்பதற் காகத்தான் இதைச் சொன்னேன்" என்றார்.

"தன்னை போலீஸ் கொன்றுவிடும் என்ற பயம் வீரப்பனிடம் அதிகமாக உள்ளது. போலீஸ் கஸ்டடியில் இருந்த அவன் தம்பி அர்ஜுனன் இறந்ததுதான் வீரப்பனின் பயத்திற்கு காரணம்" என நாம் தெரிவித்தபோது... "உயிருக்கு உத்தரவாதம் அளிக்கிறோம். சரண் அடைபவர்களுக்கு பாதுகாப்பு அளிக்கிறோம்" என மீண்டும் வலியுறுத்தினார் தமிழக முதல்வர்.

"தான் சரணடைந்த பிறகு தன் குடும்பத்தைச் சேர்ந்தவர்கள், தனது தோழர்களின் குடும்பத்தைச் சேர்ந்தவர்கள் ஆகியோரை ஜெயிலில் வைத்திருக்கக்கூடாது. எல்லாரையும்' ரிலீஸ் செய்ய வேண்டும் என வீரப்பன் கோரிக்கை வைத்திருக்கிறான். இதற்கு இரண்டு மாநில அரசுகளும் என்ன பதில் தருகின்றன?" என்ற நமது கேள்விக்கு கர்நாடக முதல்வர் பதில் சொல்லத் தொடங்கினார். "எல்லோரையும் ரிலீஸ் செய்யச் சொல்றேன். அவர்கள்மீது வழக்கு இருந்தால் பெயில் பெட்டிஷன் போடச்சொல்லுங்க.

பெயில் தருகிறோம். எங்களின் கூடுதல் உள்துறை செயலாளர் முத்தண்ணா மூலம் இதற்கு உத்தரவு போடச்சொல்றேன்” என்றார். (சந்திப்பு முடிந்ததும் கர்நாடக முதல்வர் பாட்டீல், முத்தண்ணாவிடம் இதுபற்றி தெரிவிக்க... உடனடியாக உத்தரவு போட ஏற்பாடு செய்தார் முத்தண்ணா).

“வீரப்பன் தொடர்பான வழக்குகள் சிறப்பு கோர்ட்டில் விசாரிக்கப்படும் என தெரிவிக்கப்பட்டுள்ளது. அது எங்கு, எப்போது அமையும்?'' என நாம் கேட்டபோது, ‘‘2 மாதங்களுக்குள் சிறப்பு கோர்ட் உருவாக்கப்படும்” என பதில் அளித்தார் தமிழக முதல்வர்.

மேலும் அரசு ஏற்றுக்கொண்ட நிபந்தனைகளின் 8-வது அம்சத்தில் “வீரப்பன் உடனடியாக 8 பணயக் கைதிகளை விடுதலை செய்த பிறகு சரணடைய வேண்டும்” என்றுதான் முதலில் தெரிவிக்கப்பட்டது. அதைப் பார்த்த நான் கடுமையாக ஆட்சேபித்தேன். “எட்டுபேரை அவன் விடுதலை செய்து விட்டால் அவனது சரணடைதல் பற்றி இரு அரசுகளும் அக்கறை எடுத்துக்கொள்ளாது. அதனால் எட்டு பேருடன் வீரப்பன் சரணடைய வேண்டுமென அந்த அம்சத்தில் திருத்தம் செய்யவேண்டும்” என வலியுறுத்தினேன். சிறிது நேர விவாதத் திற்குப் பிறகு இரு மாநில முதல்வர்களும் அதற்கு சம்மதித்தனர்.

தலைமைச் செயலாளருக்கு முதல்வர் உத்தரவிட, உடனடியாக திருத்தம் செய்யப்பட்டது. ஏறத்தாழ ஒருமணி நேர சந்திப்பில் நமக்கு நம்பிக்கை கிடைத்தது. இரு மாநில அரசினரும் இம்முறை மிகுந்த அக்கறையுடன் பேச்சு வார்த்தையில் ஈடுபட்டனர். குறிப்பாக, கர்நாடக அரசிடம் நிறைய மாற்றங்கள் தெரிந்தன. தமிழக உள்துறை செயலாளர் தனது துணைவியாருக்கு மேஜர் ஆபரேஷன் நடந்து முடிந்திருந்த நிலையிலும் இந்த ஆலோசனை கூட்டத்தில் கலந்துகொண்டார். நம்முடன் ஆலோசித்தபின் பத்திரிகையாளர்கள் சந்திப்பிற்கு இரு முதல்வர்களும் தயாராக நாம் தலைமைச் செயலகத்திலிருந்து புறப்பட்டோம். காட்டுப்பயணத்திற்கு ஆயத்தமானோம்.

அதற்கு முன் இரண்டு மாநில அரசுகளும் வீரப்பனுக்கு தரும் உறுதி மொழியை எழுத்துப்பூர்வமாக தரும்படி கேட்டோம். தமிழக உள்துறை செயலாளர் பூர்ணலிங்கமும் கர்நாடக கூடுதல் தலைமைச் செயலாளர் முத்தண்ணாவும் அதற்கு ஏற்பாடு செய்தனர்.

மறுநாள் (20-8-97) காலையில் முதல்வரை அவரது இல்லத் தில் சந்தித்து பயணம் மேற்கொள்வது பற்றி தெரிவித்தோம். முதல்வரின் கோபாலபுரம் இல்லம், முதல்வர் அருகில், தலைமைச்

செயலாளர் நம்பியார், உள்துறை செயலாளர் பூர்ண லிங்கம், டி.ஜி.பி.ராஜசேகர் நாயர், ஏ.டி.ஜி.பி. அலெக்ஸாண்டர் இருந்தனர். உடன் ஒரு கைதுப்பாக்கியை எடுத்து வைத்தனர். கலைஞர் துப்பாக்கியை எடுத்து, "இதை வைத்துக் கொள்ளுங் கள் உங்கள் பாதுகாப்புக்கு" என்றார். எனக்கு துப்பாக்கியை பார்த்ததும் பகீர் என்றது. உடன் கலைஞரிடம், "எதுக்குண்ணே துப்பாக்கி என் கையில் துப்பாக்கி கொடுத்தீங்கண்ணா அப்படியே என் கழுத்துல மாலையை போடுங்க போயிடறேன்"னு சொன்னேன்.

உடன் கலைஞர், "விளையாட்டுல்ல சீரியஸாகத்தான் சொல் கிறேன். உங்கள் உயிருக்கு இந்த போலீஸால் ஆபத்து இருக் கிறது என்று உளவு சொல்லுகிறது. எனக்கு நீங்கள் பாதுகாப் பாக போய் திரும்பி வர வேண்டும், அதற்காகத்தான்" என்றார்.

நான் "அண்ணே... எனக்கு துப்பாக்கி சுடத் தெரியாது. அடுத்து, லைசென்ஸ் கிடையாது. அதற்கடுத்து வீரப்பனிடம் வெறுங்கையில் போய் உட்கார்ந்தால் இடுப்பில் துருத்திக் கொண்டு இருக்கும் துப்பாக்கியை பார்த்துவிட்டால் அவர் கூட இருக்கும் கோவிந்தன் எந்த கேள்வியும் கேட்காமல் படார்னு சுட்டுக்கொன்றுவார். அவரிடம்... இல்ல போலீஸ்ட்ட இருந்து என்னைக் காப்பாத்திக்க முதல்வர் கொடுத்தார்னு சொன்னா, அவன்... ஓகோ உனக்கே பாதுகாப்பு இல்லையா? அப்ப எப்படி எனக்கு பாதுகாப்பு கிடைக்கும்னு திருப்பிக் கேட்பார். ஒரு வழியா சமாளித்தால், சரி நீ ஒண்ணும் கொண்டு வரலைல்ல இந்த துப்பாக்கிய கொடுத்துட்டு 8 பேரை கூட்டிட்டுப் போன்னு சொன்னா... நான் என்ன பண்றது. சரி, நான் சமாளித்தாலும் அந்த 8 பேர் எங்க உயிர் முக்கியம். இந்த துப்பாக்கியை கொடுங்கன்னு சொன்னா நான் என்ன பண்றது. துப்பாக்கிய குடுத்துட்டு 8 பேர கூப்பிட்டு வந்தால் நீங்க பாராட்டுவீங்க. ஆனா அந்த போயஸ் கார்டன் பொம்பள வீரப்பனுக்கு ஆயுதம் கொடுத்த கோபாலை அரெஸ்ட் பண்ணுங்க?ன்னு அறிக்கை விடும்.

நீங்களும் சாரி கோபால் ஒரு வாரம் இருந்து வாங்க அப்பு றம் பேசுவோம்னு சொல்லிட்டா நான் என்ன பண்றது?" என்றேன்.

உடன் "யோவ் இந்த துப்பாக்கியை எடுத்து உள்ள வை" என்றார். "ரொம்ப கவனமா, பத்திரமா போயிட்டு வாங்க" என வாழ்த்தினார் முதல்வர்.

மதியம் 12 மணி.

வரலாறு வரவு வைத்துக்கொள்ளப்போகும் ஒரு மகத்தான செயலுக்கான முதல் அடியை எடுத்து வைத்தோம். நக்கீரன் குடும்பம் நெஞ்சம் நிறைந்த வாழ்த்துக்களுடன் வழியனுப்பியது.

37

சரண்டர் ஏன்?

சரண் அடைய விருப்பம் தெரிவித்து நமக்கும் முதல்வருக்கும் தனித்தனி ஆடியோ கேசட்டுகளில் வீரப்பன் பேசியிருந்தார். நமக்கு அவர் பேசியிருந்ததை கடந்த இதழில் வெளி யிட்டோம். மற்றொரு கேசட்டில் முதல்வருக்கு வீரப்பன் பேசி உள்ள விவரங்கள்...

ஐயா,

ஆசிரியர் அவர்களுக்கு நான் பேசறேன். அதாவது வீரப்பன் பேசறேன். சந்தன மரங்கறதை குறைத்துக்கொள்ளலாம். அதாவது நீங்கள் வந்து எப்படியாவது ஒரு வழிக்கு வாங்க. இந்தப் பிரச்சினைக்கு முடிவுகட்டிவிடலாம் என்று ஒரு தடவைக்கு இரண்டு தடவை வந்துட்டீங்க. நானும் ரெண்டு தடவை மன்னிப்பு கொடுக்க வேண்டுமென்று ரொம்பவும் கஷ்டப்பட்டேன். அப்போது ஒத்துவரமாதிரி தெரியலை. அதாவது பணம் கேட்டேன். பணம் வந்து நீங்கள் தப்பா நினைத்திருக்கலாம். ரேடியோ நியூஸ்லே சொன்னாங்க. வீரப்பன் பணம் கேட்டதனாலே நாட்டு மக்கள் ரொம்ப கேவலமா நினைக் கிறாங்கன்னு சொன்னாங்க. நான் எனக்காக கேட்கவில்லை. இந்த நாட்டு மக்களுக்காகத்தான் கேட்கறேன். எவ்வளவோ பேரை போலீஸ்கார னுங்க கொலை பண்ணி இருக்கானுங்க. குடும்பத் தலைவனை கொலை பண்ணிவிட்டால் இரண்டு குழந்தை குட்டிகளை வைத்துக் கொண்டு அவங்க என்ன பண்ணுவாங்க சாப்பாட்டுக்கு. எவ்வள வோ பேர் பாதிக்கப்பட்டிருக்காங்க. இந்தமாதிரி, பாவம் இந்த பாதிக்கப்பட்ட மக்களுக்கு. ஆடு திருடிட்டான், மாடு திருடிட்டான், போலீஸ் காரன் திருடினான். அதற்காகத்தான் அவர்களுக்கு

கொடுக்கணும்னு நான் கேட்டேன். அதாவது 5 கோடி ரூபாயை வாங்கி என்ன பண்ணுவேன், நான் காட்டுலே வைத்துக் கொண்டு காட்டிலே வாங்கி அதை வைத்துக்கொண்டு நான் என்ன ஊட்டி மலையில் போய் எஸ்டேட் வாங்க முடியுமா, இல்லை வாங்க போறேனா, இல்லை இது தேவையா, இல்லை, லாட்ஜ் கட்டப்போறேனா, நமக்கு எந்த ஆசையும் இல்லை. இது ஆகவும் ஆகாது. 5 கோடி ரூபாயை வாங்கி நான் என்ன செய்யப் போகிறேன். மக்களுக்காகத்தான் கேட்டேன். அதைப்பற்றி யாரும் தப்பா புரிஞ்சிக்க வேண்டியதில்லை. அது மக்களுக்காகத்தான் கேட்டேன்.

அதனால் அதை நீங்கள் தப்பா நினைக்க வேண்டியதில்லை. மக்களும் தப்பா நினைக்க வேண்டியதில்லை. அதாவது கலைஞர் ஐயா சொல்கிறார். வீரப்பன் குறைஞ்ச தண்டனையாச்சும் ஏத்துக்கணும்னு. ஏன், என்னால ஐயாவுக்கு ஒரு கெட்ட பேர். நான் கேட்கிறேன் ரேடியோவிலே, சிலபேர் வீரப்பனுக்கு பொதுமன்னிப்பு கொடுக்கணும்னு வாதாடுறாங்க. சிலர் கொடுக்க வேணாம்னு வாதாடுறாங்க. அதாவது கடவுள் இருக்கிறார் என்று சிலர் கடவுளைக் கும்பிடுகிறோம். சிலர் கடவுள் கண்ணுக்கே சிக்க மாட்டேங்குது அப்படின்னு சொல்றவங்க இருக்காங்க. பலபேர் பலவிதமா பேசறாங்க. இருக்கட்டும். ஆனால் கொடுக்கணும்னு சொல்றவங்க ஜாஸ்தி. கொடுக்க வேணாம்னு சொல்றவங்க கம்மிதான். கலைஞர் வந்து... அதாவது வீரப்பனுக்காக அதிகாரிகள், அவனவன், இருக்கிறவன், எல்லாம் கலைஞர் மேலே வருத்தப்படுறாங்க. கலைஞர் வந்து ஒரு ஆறு மாதமோ, மூன்று மாதமோகூட தண்டனை வாங்கிக்கொடுக்காமல் திடீரென ஆளை வெளியே விட்டா, கொலையை செய்தவன், அது பண்ணான், இது பண்ணான் அப்படின்னு வருத்தப்படுறாங்க. அதனாலே கலைஞரும் கொஞ்சம் வருத்தப்பட்டுக்கொள்ளுவதாக இருக்கிறது. நாம பிரச்சினைக்கு அவரை ஏன் சிக்க வைக்கணும்.

ஐயா சொன்ன மாதிரி நான் வரேன். வருவதைப் பற்றி பரவாயில்லை. ஆனால் ஒரு கண்டிஷன். என்னவென்றால் ஒரு காலத்திலே பூலான்தேவிக்கு மூன்று வருடம் ஜெயில். அவள் செய்த குற்றத்திற்கெல்லாம் மூன்று வருடம்தான் ஜெயில். இருந்துவிட்டு வந்துவிடலாம் என்று முடிவு பண்ணி வாய்பேச்சு மூலம் முடிவு பண்ணி, அதாவது சி.எம். முன்னிலையில் சரண்டர் ஆனாங்க. அப்போது எனக்கு ஒரு புக் கிடைத்தது. என்ன புக் என்று எனக்குத் தெரியாது. புக்கி. நான் படித்தேன். மூன்று வருட

தண்டனைன்னு உள்ளே போனபிறகு யாருமே கேள்வி கேட்பாரில்லை. 12 வருடம் அந்த அம்மா சிறையிலே கிடந்தது. அதற்கு பின்னாலே மக்களாக பார்த்து எலெக்ஷன்லே வோட்டு போட்டு ஜெயித்த பிறகுதான், எம்.பி. ஆன பின்னால்தான் அந்த அம்மா வெளியிலே வந்து நடமாடுது. இல்லையென்றால் அந்த அம்மா உள்ளேயே செத்து சுண்ணாம்பு ஆகியிருக்கும். இன்றைக்கும் கேஸ் அது இதுன்னு போட்டு கலாட்டா பண்ணிக்கிட்டுத்தான் இருக்காங்க. இப்படி சிக்கலெல்லாம் எனக்கு வரக்கூடாது. வராம எனக்கு நல்ல வழி பண்ணி கொடுங்க. உங்க புண்ணியத்திலே எப்படியாவது எங்களை காப்பாற்றினால், உங்களை நம்பிதான் நாங்க வர்றோங்க. எங்க உயிரையே உங்க கையிலே ஒப்படைச்சுட்டேன். அப்படின்னா நான் வரேன். அதற்கு எப்படி அக்ரிமெண்ட் பண்ணி கொடுக்கணுமோ அப்படி பண்ணிக்கொடுங்க.

நாங்கள் சரண்டர் ஆகக்கூடியது உங்களுடைய பாதத்திலேதான். உன் பாதத்திலேயே கொண்டுவந்து சரண்டர் பண்ணிடுறேன். என் கையிலே விலங்கு போடக்கூடாது. தனி பங்களா கொடுக்கிறேன்னு சொன்னீங்க. ரைட், அதே மாதிரி செய்யுங்க. பாதுகாப்பு கொடுக்கறேன்னு சொன்னீங்க. அதேமாதிரி செய்யுங்க. சமையல் எல்லாம் நாங்கள் சமைத்து சாப்பிட்டுக்கிறோம். எங்களுக்கு விறகோ, தண்ணியோ எல்லா சப்ளையும் எங்களுக்கு கொடுத்திடுங்க. அதாவது நான் காட்டுக்குள் இருக்கையிலே நிறைய கறி சாப்பிடுவேன். நான் ஒருநாளும் கறி இல்லாமல் இருக்கமாட்டேன். எனக்கு என்ன கறி கேட்கிறேனோ, கோழி கறியோ, ஆட்டு கறியோ, எந்தக் கறியை கேட்கிறேனோ அந்த கறியை எனக்கு கொடுக்கணும். அந்த அளவுக்கு எனக்கு வழி பண்ணிக்கொடுங்க. மேலும், நான் நிறைய பழம் சாப்பிடுவேன். காட்டிலேதான் பழம் எக்கச்சக்க மாக சாப்பிடுவேன். எதையாவது ஒன்று சாப்பிட்டுக்கிட்டே இருப்பேன். நாங்கள் எல்லாம் அப்படித்தான். எனக்கு சாப்பாட்டுக்கு குறைவே இருக்கக்கூடாது. தயிரோ, மோரோ, எல்லாம் எனக்கு ரெடி பண்ணிக் கொடுக்கணும்.

ஜெயிலுக்கு அனுப்பறதில்லை. தனி பங்களாவிலே வைத்திருக்கிறோம் அப்படின்னு சொல்றாங்க. சரி அப்படி வைத்திருங்க. தனி பங்களா என்றால் அதுவும் ஜெயில்தான். இருந்தாலும் என்னை வந்து எனக்கு மட்டும் இல்லை. என்கூட வருகிற நாயிக்குக்கூட விலங்கு போடக்கூடாது. என்ன? என்கூட வர தோழர்களுக்கு போடுவதைவிட எனக்கு கழுத்துக்கு

போட்டுவிடலாம். இதெல்லாம் வேண்டாம். யாருக்கும் போடக்கூடாது. நான் ஒருநாளைக்கு 100 மைல் நடக்கிறவன். எப்படி இருக்கப் போகிறேன் என்றுதான் எனக்கு தெரியவில்லை. என் காலைக் கட்டாதீங்க. நான் எந்த நேரமும் நடந்துகொண்டே இருக்கிறவன் சின்னப் பிள்ளையிலே இருந்து அதே பழக்கம் எனக்கு. இராப்பிண்டம் போல நடந்துகிட்டே இருக்கிறவன் நான்- எப்படி அந்த பங்களாவிலே இருக்கிறதுன்னுதான் கஷ்டமாக இருக்கிறது. வேறு ஒன்றும் கஷ்டமாக இல்லை.

அடுத்து என் குடும்பம். என் குடும்பத்திலே யாராக இருந்தாலும் சரி, இன்னும் இருக்கப்பட்ட குடும்பத்திலே எங்க தோழர்கள் குடும்பத்திலே எங்களுடைய சகாக்கள் வீரப்பன் கேஸ் என்று யார் யாரை போட்டிருக்கிறீர்களோ அத்தனை பேரையும் வெளியே விட்டுருங்க. நான் வெளியேவரும்போது அவர்களுக்கு என்ன வேலை அங்கே. சும்மா போலீஸ்காரனுங்க சிக்கனவனை, வந்தவன் போனவனையெல்லாம் சும்மாபட்ட வனையெல்லாம் சுட்டெறிஞ்சு போட்டாங்களாம். சும்மா இருக்கிற அப்பாவிகளையெல்லாம் உள்ளே போட்டு வைத்திருக்கிறாங்க. அவங்களையெல்லாம் திரும்பி வெளியே விட்டுருங்க. என்னுடைய அண்ணன் வெளியே வந்தா சும்மா விடமாட்டாங்க. அவனுக்கு ஆபத்து பண்ணுவாங்க. அவன் வந்து இந்த பூமியிலே விவசாயம் பண்ணி பிழைக்க வேண்டும்.

எங்களுக்கு பூமி இருக்கு. அதெல்லாம் போலீஸ்காரனுங்க கர்நாடகக்காரனுங்க எல்லாம் கடப்பாறையாலே இடிச்சு குட்டிச்சுவர் பண்ணி கிணற்றை எல்லாம் துத்து... அதனால்தான் கடப்பாறையால இடிச்ச இரண்டு பேர் இப்போ வந்து மாட்டிக்கிட்டு இருக்காங்க. என்கிட்ட நான் பிடித்து வைத்திருக்கிற எட்டு பேரிலே வி.ஏ.ஓ.வோட சேர்ந்து இடிச்சவன் இரண்டு பேர் மாட்டிக்கிட்டு முழிக்கிறான். மனிதத்தன்மையோடுதான் உயிரோடு வைத்திருக்கிறேன் நானும். என்ன பண்றது. மோட்டார் செட் எடுத்துட்டு ஆலங்காடா இருக்குது. அங்கு எல்லாம் போனாகூட எங்க குடும்பத்துக்கு மரத்தடிலதான் நிற்கணுமே தவிர வீடு கிடையாது.

இதே கிணற்றை சரி பண்ணி மோட்டார் செட் பண்ணி அவர்கள் விவசாயம் செய்வதற்கு எங்கள் குடும்பம் இருக்கிறது. குழந்தைகள்கூட இருக்கிறது. எங்கள் அண்ணன் வீட்டு குடும்பம்னா எங்கள் வீட்டு குடும்பம்தானே. அவர்களெல்லாம் பிழைப்பதற்காக ஏதாவது செய்ங்க.

அப்புறம் நான் ஜெயிலுக்கு வரேன். நான் தப்பு செய்து போட்டேன். ஜெயிலுக்கு போயாகணும்னு எல்லாரும் கேட்கிறாங்க. போலீஸ்காரர்களும் வாதாடுறாங்க. கர்நாடக அரசியல்வாதிகளும் வாதாடுறாங்க. சந்தோஷம். நான் வரேன். நீ சொன்னது மாதிரி நான் ஒத்துக்கறேன். ஆனால் ஒரு கண்டிஷன். என் தம்பியைக் கொன்ற போலீஸ்காரன், என்னுடைய மனைவியை கற்பழிச்சி இருக்கிறவன், என் மனைவியை அம்மணமாவிட்டு போட்டோ எடுத்து இருக்கிறான். நூற்றுக்கணக்கான பெண்களை கற்பழித்து இருக்கிறானுங்க. அந்த மாதிரி நுற்றுக்கணக்கான பெண்களை அம்மணமாக்கி நிறுத்தி போட்டோ எடுத்தவனுங்களும் பண்ணாத கொடுமைகளையெல்லாம் பண்ணியிருக்காங்க. அவங்களை மனித உரிமை கழகத்துக்காரங்க, பத்திரிகைக்காரங்க முன்னிலையில விசாரிச்சு தண்டனை கொடுங்க.

அதேமாதிரி எத்தனையோ காரணம், எத்தனையோ பெண்களை உசுருணியிலே கரண்ட் வச்சி கர்ப்பப்பையை அழிச்சி இருக்கிறான். கல்யாணம் ஆகாத பெண்களைக்கூட உசுருணியிலே கரண்ட் வச்சிருக்கிறான். கர்நாடகக்காரனுங்க. அவர்களுக்கு மறுபடியும் குழந்தை பிறக்கக்கூட முடியாது. அந்த கதிக்கு பண்ணி வச்சிருக்கிறான். அதையெல்லாம் கணக்கு எடுக்கலாம். டாக்டரை விட்டு டெஸ்ட் பண்ணலாம். அது உண்மையாக இருந்தால் அதை ரெக்கார்டு பண்ணிக்கலாம். வாயாலே சொன்னா எடுத்துக்கவேண்டாம். டாக்டர் டெஸ்ட் பண்ணட்டும். எல்லாம் ரெடி பண்ணி நீங்க கேஸ்கூட போடலாம்.

இதே வாச்சாத்தி மலையில் அப்படிதானே செய்தாங்க. வாச்சாத்தி மலையிலே எப்படி நீங்கள் நடவடிக்கை எடுத்தீங்களோ பெண்களை நிறுத்தி தொட்டுக்காட்டச்சொல்லி, தொட்டுக் காட்டியதை ரெக்கார்டு பண்ணி அரெஸ்ட் பண்ணீங் களோ, அதேமாதிரி நீங்கள் செய்யுங்கள். அந்த அதிகாரிகளுக்கு ஒரு நியாயம், நமக்கு அதாவது பொதுமக்களுக்கு ஒரு நியாயம் வேண்டாம். அதாவது இப்போது எல்லோருமே வேண்டும். எனக்குமே வேண்டும். உனக்கு மட்டுமில்லை. அதிகாரிகள் வேண்டியவர்கள். பொதுமக்கள் வேண்டியவர்கள் அதிகாரிகள் எல்லாருமே கெட்டவர்களாகவா இருக்கிறார்கள்? எல்லா போலீஸ்காரனும் கெட்டவனா? போலீஸ்காரன், போலீஸ் காரன்னு பேசறேன் கோபத்துலே. என்ன, டி.எஸ்.பி. சிதம்பரநாதனும் போலீஸ்காரன்தான். அவங்களைக் கொண்டுவந்து என்கூட பிறந்தவன் மாதிரி வைத்திருந்து

அனுப்பினேன். காரணம், நல்லவன், கெட்டவனாக இருந்திருந்தால் என்னிடத்திலே இருந்து அவன் உயிரோடு மீண்டு வந்துவிடுவானா? போலீஸ் உத்தியோகத்திலே அவனவன் குடும்பத்தைக் காப்பாற்றுவதற்கு- ஏதோ நாட்டை வந்து காப்பாற்றுவதற்காக... அதிகாரிகள் இல்லையென்றால் யார் நாட்டை காப்பாற்றுவார்கள். காப்பாற்றிதானே ஆகணும். எல்லாம் தெரியாதா நமக்கு. இருந்தாலும் என்ன? போற ரூட்டிலே போயிருந்தால் நாம் அவங்களை தப்பா பேசியிருக்க முடியாது. ரூட் தவறி நடந்துவிட்டார்கள். அதனால்தான் நான் அவர்களை பேசறதோ வருத்தப்படறதோ காரணம்.

அய்யா மீண்டும் சொல்றேன், பூலான்தேவிக்கு உள்ளே போட்டு 12 வருஷம் உள்ளே இருந்தாரே அந்த சதி நடந்துவிடக்கூடாது எனக்கு. உங்களை நம்பி வர்றேன். கடவுளே! உங்களை நம்பி வர்றேன். நல்லா சிந்திச்சு செயல்படுங்க. தடத்திலே போறீங்க. வர்றீங்க. வழிப்போக்கர் சொல்றாங்கன்னு சொல்லி, இன்றைக்கு கலைஞர்கூட இருக்கிறவங்கூட சொல்வாங்க. பலர் கோபத்திலே சொல்வாங்க. கர்நாடக, ஜே.எச். பட்டேல் ஐயா கூட இருக்கிறார். அவர்கூட நல்லவர்தான். ஆனா, சைட்லே சொல்றாங்க அவருக்கும். அவர் என்ன என் மேலே கோபப்படுகிறார். என்ன பண்ணறது போலீஸ்காரங்க பண்ண அதர்மத்துக்கு அவர்கள் எங்களைச் சுட்டாங்க. நாங்க அவர்களைச் சுட்டோம். என்னவோ நடந்தது. ஜே.எச். பட்டேலை நான் என்ன செஞ்சேன்.

இன்னொருத்தர் இருக்கிறாரே போலீஸ் மினிஸ்டர். அவர் பேரு ரோஜன். அவர் ரொம்ப வருத்தமாக பேசுகிறார். அவருக்கு ஏகப்பட்ட கோபம் என்மேலே. டி.வி.யிலே பார்த்திருப்பார். நேராக பார்த்திருப்பாரா என்னை. ஏன்பா என்மேல அவர் வருத்தப்படணும். இப்படி எல்லாம் வருத்தப்பட நான் என்ன பாவம் செய்தேன். யாருக்கும் எந்தக் கொடுமையும் செய்யவில்லை. ஏன் இந்த பாழாப்போன போலீஸ்காரங்க பண்ண அட்டூழியம். எனக்கும் இந்த விதி இருந்தது. அது கொண்டு போய்விட்டது. விதி என்பதை யாராலும் மாற்ற முடியாது.

நீங்க எல்லாம் படித்தவங்க, உங்களுக்குத் தெரியும். தெரியாதது கிடையாது. எப்படிப்பட்ட நல்ல மனிதனையும் அந்த விதியாகப்பட்டது விடாதுனு எதிலே வேண்டுமென் றாலும் கொண்டுபோய் விட்டுடும். நான் நல்லவன்தான். நான் புத்திசாலிதான். நான் இப்படி போக வேண்டிய அவசியம் கிடையாது. அது எனக்கு என்னவோ தெரியாமல் இந்த

அளவுக்குப் போய் குட்டிச்சுவராகி, இந்த நிலையிலே என்னைக் கொண்டு வந்து உட்கார வைத்துவிட்டது. நான் இந்த அளவுக்கு எல்லாம் என்ன செய்யணும். ஒரு தனி நாடு வேணும்னு போராட்டம் பண்ணேனா. என்னை ஏன் இந்த கதிக்கு ஆளாக்கினீங்கன்னு நினைத்தால் எனக்கே புரிய மாட்டேங்குது. விதி புகுந்து என் வாழ்க்கையிலே விளையாடிட்டுது. என்னவோ போனது போகட்டும். அதை யாரும் குத்தம் சொல்ல முடியாது. என்னை யாரும் வெறுத்துக்கொள்ள வேண்டாம். ஐயாவை கையெடுத்துக் கும்பிடுகிறேன். கலைஞர் ஐயாவை, பட்டேல் ஐயாவை கையெடுத்துக் கும்பிடுறேன். இதெல்லாம் வந்து நீங்க பார்க்கணும். ஐயா கலைஞர் நீங்க பட்டேல் ஐயாவுக்கு சப்போர்ட் சொல்லி எல்லோரும் பெரிய மனது பண்ணுங்க.

நான் ஜெயிலுக்கு வர்றது உறுதி. நீங்க சொன்ன பின்னால் இவ்வளவு பாடுபட்ட பின்னால், உங்க மனதுக்கு கஷ்டமாக இருக்கிற மாதிரி நான் ஏன் நடத்துக்கணும். ஒரு நாளைக்கு நான் பத்து மைலாவது நடப்பேன். நடந்துக்கிட்டே திரிவேன். எப்படித்தான் உட்கார்ந்து கொண்டே காலம் கழிப்பேன் என்று தெரியவில்லை. என்னமோ, ஆண்டவன் நீங்க எல்லாம் சொல்வதாலே வருகிறேன். உங்கள் மேலே பாரத்தைப் போட்டு வர்றேன். என்னைக் காப்பாத்துங்க.

நம் ஆசிரியர் சொல்லியிருந்தார்- ஒரே தடவை ரொம்ப கேட்டுக்கிட்டார். நான் மன்னிப்பிலேயே இருந்தேன். அவர் வந்து எப்படியாவது இறங்கி வாப்பா என்றார். பார்த்து இருப்பீங்க, அவர் என்கிட்டே வாதாடுனதை டி.வி.யிலே பார்த் திருப்பீங்க. வாதாடினார். நான் சிறையிலே போட்டுவிட்டால் என்ன செய்வது அப்படின்னு பயந்துகிட்டேதான் வாதாடி னேன். நான் எதற்கும் இறங்கி வரவில்லை. அப்போது அவர் சொல்லிவிட்டுப் போனார். ஏதோ பார்த்து நீங்கள் யோசனை பண்ணி முடிவெடுங்க அப்படின்னு சொல்லிவிட்டுப் போனார். அப்படின்னு சொல்லிவிட்டுப் போனார். நானும் அப்படியே யோசனை பண்ணிக்கிட்டு இருந்தேன். அப்போது நீங்களும் (கலைஞர்) சொன்னீங்க. நான் மாநில நியூஸ்லே கேட்டேன். ஏதோ கம்மி தண்டனையை கொடுத்து நான் மன்னிப்பு கொடுத்திடுறேன்னு சொன்னீங்க. அதான் செய்ய முடியும். சட் டத்திலே இடம் கிடையாது. அப்படி இருக்கும்போது மன்னிப்பு எப்படிக் கொடுப்பது. இதை வீரப்பனும் உணர்ந்துகொள்ள வேண்டும். அப்படின்னு- உணராமல் பேசுகிறேன்னு நீங்களும் சொன்னீங்க. நான் காதிலே கேட்டேன். அப்புறம்தான் ஐயாவே

வருத்தப்படுகிற அளவுக்கு நாம் ஏன் நடந்துகொள்ளணும். சரி ஒரு வருடம் கூண்டிலே இருக்கலாம் சரி அதுவும் மனிதத் தன்மை.

அதனால் நீங்கள் கேட்டதுக்கு மரியாதை கொடுத்தால்தானே மனசு திருப்தியாக இருக்கும். சந்தோஷமாக இருக்கும். அப்படின்னுதான் இந்த முடிவை நான் எடுத்தேங்க. ஆசிரியர் சொல்லிவிட்டுப் போய் இருந்தார். நீ நினைச்சி பார்த்து நல்ல ஒரு முடிவுக்கு வா அப்படின்னுட்டு போயிருந்தார். நான் எல்லாம் ரெடி பண்ணேங்க. பணம் கேட்டேன் பாருங்க. 5 கோடி ரூபாய். அந்தப் பணம் மக்களுக்காகத்தான் கேட்டேனே தவிர நான் என்ன செய்யப் போறேன். அந்தப் பணத்தை ஐந்து கோடியை வாங்கிக்கொண்டு காட்டிலே நான் என்ன பண்ண- எனக்கு சாப்பாட்டுப் பணம் இருந்தால் போதும் வேறு என்ன? இப்போது எல்லாம் பேசியிருக்கிறேன். ரேடியோ, நியூஸ்லே ஆசிரியர் கடிதம் எல்லாம் படித்து பொது மக்களிடத்தில் சொல்லியிருக்கிறார். அதுவும் ரேடியோவில் நான் கேட்டேன். சரியான ஒரு முடிவுக்கு வந்தேன்.

இப்போது வந்து நீங்க என்ன செய்யப் போறீங்கன்னா இந்த கேசட்டை பார்த்தவுடனே ஆசிரியருக்கு அனுப்பி வைக்கிறேன். இது உடனே ஆசிரியருக்கு வந்து சேரும். ஆசிரியர் உங்கள் கையிலே கொடுப்பார். உடனே நீங்கள் என்ன செய்யப் போறீங்கன்னு பார்த்தா இதை பார்த்த உடனேயே கர்நாடக அரசாங்கத்துக்கிட்டே சொல்லி பட்டேல் ஐயாவிடம் சொல்லி கர்நாடகப் படையை எடுத்துவிடுங்க. வேண்டாம்... எதற்காக அவர்களை போட்டிருக்கணும்... நான்தான் சரண்டர்னு சொல்லி என் வாயிலே வந்துவிட்டதில்ல. ஒத்துக்கிட்டேனில்ல. அதற்கு மேலே படை போட வேண்டிய அவசியம் இல்லை. சட்டுன்னு எடுங்க. தமிழ்நாட்டிலே எடுத்தாங்களே அப்படியே எடுங்க. உங்கள் மரியாதைக்கு... நான் சொல்வதற்காக வேண்டாம். நீங்கள் இப்போது உங்க வாயிலே சொல்லுங்க. எடுத்துப்புடுப்பான்னு சொல்லிடுங்க. எடுத்து விடட்டும். தேவையில்லாத பிரச்சினை போலீசுக்கு. எடுத்தபின்பு டிவியிலே கொடுத்து முன்னே எப்படி விளம்பரம் கொடுத்தீங்க. ரேடியோவிலே நியூசிலே, மூன்றாவது சுற்றுப் பேச்சுக்கு வீரப்பன்கிட்டே ஆசிரியர் போறார்னு அறிவிப்பு கொடுங்க.

அவர் என்னைக் கண்டுபிடித்து வந்துவிடுவார். நான் எட்டு பேர் உயிரையும் பத்திரமாக வைத்திருக்கிறேன். கொண்டுவந்து உங்கள் கையிலே ஒப்படைக்கிறேன். ரொம்ப நன்றி. வணக்கம் ஐயா.

ஐயா, நான் கலைஞர் ஐயாவுக்குதான் பேசறேன். கர்நாடகத்திலே சொல்லி போலீஸ் படைகளை முதலில் விலக்கணுங்க. நான் சரண்டர் ஆகிறேன் என்ற நிலைக்கு வந்தபிறகு நீங்கள் இதை நீட்டிக்கக்கூடாது. அது இருந்தால் அவர்கள் சும்மா இருக்கமாட்டாங்க. அவனுக சுற்று சுற்றிக்கொண்டு மேலே ஏறினான்னு வச்சிக்குங்க. அப்புறம் எட்டு உயிருக்கு ஆபத்து ஆகிப்போய்விடும். அப்படி ஏதாவது பிரச்சினையாகிவிடும் என்றால்- ஏன்னா நீங்கள் சொல்லி யிருக்கீங்க. கலைஞர் ஐயா உங்களை வேண்டி கேட்டுக்கிறேன். வீரப்பன் நான் சொல்லியிருக்கிறதனாலே இந்த எட்டு உயிருக்கு ஆபத்து விளைவிக்க மாட்டேன். அப்படின்னு நீங்க நினைச்சிக்கிட்டு நம்பிக்கையா இருக்கீங்க. திடீரென்று போலீஸ்காரன் வந்தால் நாங்கள் என்ன செய்யமுடியும். நான் விடமாட்டேன். கண்டிப்பா சுட்டுவிடுவேன். போலீஸ்காரர்கள் வந்து எட்டு பேர் உயிரை மீட்டுக்கொண்டு போவதை விடமாட்டேன். ஏனென்றால் அவர்கள் பெரிய தேவாரம் மாதிரி குண்டுக் கட்டையாக அடிச்சா புடிச்சான்னு குண்டு கட்டுவானுங்க. அது எனக்கு மரியாதை குறைவு. விடமாட்டேன். அதனாலே, நான் சரண்டர் ஆவது முடிவாகிவிட்டது. அவர்களை போலீஸ்காரனை எடுத்து விட்டுருங்க. நான் சரண்டர் கேட்கிறேன். அப்போது கொண்டுவந்து, நான் எட்டு பேரையும் ஒப்படைத்துவிடுகிறேனுங்க. ரொம்ப நன்றி, வணக்கம்!

ஆசிரியர் ஐயாவுக்கும் கலைஞர் ஐயாவுக்கும் சொல்கிறேன். இன்னொரு கோரிக்கையை நான் விட்டுவிட்டேன். எங்கள் குடும்பம் தோழர்கள் குடும்பம். எல்லாம் உங்களை நேரடியாக பார்க்கணும் போகணும். அவர்களுக்கு அனுமதி கொடுக்கணும். எப்போது வேண்டுமென்றாலும் பார்க்கணும்னா அவர்கள் வந்து பார்க்கலாம். எங்களைப் பார்த்து பேசலாம். இந்த மாதிரி அனுமதி கொடுக்க வேண்டும். இதெல்லாம் எங்களுக்கு கொடுக்க வேண்டிய கோரிக்கையிலே சேர்த்துக்கொடுங்க.

வணக்கம்! நன்றிங்க அய்யா!

38

சரண்டர் மறுப்பு...!

சரண் அடைய விரும்புகிறேன் என்று ஆடியோ கேசட்டில் வீரப்பன் பேசியிருந்ததை கேட்டபோதே எனக்கு கொஞ்சம் திருப்தியாக இருந்தது. நாம் நினைத்தபடி அவன் எந்தவொரு பணயக்கைதியையும் கொல்லவில்லை என்பதை அவனே அந்த கேசட்டில் உறுதி செய்திருந்தான். அந்த எட்டு பேரின் உயிருக்கும் எந்த தீங்குமின்றி காப்பாற்றிவிட வேண்டும் என்ற உறுதி எடுத்துக் கொண்டுதான் இந்த முறை நாம் புறப்பட்டோம்.

வனப்பகுதியில் நமது நிருபர்கள் புலனாய்வு செய்துகொண்டிருந்ததால் அவர்களிடமிருந்து தகவலை எதிர்பார்த்து நானும் உடன் வந்த தம்பிகள் சிவசுப்ரமணியம், சுப்பு ஆகியோரும் காத்திருந்தோம். உலகமே இந்த விஷயத்தில் அக்கறைகொண்டிருப்பதால் நாம் மிகவும் கவனமாக அடியெடுத்து வைக்கவேண்டியிருந்தது. அந்த வேளையில் வீரப்பனின் சமிக்ஞை, ஆடியோ கேசட் மூலமாக வந்தது.

ஐயா! நக்கீரன் ஆசிரியர் ஐயா! உங்களுக்கு நான் சந்தன வீரப்பன் பேசுகிறேன். அதாவது, நான் இப்போது சரண்டருக்கு கேசட் கொடுத் தனுப்புகிறேன். சரண்டராகலாம் அப்படிங் கிறதுக்காக எனக்கு ஒரு வருஷம் தண்டனை கேட்டு, உள்ளேயிருந்து வெளியே வர்றதுக்காக முக்கியமான காரியங்களை பேசி, அதில் கொடுத்திருக்கிறேன். நீங்க போட்டுப்பாருங்க தெரியும். அதை ஐயாகிட்டேல்லாம் கொடுத்து ஒரு தீர்மானம் பண்ணுங்க. அந்த கேசட்டை கொடுக்கிறேன். அதாவது ஒரு காட்டுவாசிகிட்ட கொடுத்தனுப்புறேன். அந்த காட்டுவாசி அங்கே வந்து மக்களைக் கேட்டு தெரிஞ்சி 'நக்கீரன்'

நிருபர் இருக்கிறாரான்னு கேட்டால் யாராவது சொல்லுவாங்க. அவனிடம், அந்த காட்டுவாசியிடம் சொல்லியிருக்கிறேன். போய் கேளப்பா, பொதுமக்களைக் கேளு. இந்த நக்கீரன் புக்கினுடைய நிருபர்கள் யாராவது இருக்காங்களான்னு கேளு. அதில எத்தனையோ பேரு சொல்லுவாங்க. அவங்கள பார்த்து குடுத்துரு அப்படின்னு சொன்னேன். சொல்லி நான் கொடுத்திருககிறேன். அவன் வந்து கண்டுபிடிச்சு அதாவது நம்ம நிருபர்களப் பார்த்து கொடுத்திடுவான். அது உங்ககிட்ட வரும். அதைப்போட்டு பாருங்க. இங்கே வர்றதுக்கு இப்ப அடை யாளம் நான் சொல்றேன். ஈரோட்டிலிருந்து புறப்படுறீங்க! ஈரோட்டிலிருந்து நேரா பண்ணாரி வாங்க. பண்ணாரியில் இருந்து மேல திம்மம் வாங்க. திம்மத்திலிருந்து நேரா முன்னாடி வந்தா போலீஸ் ஸ்டேஷன். ஆசனூர் செக்போஸ்ட் அதிலிருந்து நேரா புளிஞ்சூர் செக்போஸ்ட் வந்துக்கிட்டிருங்க... அதுக்கு வர்றதுக்குள்ள சென்டர்ல ஏகப்பட்ட அலங்காடு... யானை யெல்லாம் எக்கச்சக்கமா இருக்கும். ரொம்ப ஜாக்கிரதையா வரணும். அதுல வந்தீங்கன்னா... பாருங்க ஒரு மண்ணுசட்டி ஒடைச்சிப் போட்டு கிடக்கும். மண்ணுசட்டி அது ஒரு அடையாளம். இப்போ புது அடையாளம் கொடுக்கிறேன். இந்த மண்ணுசட்டியில சாப்பாடு போடுறாங்களே மண்ணுசட்டி அது ரெண்டு மூணு அப்படியே அரை அரை ஓடா, ரோட்டோரம் லெப்ட் சைடுல போட்ருக்கும். அப்படியே வண்டிய ஸ்லோபண்ணிட்டு வாங்க. அந்த மண்ணுச்சட்டிய பாத்த உடனே வண்டிய நிறுத்திக்கங்க. அப்படியே கீழ இறங்கி, சும்மா காறி, காறி எச்சில் துப்புங்க. அப்படி துப்பினீங்கன்னா... நம்ம ஆளு ஒரேயொரு பையன் சைகை கொடுப்பான். பொட்டுப் பொட்டுன்னு கல்லால தட்டுவான். அப்பால அசராத வந்து அவனைப் பாருங்க. அவன் உங்களைச் தெரிஞ்சுக்கிடுவான். தெரிஞ்சிக்கிட்டு கொஞ்சதூரம் வந்தவுடனே கோவிந்தன் இருப்பான். அங்கே யானை எக்கச்சக்கம். அதனாலதான் கோவிந்தனை போட்டு வைச்சிருக்கேன். அப்புறம் கோவிந்தன் நான் இருக்கிற இடத்துக்கு கூட்டி வந்துடுவான். அங்க வந்து அதிலேயிருந்து அப்படியே மேற்கே வந்தால்... கொஞ்ச தூரம் வரணும். அங்கவந்து நாம ஏற்கனவே ஒரு தடவை நமக்கும், போலீஸ்காரருக்கும்கூட தகராறு நடந்திச்சு. அதைத்தான் கைலாசம்னு சொல்லுவாங்க. அந்த ஏரியாவை ஈச்சங்காடுன்னு சொல்லுவோம்ங்க. கைலாசம்னும் சொல்லுவோம்ங்க. அந்த ஏரியாவுலதான் இருக்கிறேன். அது நல்ல பெரிய காடுதான்.

அங்கேதான் வச்சிருக்கிறேன். தண்ணி வசதியெல்லாம் அங்கே இருக்குது. வேற எங்கேயும் தண்ணி வசதி இல்லை. இப்ப நான் அங்கே இருக்கிறேன். நீங்க சீக்கிரம் வந்து அங்கே சேரணும். ரொம்ப ஜாக்கிரதை. எச்சரிக்கையா செய்யணும்.

நன்றி! வணக்கம்!

ஆடியோ கேசட்டை கேட்டு முடித்தவுடனேயே காட்டுப்பகுதிக்குள் நுழைய தயாரானோம். மாலை 6.30 மணியளவில் புறப்பட்டோம். ஈரோடு, கோபி, சத்தியமங்கலம் வழியாக பண்ணாரியை அடைந்தோம். ஆனால் கடந்த இரண்டு முறை நாம் மேற்கொண்ட பயணத்திற்கும், தற்போதைய நிலைமைக்கும் ஒட்டுமொத்த முரண்பாடு நிலவியது.

அதிரடிப்படையினர் கடுமையான ரோந்துப்பணியில் ஈடுபட்டிருந்தனர். முன்பு மூடப்பட்டிருந்த அவுட் போஸ்ட்டு களில் இம்முறை வழக்கத்திற்கு மாறாக லைட் போடப்பட்டி ருந்தது கண்டு அதிர்ச்சியடைந்தோம். இரண்டு மாநில அரசுகள் கொடுத்த உறுதிமொழியையும் மீறி, அதிரடிப்படையினர் தமது நடவடிக்கைகளை தொடர்ந்து கொண்டுதானிருந்தனர். பண்ணாரி செக்போஸ்ட்டை கடக்கும்போது, டிரைவர் பாலுவிடம் “நிப்பாட்ட வேணாம். அடிச்சுப்போங்க” என்றேன். அவரும் மிகவேகமாக ஓட்டினார். ஒரு லாரியைப் பின் தொடர்ந்தபடியே நமது வாகனம் சென்றது. அடுத்த செக் போஸ்ட்டிலும் போலீஸ் படை இருந்தது. அந்த ஸ்பாட்டையும் சிரமத்துடன் கடந்தோம்.

போலீஸாரின் நெருக்கடியைப் பார்த்தபோது, பயணத்தை தாமதப்படுத்தலாமா என்றுகூட தோன்றியது. ஆனால் வீரப்பனிடமிருந்து சிக்னல் வந்துள்ள நிலையில் இந்த வாய்ப்பை தவறவிட்டால், அடுத்த சிக்னல் வர தாமதமாகலாம். அந்த இடைவெளியில் எந்தவிதமான மாற்றங்கள் வேண்டுமானாலும் ஏற்படலாம் என்பதால் நெருக்கடியிலும் பயணத்தைத் தொடர்ந்தோம்.

சமிக்ஞையில் குறிப்பிட்டிருந்த பகுதியை அடைந்ததும், வீரப்பன் குறிப்பிட்டிருந்த அடையாளங்கள் தென்பட்டன. ஆதிவாசி ஒருவர் அழைத்துச் சென்றார். சிறிது தூரத்தில் வீரப்பனின் ஆட்களான சேத்துக்குளி கோவிந்தனும் அன்புராசும் எதிர்ப்பட்டனர். அதேவேளையில், நமது பாதையில் யானை ஒன்றும் குறுக்கிட்டது. நாம் தயங்கி நின்றோம். அந்த யானை வேறு பக்கமாக பார்த்து திரும்பி நின்றிருந்ததால் கண்ணிமைக் கும் நேரத்தில் அதனிடம் பிடிபடாமல் தப்பித்தோம். ஆனாலும்

அந்த பகுதி முழுவதுமே யானைகளின் நடமாட்டம் அதிகமாக இருந்தது. நமக்கு திக்... திக்... என்றிருந்தது.

யானைகள் அதிகமுள்ள பகுதி என்பதால்தான் தனது முதன்மை தளபதியான சேத்துக்குளி கோவிந்தனை வீரப்பன் அனுப்பியிருந்தான். அவன் தனது தலையில் ஒரு லைட் கட்டியிருந்தான். வலது கையில் துப்பாக்கியையும், இடது கையில் ஒரு டார்ச்சையும் பிடித்தபடி இருள் சூழ்ந்த காட்டுக்குள் கவனமாக அடியெடுத்து வைத்து முன்னேறினான். நானும் தம்பிகளும் பின்தொடர்ந்தோம். மழை வலுத்துக்கொண்டிருந்தது. சிறிது தூரம் கடந்தபின் மேடான பகுதி தென்பட்டது. அதன்மீது உட்காரச் சொன்னான் கோவிந்தன். "இங்கே யானை வராது. கொஞ்சநேரம் உட்கார்ந்திருந்து விட்டு போகலாம்" என்றான். நாம் காட்டுக்குள் நுழைந்துவிட்டோம் என்ற தகவலை அலுவலகத்திற்கு தெரியப்படுத்த வேண்டும் என்பதால் ஒரு ஆடியோ கேசட்டில் பேசி அதை டிரைவர் பாலு வழியாக அலுவலகத்துக்குச் சேர்க்கச் செய்தேன். ஒருமணி நேர இடைவெளிக்குப்பிறகு, அந்த அடர்த்தியான இரவில் மீண்டும் நடக்கத் தொடங்கினோம். வீரப்பனின் இடத்தை அடைந்தபோது மறுநாள் காலை 7.30 மணி.

"வணக்கம்" என்றபடி நம்மை வரவேற்ற வீரப்பன் தனது தலைமுடியை டிரிம் செய்திருந்தான். சென்ற முறை நான் சென்றபோது கைவிலங்குடன் வைக்கப்பட்டிருந்த பணயக் கைதிகள் இந்த முறை அந்த கொடுமையை அனுபவிக்கவில்லை. மழையிலிருந்து அவர்களை பாதுகாக்கும் பொருட்டு ஒரு டெண்ட் அமைத்து அதன்கீழ் அவர்களை தங்கவைத்திருந்தார் வீரப்பன். நான் அவர்களிடம் நலம் விசாரித்தேன். அவர்களின் கண்களில் எதிர்பார்ப்பு மிகுந்திருந்தது. "நீங்க இனிமே காட்டுக்கு வரமாட்டேன்னு சொன்னதா ரேடியோவுல நியூஸ் சொன்னாங்க. நீங்க வரலேன்னா... எங்களை யார் காப்பாத்துவாங்க. நீங்களே அப்படிச் சொல்லலாமா?" என உரிமையுடன் கோபித்துக் கொண்டனர்.

"அரசு சொன்னபிறகுதான் என்னால் இங்கு வரமுடியும். பொதுமன்னிப்போ ஐந்து கோடியோ தரஇயலாதென அரசாங்கம் சொல்லியிருக்கும்போது நான் எப்படி வரமுடியும்? அதனால்தான் அப்படி சொன்னேன். இப்போது அரசாங்கமே அனுப்பியிருப்பதால் வந்திருக்கிறேன்" என்றேன்.

"இந்த தடவை நீங்கள் இரண்டில் ஒரு முடிவு எடுத்தாகணும். ஒண்ணு, எங்களையெல்லாம் மீட்டுக்கொண்டு போங்க.

இல்லேன்னா இங்கேயே செத்துப் போயிடுறோம்" என தழுதழுத்த குரலில் கூறினர். அந்த 8 பேரையும் நான் ஆறுதல்படுத்தினேன். அவர்கள் நலமாக இருக்கிறார்கள் என்பதை கண்கூடாக பார்த்ததால் நானும் ஆறுதலடைந்தேன்.

அப்போது அருகே வந்த வீரப்பன், "பார்த்தீங்களா... நீங்க சொன்னதாலே இவங்களுக்கு கைவிலங்கு போடலை. நானும் மனிதாபிமானமுள்ளவன்தான்னு புரிஞ்சுக்குங்க" என்றபடி தனது பேச்சைத் தொடங்கினார்.

"இந்த எஸ்.டி.எஃப். காரனுங்க படையை வாபஸ் வாங் கிட்டாங்கன்னு அரசாங்கம் சொல்லுது. ஆனா நஞ்சையாங்கிற வரை எஸ்.டி.எப். காரன் மோகன்நிவாஸ் அடிச்சு கொலை பண்ண பார்த்திருக்கான். ஆள் செத்துப்போயிட்டான்னு நினைச்சு முள்ளு காட்டிலே தூக்கிப்போட்டுவிட்டுப் போயிருக்காங்க. மக்கள் பார்த்து காப்பாத்தியிருக்காங்க" என்று அவன் சொன்னபோது அதிர்ச்சியும் வேதனையும் ஒருசேர நம்மை தாக்கியது. எஸ்.டி.எப் இப்படியொரு காரியத்தை செய்திருப்பது பற்றி நமது நிருபர்கள் நமக்கு ஏற்கனவே தகவல் தெரிவித்திருந்தனர். அதே செய்தி காட்டுக்குள் இருக்கும் வீரப்பனுக்கு எப்படி கிடைத்தது என நாம் ஆச்சரியப்பட்டாலும் அதிரடிப் படையினர் இன்னமும் அதே கடுமையான போக்கில் இருக்கிறார்களே என்பதை நினைக்கையில் வேதனையாக இருந்தது.

வீரப்பனிடம், நான் "அந்த தகவல் எங்களுக்கும் கிடைச் சிருக்கு" என்றேன். "என்னோட விஷயத்தை அரசியல்வாதிங்க தங்களோட அரசியலுக்கு பயன்படுத்திக்குறாங்க" என்று கூறியபடி தினசரி பேப்பர்களில் வந்த சில அறிக்கைகளை காட்டினார் வீரப்பன்.

இந்த தருணம்தான் நாம் வந்திருக்கிற காரியத்திற்கான பேச்சைத் தொடங்க சரியான நேரம் என்பதை உணர்ந்து வீரப்பனுடன் பேச்சுவார்த்தையை தொடங்கினேன். அவர் ஏதோ ஒரு முடிவுக்கு வந்தவர் போல்தான் பேச்சைத் தொடங்கினார். சரணடைய விரும்புவதாக ஆடியோ கேசட்டில் பேசியிருந்தவன் இப்போது வேறு மாதிரி பேசுவது புரிந்தது. இவரை எப்படி கையாண்டு நாம் எடுத்துக்கொண்ட உறுதியை நிறைவேற்றப் போகிறோம் என்ற யோசனையில் மூழ்கினேன்.

பணயக் கைதிகளோ எங்களை மீட்டுச் செல்லுங்கள். இல்லையென்றால் நாங்கள் சாப்பிடமாட்டோம் என்று சொல்லி க்கொண்டிருந்தனர். வீரப்பன் ஆட்களோ நாங்கள் அங்கு செல்வதற்கு முன்பே ஒரு புள்ளிமானை அடித்து, அதை உரித்து

சமையலுக்கு தயாராகிக் கொண்டிருந்தனர். அந்த நேரத்தில் பணயக் கைதிகள் 'சாப்பிட மாட்டோம்' என தெரிவித்ததால் அவர்களை சமாதானப்படுத்த வேண்டியதாயிற்று.

"இப்ப நீங்க சாப்பிட முடியாதுன்னு சொன்னால் ஏதோ நான் சொல்லிக் கொடுத்துதான் நீங்க இப்படி செய்றதா வீரப்பன் நினைப்பான். அதனால நீங்க சாப்பிடுங்க. தைரியமா இருங்க. உங்களை எப்படியும் மீட்டுக் கூட்டிக்கிட்டுப் போறேன்" என நம்பிக்கையூட்டினேன்.

"நேற்று ரேடியோ செய்தி கேட்டதிலிருந்தே அவர் (வீரப்பன்) சரியாயில்லை. அந்த செய்தியிலே, வீரப்பனால் கடத்தப்பட்டவர்களில் அவனுடைய உறவினர்களும் இருக்காங்க. அதனால அது ஒரு நாடகம்ங்கிற மாதிரி யாரோ பேசியதா சொன்னாங்க. அதைக் கேட்டதிலிருந்தே இவரு கோபமா இருக்காரு. இது நாடகமில்லைன்னு காட்டுறதுக்காக எங்களை கொன்னுடுவாரோன்னு பயமா இருக்கு" என நடுக்கத்துடன் தெரிவித்த பணயக் கைதிகளுக்கு மீண்டும் தைரியமூட்டினேன்.

அதன்பிறகு, எல்லோரும் சாப்பிட்டோம். சாப்பாட்டுக்குப் பிறகு மீண்டும் வீரப்பனுடன் பேசத் தொடங்கினேன். அவர் ஆடியோ கேசட்டில் தெரிவித்திருந்த நிபந்தனைகளையே மீண்டும் மீண்டும் வலியுறுத்தினார். சிறைத் தண்டனை பற்றி அவன் ஏற்கெனவே சொன்னதிலேயே பிடிவாதமாக இருந்தார். ஒரு கட்டத்தில், "ஆனையையே அடக்கியவன் இந்த வீரப்பன். எதையும் சமாளிப்பான்" என்று சொன்னபோது அவரைப் பிடிவாத பேச்சிலிருந்து திசை திருப்புவதற்காக "யானையை எப்படி அடக்கினீங்கன்னு செய்துகாட்ட முடியுமா?" எனக் கேட்டேன். அவர் தத்ரூபமாக நடித்துக்காட்டியதை வீடியோவில் பதிவுசெய்து கொண்டோம்.

மீண்டும் பேச்சு வார்த்தை நடத்தியபோது, பழைய குருடி கதவை திறடி என்கிற கதையாக மறுபடியும், 'ஜனாதிபதி கையெழுத்து வேண்டும்' எனப் பிடிவாதம் பிடிக்கத் தொடங்கிவிட்டார். சரணடைதல் தொடர்பான நிபந்தனைகளில் அவர் உறுதியாக இருந்தாலும் அவர் பிடியிலுள்ள பணயக் கைதிகளை எப்படியும் மீட்டுவிட முடியும் என்று அழுத்தமாக நம்பினேன். அதனால் நிருபர் சுப்புவிடம், "நீங்க காலையில் வெள்ளெனப் புறப்பட்டு போய் இரண்டு கார் எடுத்துட்டு வந்திருங்க" என சொல்லி வைத்தேன்.

இரவு 10 மணி. 8 பணயக் கைதிகளுடன் நான் படுத்திருந்தேன். அருகில் சுப்பு. அவரையடுத்து சிவா, பக்கத்தில்

வீரப்பன். அவன் திடீரென எழுந்து சேத்துக்குளி கோவிந்தனுடன் ஏதோ பேசிவிட்டு சிவசுப்ரமணியன் அருகில் வந்து, "அண்ணனை எழுப்புப்பா... பேசணும்" என்று சொல்வது அரைகுறை தூக்கத்தில் என் காதில் விழுந்தது.

சிவா என்னிடம் வந்து விஷயத்தை தெரிவித்தார். "அண்ணே... பேசணும்னு சொல்றாங்க'' என்றார். பணயக் கைதிகளை விடுவிக்கச் சொல்லி வீரப்பனை சம்மதிக்க வைத்துவிட்டால், சுப்புவை உடனடியாக அனுப்பி கார் எடுத்துவர சொல்லி விடலாம் என்ற வியூகத்தில் வீரப்பனுடன் பேசத் தொடங்கினேன்.

கையெழுத்து வாங்கி தரவேண்டும் என்பதிலேயே பிடிவாதமாக இருந்த வீரப்பனிடம், "நாங்க போனபிறகு, Force உள்ளே வந்துடுச்சுன்னா உங்களுக்குத்தான் ஆபத்து. மனிதாபிமானம் அடிப்படையில் நீங்க இந்த எட்டு பேரையும் கொல்லாம விட்டுட்டுப் போக நினைப்பீங்க. ஆனால், உள்ளே வர்ற படை இவங்களை கொன்னுபோட்டுட்டு உங்க மேல பழிபோடலாம். அல்லது இவர்களை உயிருடன் மீட்டுவிட்டு படை வந்ததும் வீரப்பன் ஓடி ஒளிஞ்சுட்டான். நாங்கதான் இவங் களை மீட்டு வந்தோம்னு சொல்வாங்க. எப்படியிருந்தாலும், உங்கள் மேலதான் பழி விழும்" என்றேன்.

சிறிதுநேரம் யோசிக்கத் தொடங்கிய வீரப்பன், காலையில் பேசலாம் என்றான். அப்போது இரவு 2.30 மணி. அதிகாலையில் சுப்பு புறப்பட்டபோது, அவரை ரோடு வரை கொண்டுவிடுவதற்காக சேத்துக்குளி கோவிந்தன் உடன் சென்றான். சிறிது நேரத்தில் அவன் திரும்பி வந்ததைக் கண்டு நான் ஆச்சரியப்பட்டேன். "நாங்க உள்ளே வரும்போது ரொம்ப நேரமானது. இப்போது எப்படி இவ்வளவு சீக்கிரமா?" எனக் கேட்டதும், "குறுக்கு வழியிலே போனோம்" என்றான் கோவிந்தன்.

வீரப்பனும் அவனது கூட்டாளிகளும் ஆயுதபூஜை செய்வதற்காக சென்றனர். 10.30 மணியாகியும் அவர்கள் வரவில்லை. அதுவரை கைதிகளுடன் பேசிக்கொண்டிருந்தேன். "எட்டு பேரையும் மொத்தமா அனுப்பினாத்தான் போவோம். இல்லேன்னா போகமாட்டோம்னு வீரப்பன்கிட்டே ஸ்டிராங்கா சொல்லிடுங்க" என்றேன். பணயக் கைதிகள் ஒவ்வொருவரையும் தனித் தனியாக வீடியோவிலும் ஸ்டில் கேமிராவிலும் பதிவுசெய்து கொண்டார் சிவசுப்ரமணியம்.

அப்போது, டீ போடுவதற்காக சர்க்கரை தேடிய வீரப்பன் ஆட்கள் அது இல்லை என்று தெரிந்ததும், தரையில் ஒரு பகுதியை தோண்டினர். அங்குதான் அவர்களின் 'குடோன்'

இருக்கிறது. அதாவது, மண்ணில் புதைத்து வைக்கப்பட்டிருக்கும் சமையல் பொருட்களின் பேக்கிங்கைதான் அவர்கள் குடோன் என்கிறார்கள். இதுவரை, அதுபற்றி சொல்லக்கேட்டிருக்கிறேனே தவிர, இப்போதுதான் முதல்தடவையாக பார்த்தேன்.

ஏழு சுவர்களால் ஆன அந்த ‘குடோனி’ற்குள் டீ தூள், சர்க்கரை, பருப்பு, உப்பு, மசால்பொடி, கறி மசாலா, தீப்பெட்டி, இப்படி ஏராளமான விஷயங்கள் உள்ளன. காட்டுப் பகுதியில் இதுபோல் 50 இடங்களில் ‘குடோன்’ உள்ளதாம். அவர்களின் சாமர்த்தியமான அணுகுமுறை நம்மை வியக்கவைத்தது.

ஆயுதபூஜை முடித்து திரும்பி வந்த வீரப்பனுடன் மீண்டும் பேச்சு வார்த்தையை தொடங்கினேன். இம்முறை தமிழக முதல்வரிடம் சில வேண்டுகோள்களை வைப்பதாக சொல்லி விட்டு, பேச ஆரம்பித்தார். தனது பேச்சினிடையே, “எட்டு பேரையும் விடுதலை செய்கிறேன்” என்று அவர் சொன்ன விநாடியில் அவருக்கு கை கொடுத்தேன். உடனே, அவர் “ஒரு கண்டிஷன்” என்றார். மீண்டும் கையெழுத்து, கர்நாடக அதிரடிப்படை வாபஸ் ஆகியவற்றை வலியுறுத்திவிட்டு, ‘இல்லேன்னா... என்னோட விரதத்தை முடித்துக்கொள்வேன்” என்றார்.

பிடிவாதக்காரனின் பிடியில் இருந்து எட்டு பேரை மீட்கும் பணி ஏறத்தாழ முடிந்துவிட்டதை நினைத்து, நமக்கு சந்தோஷம் எந்த உறுதியுடன் புறப்பட்டோமோ, அதில் வெற்றி பெற்று விட்டோம் என்ற திருப்தி ஏற்பட்டது. பணயக்கைதிகளிடம் இதை தெரிவித்தபோது, அவர்களும் சந்தோஷமாக புறப்படத் தயாராகினர்.

அந்த நேரத்தில் வீரப்பன், மனித உரிமை கமிஷனுக்காக பேசினார். அந்தியூர் வன ஊழியர்கள் மூவரைக் கடத்தியபோது ஜெயலலிதா அரசாங்கம் எப்படி பணம் கொடுத்தனுப்பியது என்ற முறையை விளக்கினார். தன்னிடமுள்ள ஒரு ஜோடி யானைத் தந்தங்களை நம்மிடம் காட்டினார். அதை வீடியோவில் பதிவு செய்து கொண்டோம்.

24-8-97 இரவு 7 மணி. நமது லட்சியத்தின் முக்கியப் பகுதி நிறைவேறிய நேரம். பணயக் கைதிகள் எட்டு பேரையும் மீட்டு, அழைத்துக்கொண்டு விடைபெற்றோம். அப்போது வீரப்பன், “நான் கேட்டது எதையும் கொடுக்காமல் ஜெயிச்சுட்டு போறே நீ... போ...” என்று என்னைப் பார்த்துக் கூறினார். நாங்கள் அடியெடுத்து வைத்தபோது, “ஆசிரியரே... ஆனைங்க ஜாஸ்தி. உங்களுக்கோ இவர்களுக்கோ எதுவும் ஆகிவிடக்கூடாது. நானே

கொண்டுவந்து ரோடு வரைக்கும் விடுகிறேன்" என்று சொல்லி விட்டு கூடவந்தார்.

நிருபர் சுப்பு. இரண்டு கார்களுடன் தயாராக இருந்தார். நாற்பத்தி நான்கு நாட்களுக்குப் பிறகு, வனவாசம் முடித்து, எட்டு பேரும் காரில் ஏற... நாம் விரைந்தோம். நான், நிருபர் சுப்பு, பாரஸ்டர் வேலாயுதம், கார்டு அந்தோணி, வாட்சர் நஞ்சா நாயக் ஆகிய ஐந்து பேரும் பாலமுருகன் ஓட்டிவந்த காரில் பயணம் செய்தோம்.

சிவசுப்ரமணியம், கார்டு விஷகண்டா, வாட்சர்கள் சிக்கும்பா, தாசையா, மாதேவா, ஜடயா ஆகிய ஆறு பேரும் மோகன் ஓட்டிவந்த காரில் ஏறிக்கொண்டனர். அவர்களின் கார்தான் முன்னால் சென்றது. தாளவாடி வரையிலான இரண்டு சோதனை சாவடிகளில் நமது கார்கள் தப்பின. அடுத்துள்ள கர்நாடக மாநிலம் புளிஞ்சூர் சோதனை சாவடியை எப்படிக் கடப்பது என்று யோசித்துக் கொண்டிருக்கும்போது, முன்னால் சென்ற பஸ் ஒன்று உதவியது. அதனை பின்தொடர்ந்து இரண்டு கார்களுமே சோதனையில் இருந்து தப்பிவிட்டது.

ஆனால் தமிழ்நாட்டில் உள்ள ஆசனூர் சோதனை சாவடியில் சிவசுப்ரமணியம் சென்ற கார், நிறுத்தப்பட்டது. சாம்ராஜ் நகர் சென்று வருவதாக கூறி, செக்போஸ்ட்டில் இருந்து தப்பித்தார் சிவசுப்ரமணியம். முன்பே சோதனைச் சாவடியை கடந்தது போலவே ஒரு பஸ்சை பின் தொடர்ந்து, ஆசனூர் சோதனைச் சாவடியையும் எங்கள் கார் கடந்தது.

ஆசனூரை தாண்டியதும் யானைகளின் தொந்தரவு அதிகமானது. இரண்டு பெரிய யானைகளும் ஒரு குட்டி யானையும் சாலையில் நின்று பாதையை மறித்தன. மிகவும் லாவகமாக டிரைவிங் செய்து, யானைகளிடமிருந்து மீண்டனர் பாலுவும் மோகனும். திம்மம் செக்போஸ்ட்டில் போலீஸ் ஜீப் நின்றபோதும் கார்கள் சோதனையிடப்படவில்லை. அதன்பின், 27 கொண்டை ஊசி வளைவுகளை கடந்து, பண்ணாரி செக்போஸ்டை அடையும்போது, மோகன் ஓட்டிச்சென்ற காரை, போலீசார் மடக்கினர். மீட்கப்பட்ட பணயக்கைதிகள், காக்கிச் சட்டையில் இருந்ததால், ''என்ன... உள்ளே ஒரே காக்கிச் சட்டைகளா இருக்கு" என கேட்க, நிருபர் சிவசுப்ரமணியம், சிறிதும் தாமதிக்காமல், ''இவங்களெல்லாம் கிரானைட் குவாரியிலே வேலை செய்றவங்க சார்!'' என பதிலடி கொடுத்துவிட்டு, காரை விரைவாக செலுத்தச் சொன்னார்.

அந்தக் காரை பின்தொடர்ந்து எங்கள் கார் வந்தபோது,

செக்போஸ்ட்டில் இருந்த போலீசார், டார்ச் லைட் மூலம் சிக்னல் காட்டி ஓரம்கட்ட சைகை செய்தனர். நான் உடனே பாலுவிடம், “நிறுத்துவது போல் போக்குகாட்டி, ஸ்பீடா போயிடுங்க” என்றேன். அவரும் அதையே கடைபிடித்ததால் கண்ணிமைக்கும் நேரத்தில் பண்ணாரி செக்போஸ்ட்டை கடந்து சத்தியமங்கலத்தை அடைந்தோம். வீரப்பன் பிடியிலிருந்து பணயக் கைதிகளை மீட்டதைவிடவும், அதிரடிப் படையினரிடமிருந்து மீட்டதுதான் பெரும் சவாலாக இருந்தது. இந்த வெற்றிகரமான முயற்சியை உடனடியாக அலுவலகத் தம்பிகளிடம் தெரிவிப்பதற்காக கலைஞரை செல்லுலாரில் தொடர்பு கொண்டேன்.

39

முதல்வரிடம் 8 பணயக்கைதிகள் ஒப்படைப்பு!

மீட்கப்பட்ட வன ஊழியர்கள் 8 பேருடன் 25-ந் தேதி காலை 10.30 மணியளவில் நக்கீரன் குடும்பத்தினர் தலைமைச் செயலகத்திற்கு சென்றபோது பாராட்டுப் பூக்கள் தூவப்பட்டன. முதல்வர் கலைஞரிடம் 8 பேரும் ஒப்படைக்கப் பட்டபோது அவர்கள் அனைவரும் முதல்வரின் காலில் விழுந்து தங்களின் நன்றியைத் தெரிவித்தனர். முதல்வரின் அக மகிழ்வு அவரது முகத்தில் பிரதிபலித்தது.

இந்த மாபெரும் சாதனையை நிகழ்த்திய நமக்கு பொன்னாடை அணிவித்துப் பாராட்டி னார் முதல்வர். அப்போது முதல்வருடன் தலைமைச் செயலாளர் நம்பியார், உள்துறை செயலாளர் பூர்ணலிங்கம், டி.ஜி.பி. ராஜசேகரன் நாயர், உளவுத்துறை டி.ஏ.ஜி.பி. அலெக்சாண்டர் ஆகியோர் இருந்தனர்.

அரசு தூதராக மூன்றாம் முறை காட்டிற்குள் சென்றபோது நடந்த நிகழ்ச்சிகளையும் 8 பேரை மீட்பதற்காக மேற்கொள்ளப்பட்ட முயற்சி களையும் சரணடைவது குறித்து வீரப்பன் என்ன நிலையில் இருக்கிறான் என்பதையும் முதல்வரிடம் எடுத்துரைத்தோம். அதன்பின் பத்திரிகையாளர் களை சந்தித்தார் முதல்வர். வீரப்பன் விவகாரம் குறித்து சரமாரியான கேள்விகளை சளைக்காமல் எதிர்கொண்ட முதல்வர், அவதூறு பேசுபவர் களை சாடினார். “ஜெயலலிதாவும் தேவாரமும் தாங்கள் பதவியிலிருந்த காலத்தில் சாதிக்க முடியாததை இப்போது உள்ளவர்கள் சாதிக் கிறார்களே என்ற எண்ணத்தில் அறிக்கைகளை வெளியிட்டுக்கொண்டிருக்கிறார்கள். அதற்கெல்

லாம் பதிலளிக்க நான் விரும்பவில்லை. சம்பல் கொள்ளைக் காரர்கள் சரணடைந்தார்கள். சட்டப்படிதான் நடவடிக்கை எடுக்கப்பட்டது. பூலான்தேவி சரணடைந்தார். சட்டப்படிதான் நடவடிக்கை எடுக்கப்பட்டது. அதுபோலதான் வீரப்பன் விஷயத்திலும் நடவடிக்கைகள் மேற்கொள்ளப்படும்.

இவ்வளவு காலம் வீரப்பனைப் பிடிக்கச் சென்ற போலீசார் கர்நாடக மாநிலத்தைச் சேர்ந்தவர்களானாலும், தமிழகத்தைச் சேர்ந்தவர்களானாலும் வீரப்பனை தேடுவதை ஒரு சாக்காக வைத்துக்கொண்டு ஆடுமாடுகளை வெட்டிச் சாப்பிட்டிருக்கிறார்கள். அந்த கிராமத்துப் பெண்களிடம் தவறாக நடந்திருக்கிறார்கள். அதனால்தான் அவர்களால் வீரப்பனைப் பிடிக்க முடியவில்லை.

அவர்கள்மீது விசாரணை நடத்தப்படும் என அவதூறு பேசுவோரை ஓங்கி அறைந்தார்.

40

பத்திரிகையாளர்கள் சந்திப்பு!

அது பேனா முனைகளின் சங்கமம். தமிழக, வடஇந்திய பத்திரிகைகள், வெளிநாட்டு இதழ்கள், தனியார் தொலைக்காட்சிகள், சர்வதேச தொலைக்காட்சிகள் என செய்தியாளர்களும் புகைப்படக்கலைஞர்களும் சென்னை எழும்பூர் காஞ்சி ஹோட்டலில் குழுமியிருந்தனர். அனைவரது முகங்களிலும் வியப்பு, எதிர்பார்ப்பு, பரபரப்பு, நக்கீரன் குழுவினர்க்கு பாராட்டு மழையையும் பொழிந்தனர்.

25-ந் தேதி காலை 11 மணியளவில் நக்கீரன் ஏற்பாடு செய்திருந்த பத்திரிகையாளர் சந்திப்பில் தான் இத்தனை அம்சங்களும் இடம்பெற்றிருந்தன. நக்கீரனால் மீட்கப்பட்ட 8 பேரையும் பத்திரிகை யாளர்கள் முன் அறிமுகப்படுத்திப் பேசிய பிறகு மீட்கப்பட்ட 8 பேரும் காட்டில் தாங்கள் கழித்த நாட்களின் வேதனை அனுபவங்களை விளக்கிப் பேசினர்.

“நாங்கள் இன்றைக்கு உயிரோடு திரும்பி யிருக்கோம்னா அதற்கு நக்கீரன் ஆசிரியர்தான் காரணம். இன்றைக்கு எங்க குடும்பத்தினர் மனநிம்மதி அடைஞ்சிருக்காங்கன்னா அந்த பெருமையெல்லாம் நக்கீரன் குடும்பத்திற்குத்தான் சேரும்” என அவர்கள் நெகிழ்ந்து சொன்னபோது பத்திரிகையுலக நண்பர்கள் அதனை கவனமுடன் குறிப்பெடுத்துக்கொண்டனர்.

இரண்டு மணி நேரம் நடைபெற்ற பத்திரிகையாளர் சந்திப்பிற்குப் பிறகு 8 பேரும் துறைமுகப் பொறுப்புக்கழக மருத்துவமனைக்கு பரிசோதனைக்காக அழைத்துச் செல்லப்பட்டனர். அங்கு ஏற்கெனவே மீட்கப்பட்ட ராஜு சிகிச்சை பெற்று வருகிறார்.

''மற்ற எட்டுபேரும் திரும்பி வந்தால்தான் நான் கர்நாடகத்திற்குப் போவேன், இல்லையென்றால் போகமாட்டேன்'' என சொல்லிக்கொண்டிருந்த ராஜூ தனது சக ஊழியர்களைக் கண்டவுடன் கட்டிப்பிடித்துக்கொண்டு ஆனந்தக் கண்ணீர் பொழிந்தார்.

நக்கீரனின் அதீத முயற்சியால்தான் இப்படியொரு சந்தோஷ நிமிடம் மலர்ந்தது என்பது வாசகர்களுக்குப் பெருமைதானே!

பொதுமக்கள் பாராட்டு

வீரப்பன் பிடியிலிருந்து மீட்கப்பட்ட 8 பேருடன் ஆகஸ்ட் 25-ந் தேதி அதிகாலையில் நமது அலுவலகத்தை அடைந்தபோது நக்கீரன் குடும்பத்தினர் அடைந்த ஆனந்தத்திற்கு அளவேயில்லை. ஆசிரியரால் பத்திரமாக மீட்கப்பட்டோம் என்ற நிம்மதி பணயக் கைதிகளுக்கு. ஆசிரியரும் நிருபர்களும் 5 நாள் பயணத்திற்குப் பிறகு பத்திரமாக திரும்பியதைக் கண்ட மகிழ்ச்சி நக்கீரன் குடும்பத்தினருக்கு.

மறுபிறவி எடுத்தது போன்ற உணர்வைப் பெற்றிருந்த கர்நாடக வனத்துறை ஊழியர்கள் 8 பேரும் நக்கீரன் குடும்பத்தினருடன் புகைப்படங்கள் எடுத்துக்கொண்டனர். அனைவரும் உபசரிக்கப்பட்டனர். 8 பேர் மீட்கப்பட்ட செய்தியறிந்த பத்திரிகையாளர்களும், புகைப்பட நிபுணர்களும் காலை நேரத்திலேயே நக்கீரன் அலுவலகத்தில் குழுமிவிட்டனர். பொதுமக்களும் பெருந்திரளாக நமது அலுவலக வாசலில் திரண்டிருந்தனர். தொலைக்காட்சி கேமராக்கள் ஒரு வரலாற்றுப் பதிவுக்காக தவமிருந்தன. அலுவலகம் உள்ள சாலையே டிராபிக்-ஜாம் ஆகி, போலீஸார் வந்து எல்லாவற்றையும் ஒழுங்குபடுத்தும் நிலைமை ஏற்பட்டது.

காலை 9.30 மணியளவில் நக்கீரன் குடும்பத்தினருடன் 8 பேரும் டெம்போ டிராவலர் வேனில் தலைமைச் செயலகம் நோக்கி புறப்படத் தயாரானபோது பத்திரிகையாளர்களும், தொலைக்காட்சியினரும் போட்டிபோட்டுக்கொண்டு அந்த நிகழ்ச்சியை பதிவு செய்தனர். கூடியிருந்த பொதுமக்கள் நக்கீரன் சாதனையை பாராட்டி வாழ்த்து முழக்கங்களும் கரவொலியும் எழுப்பினர்.

41

சாதனைத் திருவிழா!

சாதனைத் திருவிழா 24-09-1997

இடம்: கலைவாணர் அரங்கம்
தொகுப்பு : ஈ.பா.பரமேஷ்வரன்

அ.காமராஜ்
இணை ஆசிரியர்

வீரப்பனால் கடத்திச் செல்லப்பட்ட கர்நாடக வன ஊழியர்கள் 9 பேரை மீட்டு வந்து அரிய சாதனை படைத்ததற்காக ஆசிரியருக்கு இந்த பாராட்டு விழா நடைபெறுகிறது. ஏற்கனவே இரண்டு முறை வீரப்பனை ஆசிரியர் சந்தித்துள்ள தால், இரு மாநில முதல்வர்களும் கேட்டுக் கொண்டதால், காட்டுக்குள் சென்று 9 உயிர்களை மீட்டுக் கொண்டு வந்தார். 9 கர்நாடக ஊழியர் களை மீட்டுக் கொண்டு வராவிட்டால் தமிழ னான வீரப்பன், கர்நாடகத்தினரைக் கொன்று விட்டான் என்ற வீண் புரளி பரவி, அதனால் கர்நாடகத்தில் வாழும் தமிழர்களின் உயிருக்கு ஆபத்து ஏற்படும் சூழ்நிலை நிலவியது. அதையும் தடுத்து 9 உயிர்களையும் மீட்டு என இரண்டு சாதனைகளை நக்கீரன் படைத்ததால்தான் இந்த விழாவை நடத்திக் கொண்டிருக்கிறோம்.

நக்கீரன் குடும்பத்தினர் இதற்கு முன்பு எல்லா அரசியல் கட்சித்தலைவர்களையும் அழைத்து இரு கூட்டங்களை நடத்தியிருக்கிறோம். அ.தி.மு.க. அரசின் பொய் வழக்கால் சிறைக்குச் சென்று அதனால் மரணமடைந்த அய்யா கணேசன் மறைவுக்கு கண்டனம் தெரிவித்து சென்னை

சேத்துப்பட்டில் மிகப் பெரிய கண்டனக் கூட்டத்தை நடத்தியிருக்கிறோம். அடுத்ததாக இணை ஆசிரியரான எனது திருமணத்தை, நக்கீரன் குடும்பத்தினரின் விருப்பத்திற்கிணங்க அனைத்து அரசியல் கட்சித்தலைவர்களையும் அழைத்து பெரம்பலூரில் நடத்தினோம். எனவே ஆசிரியரைப் பாராட்ட இந்த விழாவிற்கு வந்துள்ள அனைத்துப் பெரியவர்களையும் வருக வருக என அன்புடன் வரவேற்கிறேன்.

சி.சுப்ரமணியம்
மத்திய, மாநில முன்னாள் அமைச்சர்,
மராத்திய மாநில முன்னாள் ஆளுநர்

கோபால் அவர்களை இன்றைக்குத்தான் முதன் முதலாக சந்திக்கிறேன். அதே நேரம் பத்திரிகை மூலம் அவர் செய்து வரும் சாதனைகளை படித்து மகிழ்ந்திருக்கிறேன். செயற்கரிய செயல் செய்வார் பெரியர் என்று சொல்வார்கள். நம்முடைய கோபால் அவர்கள் செயற்கரிய செயலை செய்துள்ளதால் அவரை நாம் எல்லோரும் பாராட்டக் கடமைப்பட்டிருக்கிறோம். இந்த அரங்கத்தில் இருப்பவர்கள் மட்டுமல்ல, தமிழக மக்கள் மட்டுமல்ல, இந்திய மக்கள் மட்டுமல்ல, இதைக் கேள்விப்பட்ட எல்லோருமே பாராட்டக் கடமைப்பட்டவர்கள். (அரங்கத்தில் பலத்த கரவொலி)

அன்பினால் எதையும் வெல்ல முடியும் என்பது மகாத்மா காந்தியின் கருத்து. அதை இன்று நிரூபித்துக் காட்டியவர் கோபால் அவர்கள்.

வீரப்பனைப் பற்றி பல ஆண்டுகளுக்கு முன்பே பத்திரிகைகள் மூலம் படித்திருக்கிறேன். திருடுகிறவனுக்கு திருட்டு இயற்கையாகப் போய்விடும். பொய் சொல்கிறவனுக்கு பொய் இயற்கையாகப் போய்விடும். அதே மாதிரிதான் கொலை செய்பவனுக்கு. மிருகங்களை வேட்டையாடி வந்தவனுக்கு மனிதர்களைக் கொலை செய்வதில் தப்பில்லை என்ற நினைப்பு வந்துவிட்டது. சந்தர்ப்ப சூழ்நிலையால் மனிதர்களைக் கொலை செய்யும் நிலைக்குத் தள்ளப்பட்டான். 100 கொலைகளைச் செய்த வீரப்பனின் மனதை நக்கீரன்கோபால் மாற்றியிருக்கிறார் என்றால் அதை அற்புதம் என்றுதான் சொல்ல வேண்டும்.

கோபால் இன்றைக்கு உலக சாதனை புரிந்திருக்கிறார் என்றால் அது மிகையில்லை. கோபாலுக்கும் வீரப்பனுக்கும் என்ன ஒற்றுமை என்று பார்த்தால்... அது மீசையில்தான் இருக்கிறது. மீசையை வச்சே வீரப்பனை வசப்படுத்தி யிருப்பாரோன்னு தோணுது. சிங்கம், புலி, கரடி போன்ற கொடிய விலங்குகள் உலாவும் காட்டுக்குள்ளே, கையில் பாதுகாப்புக்கு எந்த ஆயுதமும் இல்லாமல் சென்று வருவதென்றால் எவ்வளவு பெரிய சாதனை.

அந்த 9 பேரும் உயிரோடு திரும்ப மாட்டார்கள்னு தான் நாமெல்லாம் நினைத்துக் கொண்டிருந்தோம். ஏன்னா வீரப்பன் போட்ட நிபந்தனைகளை ஒப்புக்கொள்ளக்கூடிய நிலையில் யாரும் இல்லை. வீரப்பனுக்கு மன்னிப்பு வழங்கலாமா? அவன் போட்ட நிபந்தனைகளை ஏற்கலாமா? என்ற சர்ச்சை நிகழ்ந்து கொண்டிருக்கிறது. எவ்வளவு பெரிய மகானாக இருந்தாலும் ஏதாவது தப்பு செய்திருப்பார்கள். அதே போல் எவ்வளவு பெரிய பாவியாக இருந்தாலும் மனம் மாறி மனிதனாக வாழ ஆசைப்படுவான். இதை நாம் வரலாற்றில் படித்திருக்கிறோம். அதே போல் வீரப்பனும் சட்டத்தின் முன் நிறுத்தப்பட்டு, தண்டனைக்குள்ளான காலத்தில் மனம் மாறி பக்திமானாகி விட்டால், அரசாங்கம் பார்த்து அவனை மன்னிக்கலாம். அதைவிட்டுவிட்டு, என்னை தண்டிக்கக்கூடாது, ரெண்டு வருஷம் தனி பங்களாவில் வைத்திருந்துவிட்டு விட்டுவிட வேண்டும் என வீரப்பன் சொல்வது ஏற்றுக் கொள்ளக் கூடியதல்ல.

காட்டு வாழ்க்கையிலிருந்து, கொலை வாழ்க்கையிலிருந்து விடுபட்டு வாழவேண்டும் என வீரப்பன் விரும்பினால் சட்டம் கொடுக்கும் தண்டனையை ஏற்றுக் கொள்ள வேண்டும். இது தான் மறுவாழ்வுக்கான அடிப்படை. இங்கே நக்கீரன் குடும்பத்தினர் வரவேற்பதாக போட்டிருந்தார்கள். ஆனால் தமிழ் மக்களே வரவேற்று விழா நடத்துகிறார்கள்.(பலத்த கரவொலி) இங்கே இத்தனை பேர் பாராட்டுவதற்கு வந்திருப்பதைப் பார்த்தாலே தெரியும் இது பொதுமக்களின் நிகழ்ச்சி என்று. நம்முடைய எல்லோரின் சார்பிலும் ஒவ்வொரு நாளும் ஒவ்வொரு ஆண்டும் சாதனை புரிந்து வாழ கோபால் அவர்களை வாழ்த்துகிறேன்.

முன்பெல்லாம் எனக்கு நக்கீரன் பத்திரிகையைப் பற்றி தப்பான கருத்து இருந்தது. ஏதோ ஒரு மஞ்சள் பத்திரிகை என்ற அபிப்பிராயம் இருந்தது. அதை படிப்பதில்லை என்றுகூட இருந்தேன். சமீபத்தில்கூட என்னுடைய பொன்விழா நிகழ்ச்சிக்கு

ஒரு செய்திக் கட்டுரை வேண்டும் என்று கேட்டார்கள். நக்கீரன் பத்திரிகைக்கு கொடுக்க முடியாது என்று கூறிவிட்டேன். ஆனால் இந்த நிகழ்ச்சிக்கு அழைத்த போது மனதில் எனக்கு ஒன்று தோன்றியது. எந்தக் கட்சியாக இருந்தாலும் எவ்வளவு பெரிய ஆளாக இருந்தாலும் அவர்கள் செய்யும் தவறுகளை குறைகளைத் தட்டிக்கேட்கும் தைரியம் நக்கீரன் பத்திரிகைக்கும் கோபாலுக்கும் உண்டு என்பதை தெரிந்துகொண்டேன். லஞ்சம், ஊழல் அது எவ்வளவு பெரிய இடத்தில் இருந்தாலும் அதை அம்பலப்படுத்தும் தைரியம் கோபாலுக்கு உண்டு. அவருடைய பத்திரிகை மூலம் நாட்டுக்கு தொடர்ந்து நல்லது செய்ய வேண்டும். நக்கீரனைப் பற்றிய எனது பழைய நினைப்பை முற்றிலும் மாற்றிக்கொண்டு விட்டேன். கோபாலைப் போன்ற செயல் வீரர்கள் வளர வேண்டும் என வாழ்த்தி விடை பெறுகிறேன்.

க.சுப்பு
முன்னாள் எம்.எல்.ஏ.-

சான்றோர்களே... சகோதர சகோதரிகளே... ஒரு கட்சி இல்லாமலே தலைவராகியிருப்பவர் நம்முடைய கோபால். அதே போல் தேர்தலில் நிற்காமலே வெற்றி பெற்றிருப்பவரும் கோபால் தான். இப்படிப்பட்ட கோபால் அவர்களை, ஒரு கட்சி சார்பிலே தேர்தலில் நின்று மாநகரத் தந்தையாக வெற்றி பெற்றிருக்கும் நமது மு.க.ஸ்டாலினே கோபாலைப் பாராட்ட வந்திருக்கிறார். இந்நாள், முன்னாள் அமைச்சர்கள், எழுத்தாளர்கள், சான்றோர் கள் என எல்லோரும் அவரைப் பாராட்ட வந்திருக்கிறார்கள். அந்தளவுக்கு செயற்கரிய செயலை செய்திருக்கிறார். பத்திரிகை உலகில் இது மிகப் பெரிய சாதனை.

என்னுடைய நண்பர்கள் சிலர் என்னிடம் அது ஒரு மஞ்சள் பத்திரிகை, அதுல போய் நீங்க எழுதலாமா?' என கேட்டார்கள். வேணும்னா கலரை மாத்திருவோம்னு சொன்னேன். வண்ணத்தில் என்ன இருக்கு, எண்ணத்தில் எல்லாமே இருக்கு. நக்கீரனில் நாங்க ஒரு நபரின் நடவடிக்கைகளை, செயல்களைத்தான் கண்டித்து எழுதுறோமே தவிர, தனிப்பட்ட அந்த நபரைப் பற்றி அல்ல. அப்படி எழுத ஆரம்பித்ததுதான் இங்கே ஒரு ஹிட்லர். டைட்டிலுக்கு பொருத்தமா அந்த நபருக்கு மீசை வச்சாரு பாருங்க, அதுதான் கோபால். மீசையே முளைக்காதவருக்கு மீசை வச்சவரு கோபால். ஹிட்லர் மீசையை பிரபலப்படுத்தியவர் கோபால்.

ஹிட்லரின் கட்சியில அவரின் மெம்பர்ஷிப் நம்பர் 555. அதையே சிகரெட்டுக்கு பேர் வச்சான். அது மாதிரிதான் ஹிட்லர் மீசை இங்கே பிரபலமாச்சு. ஒரு போலீஸ் அதிகாரி, நான் லண்டனுக்கு போயிருந்தபோது உங்க ஞாபகம் வந்ததுன்னு சொன்னாரு. ஏன்னு கேட்டதுக்கு ஹிட்லர் பத்தி புத்தகத்தைப் பார்த்தேன்னு சொன்னாரு.

இந்த தொடர் எழுதுனதால என்னாச்சு..? கோபாலுக்கு பத்திரிகை அச்சடித்துக் கொடுத்த கணேசன் செத்தார். செத்தாரு இல்ல, போட்டுத் தள்ளிட்டாங்க. எப்படியும் சாகப்போறாரு, அதனால முதல்லயே முடிச்சுருவோம்னு முடிச்சுட்டாங்க. ஒருத்தர் தவறான வழியில் சொத்து சேர்த்து வச்சிருந்தா பறிமுதல் செய்யணும்னு சொல்றாங்க. சட்டப்படி அதைச் செய்றதுக்கு நாளாச்சுன்னு வைங்க, ஒடனே இவுங்களே போய் அந்தப் பணத்தை வாங்கிட்டு வந்துடுறாங்க. ஏன்னா பறிமுதல் செய்ய லேட்டாகுதுன்னு சொல்றாங்க. அதையெல்லாம் நன்கொடை மூலமா வெள்ளைப் பணமாக்குற புரட்சி பண்றதா நினைச்சுக்கிட்டிருக்காங்க.

அதே நேரம் கோபால் காட்டுக்குள்ள போய் திரும்பி வருவாரா? மாட்டாரான்னு பல பேரு நினைச்சுக்கிட்டிருந் தாங்க. இன்னொரு விஷயம், அவரு கூடப்போன நிருபர் பேரு சுப்பு. பலபேர் என்னைய நினைச்சுக்கிட்டு, இவனுக்கு ஏன் இந்த வேண்டாத வேலை? இன்னும் இவனுக்கு சேட்டை கொஞ்சம் கூட குறையலை. பேசாம வீட்ல இருக்குறத விட்டுட்டு காட்டுக்குள்ள ஏன் போனான்னு பேச ஆரம்பிச்சுட்டாங்க. பல பேர் முடிவே பண்ணிட்டாங்க, அவ்வளவுதான் ஆள் காலின்னு.

அவ்வளவு ரிஸ்க் எடுத்து காட்டுக்குள்ள போயிட்டு வர்றாரு கோபால். பெரியவர் சி.எஸ். சொன்னது மாதிரி, வீரப்பனுக்கும் பெரிய மீசை, கோபாலுக்கும் பெரிய மீசைதான். ஆனா இதே மாதிரி பெரிய மீசை ஒருத்தருக்கு இருக்கு. அவர் இவருக்கு விரோதி மாதிரி. எல்லா மீசையும் ஒன்றல்ல என்பதற்குத்தான் இதை சொல்றேன். அந்த மீசைக்கும் சுடுறதுலதான் ஆசை. வீரப்பனுக்கும் சுடுறதுலதான் ஆசை. ஆனா வீரப்பன் தற்காப்புக்குத்தான் சுடுறாரு. ஆனா அந்த மீசை 36 பேரைக் கொன்னேன்னு சந்தோஷமா சொல்லுவாரு. யாரையும் கொல்வதற்கு சட்டத்தில் இடமேயில்லை. ஏன்னு கேட்டா ஒன்னையும் கொல்வேன்னு சொல்வாரு அந்த மீசை. சில நேரங்கள்ல மெண்டலா இருக்குறவன்கூட உத்யோகத்துக்கு வந்துருவான் (பலத்த கரவொலியால் அரங்கமே அதிருது) நாம என்ன பண்ணமுடியும்?

அந்த மீசையின் பிடியிலிருந்தும் கோபால் தப்பி வந்திருக்கிறார். அவர் உயிருக்கு குறி வைக்கப்பட்டது. திரும்பி வரக்கூடாதுன்னு திட்டம் தீட்டப்பட்டது. அத்தனையையும் முறியடித்து வெற்றிகரமாக திரும்பி வந்தார். அவருடைய வெற்றிக்குத் துணை நின்றவர் மாண்புமிகு தமிழக முதல்வர் டாக்டர். கலைஞர் என்பதை யாரும் மறுக்க முடியாது.

நான் கட்டுரை எழுதிக்கொண்டிருந்தபோது நக்கீரன் பத்திரிகை ஓஹோன்னு போய்க்கிட்டிருந்தது. மஞ்சள் பத்திரிகைன்னு சொன்னவனெல்லாம் வாயடைச்சிப் போய்ட்டான். பலபேர்ட்ட சொல்லிப்பார்த்தும் ஒண்ணும் நடக்கல. பத்திரிகை விற்பனை உச்சத்துக்கு போய்ருச்சு. இந்தப் பத்திரிகையில எழுதுறவரு வந்தா இந்த விழாவுக்கு வரமாட்டேன்னு சொன்னவங்க இருக்காங்க. ஆனா இன்னைக்கு முற்றிலும் மாறுபட்ட விழாவா இருக்கு.

தொலைக்காட்சி நிலைய இயக்குனர் இங்க வந்திருக்காரு. அவர் ஒரு தடவை விமானத்துல போய்க்கிட்டிருக்கும்போது நல்லி குப்புசாமி செட்டியார் அவரிடம் நக்கீரன்ல இப்ப நல்ல, நல்ல கட்டுரைகள் வருவதா பெருமையா சொல்லியிருக்காரு. இப்படியே வளர்ந்து, வளர்ந்து மிகவும் தரமான கட்டுரைகள் வெளியிட வேண்டும் என முடிவு செய்து, பரிசு பெற்ற எழுத்தாளர் பிரபஞ்சன், சின்னகுத்தூசி போன்றவர்கள் எழுத ஆரம்பித்தார்கள். படிக்காமல் வைக்கவே முடியாது என்ற அளவுக்கு மெட்டீரியல்கள் குவிஞ்சு கிடந்தது நக்கீரனில்.

வெகுஜனங்களின் மனசாட்சியா வந்துகிட்டு இருக்கிற பத்திரிகை நக்கீரன், அதன் ஆசிரியர் கோபால்.

காட்டுக்குள் சென்று வீரப்பனின் மனதை மாற்ற முடியுமா? இத்தனைக்கும் கோபால் கடுமையாகப் பேசக்கூடியவர் அல்ல, மென்மையாக பேசக்கூடியவர். அப்படி மென்மையாகப் பேசக்கூடியவர் வன்ம எண்ணம் கொண்டவனின் மனதை மாற்றுவது லேசுப்பட்ட காரியமா?

என்ன பேசுனார் என்பதை வீடியோவா எடுத்து போட்டுக் காமிச்சுட்டார். அதை உலகமே பார்த்துச்சு. அதுல எதுவும் ஏமாற்று வேலை கிடையாது. எல்லாமே நிஜம். கோபாலுடைய வெற்றிக்கெல்லாம் மகுடம் சூட்டுவதுபோல இந்த விழா அமைந்திருக்கிறது. அவருக்கு எனது வாழ்த்துக்கள்.

மு.க.ஸ்டாலின்
சென்னை மாநகர மேயர்

மேடையில் அமர்ந்திருக்கும் ஆன்றோர்களே, எழுத்தாளர்களே, எதிரில் அமர்ந்திருக்கிற பெரியோர்களே, தாய்மார்களே, எல்லோருடைய வாழ்த்துக்களையும் பெற்று, மேடையில் கதாநாயகனாக அமர்ந்திருக்கும் எனது அன்பிற்கும் பாசத்திற்கும் உரிய நக்கீரன்கோபால் அவர்களே, நக்கீரன் குடும்பத்து சகோதர-சகோதரிகளே, தொலைக்காட்சி மற்றும் பத்திரிகையுலக நண்பர்களே, உங்கள் அனைவருக்கும் மகிழ்ச்சி கலந்த நன்றியை தெரிவித்துக்கொள்கிறேன்.

என்னுடைய தந்தை இந்த நிகழ்ச்சிக்கு வந்திருந்து, நம்முடைய நக்கீரன் கோபாலைப் பாராட்டியிருக்கலாம் என்று பலர் நினைத்திருக்கலாம். என்னுடைய தந்தை வராவிட்டாலும் மாநகரத் தந்தை என்ற முறையில் நான் வந்திருந்து, நக்கீரன் கோபால் அவர்களை என் தந்தையின் இடத்திலிருந்து பாராட்ட, போற்ற கடமைப்பட்டிருக்கிறேன். இந்த விழா ஏன் நடைபெறுகிறது, எதற்காக நடைபெறுகிறது என்பதைப் பற்றியெல்லாம் சொல்லிக் கொண்டிருக்க வேண்டிய அவசியமில்லை. இந்த நிகழ்ச்சிக்கு தலைமைப் பொறுப்பை ஏற்று நடத்துகிற அய்யா சி.எஸ். அவர்கள் மிக விளக்கமாக தன்னுடைய கருத்துக்களை எடுத்துச் சொல்லியிருக்கிறார்.

கடந்த ஆட்சிக்காலத்தில் சந்தன வீரப்பனுடைய பிரச்சனை எந்தளவுக்கு தீவிரப்படுத்தப்பட்டது, அதாவது தேவைக்கு அதிகமாக தீவிரப்படுத்தப்பட்டது. அதிரடிப்படை மட்டுமல்ல, ராணுவத்தையே அனுப்பக்கூடிய சூழ்நிலை ஏற்படுத்தப்பட்டது. அதனால் ஏற்படக்கூடிய பலன், நாளுக்கு நாள் மோசமான சூழ்நிலையை அன்றைக்கு உருவாக்கியது. அதற்குப்பின் மக்களின் பேராதரவோடு ஏற்பட்ட கலைஞர் ஆட்சியிலும் வீரப்பன் பிரச்சினை உருவானது. வீரப்பனுக்கு பொதுமன்னிப்பு வழங்க வேண்டும் என்ற கருத்து உருவானது. அந்த சூழலில்தான் கர்நாடக வன ஊழியர்களை பணயக் கைதிகளாக வீரப்பன் பிடித்து வைத்திருந்தான். அப்போது கர்நாடக முதல்வர் அவர்கள் தமிழக முதல்வர் கலைஞர் அவர்களிடம் 'எங்கள் வன ஊழியர்களை மீட்க நீங்கள்தான் உதவ வேண்டும்' என கேட்டுக்கொண்டார். அன்றைக்கு தலைவர் கலைஞருக்கு உதவிகரமாக அமைந்தவர், இந்த மேடையில் கம்பீரமாக அமர்ந்திருக்கும் நம்முடைய நக்கீரன் கோபால் அவர்கள்.

தன் உயிரைப் பற்றி கொஞ்சமும் கவலைப்படாமல், நாலு முறை, நாற்பது ஐம்பது கிலோமீட்டர் மலைப்பகுதியில் நடந்து சென்று சந்தன வீரப்பனுடன் பேச்சுவார்த்தை நடத்தியவர் நம்முடைய கோபால் அவர்கள். கடைசியில் அந்த ஒன்பது உயிர்களை மீட்டு வந்து தலைமைச் செயலகத்தில் முதல்வர் கலைஞரிடம் ஒப்படைத்தார். அப்போது அந்தப் பணயக் கைதிகள் கண்ணீர் மல்க முதல்வருக்கு நன்றி தெரிவித்தபோது, அவர்களுக்கு ஆறுதல் சொல்லிவிட்டு, கோபால் அவர்களைப் பாராட்டி பொன்னாடை அணிவித்து கௌரவித்தார்கள். அதே போல் திரை உலகின் சூப்பர் ஸ்டார் ரஜினிகாந்த் அவர்களும் நம்முடைய் கோபால் அவர்களுக்கு பொன்னாடை அணிவித்து பாராட்டினார்.

அப்போது கலைஞர் அவர்கள் வெளியிட்ட செய்தியில் 'தமிழக அரசுக்கும் கர்நாடக அரசுக்கும் நம்முடைய நக்கீரன் கோபால் அவர்களுக்கும் என்னுடைய வாழ்த்துகளும் பாராட்டுகளும். நக்கீரன் கோபால் எடுத்திருக்கக்கூடிய முயற்சி எண்ணிப் பார்க்க முடியாத முயற்சி, சிறப்பான முயற்சி. தனிப்பட்ட முறையில் அவரைப் பாராட்டுகிறேன். அந்த 9 வன ஊழியர்களை கோபால் மீட்டிருக்காவிட்டால், கர்நாடகத்தில் தமிழர்களை வெட்டி வீழ்த்தியிருப்பார்கள். எனவே கோபால் மீட்டது 9 உயிர்களை மட்டுமல்ல, கர்நாடகத்தில் வாழும் ஒட்டு மொத்த தமிழர்களையும்தான்' என சிறப்போடு எடுத்துச் சொன்னார். அனைத்துக்கட்சித் தலைவர்களையும் அழைத்து விழா நடத்துவது நக்கீரனுக்கு வாடிக்கைதான் என அதன் இணையாசிரியர் சகோதரர் காமராஜ் சொன்னார். நான் சொல்கிறேன், அனைத்துக் கட்சித்தலைவர்கள் மட்டுமல்ல, அனைத்துத்தரப்பு மக்களும் நக்கீரன் கோபாலை வாழ்த்த கடமைப்பட்டிருக்கிறார்கள். அந்த வாழ்த்துகளோடு என்னுடைய வாழ்த்துகளையும் சேர்த்துக்கொள்ள வேண்டுகிறேன்.

எஸ்.ஆர்.பாலசுப்பிரமணியன்
-மாண்புமிகு மத்திய அமைச்சர்

இந்த சாதனை விழாவில் பங்கேற்றதில் நான் பெரிதும் மகிழ்ச்சி அடைகிறேன். என்னிடம் தேதி கேட்டபோது கூட, அன்றைய தினம் சென்னைக்கு வரமுடியுமா? வந்தாலும் மாலையில் நடக்கும் விழாவுக்கு வரமுடியுமா? என யோசித்த துண்டு. இருந்தாலும் இந்த விழா தவிர்க்கப்பட வேண்டியது அல்ல, கண்டிப்பாக கலந்துகொள்ள வேண்டிய விழா என்ற உணர்வோடுதான் இங்கு வந்திருக்கிறேன்.

வசிஷ்டர் வாயால் பிரம்மரிஷி பட்டம் வாங்கியது போல், சி.எஸ்.அவர்களே சொல்லிவிட்டார், 'செயற்கரிய செயல் செய்வார் பெரியார்' என்று கோபாலைப் பற்றி சொல்லி விட்டதால் எங்களைப் போன்றவர்கள் அதிகம் சொல்ல வேண்டியதில்லை. இதில் சில சர்ச்சைகளும் இருந்ததால்தான் இது சாதனை, சாதனை என்று எல்லோரும் சொல்லிக் கொண்டிருக்கிறோம்.

என்னுடைய பள்ளி வயதில் நடந்த ஒரு சம்பவம் ஞாபகத்துக்கு வருகிறது. நான் உயர்நிலைப் பள்ளியில் படிப்பதற்காக சென்னைக்கு வந்திருந்தேன். அப்போது எங்கள் பள்ளி சார்பாக மிருகக்காட்சி சாலைக்கு சுற்றுலா அழைத்துச் சென்றிருந்தார்கள். நாங்கள் உள்ளே நுழைந்த சில நிமிடங்களில் ஒரு கும்பல் அய்யோ.. சிங்கத்தின் கூண்டுக்குள்ள ஒருத்தர் மாட்டிக்கிட்டாரு என பதட்டத்துடன் கத்திக் கொண்டே ஓடி வருகிறது. நாங்களும் ஓட ஆரம்பித்தோம். அந்த மனிதனைக் காப்பாற்ற யாருக்கும் துணிச்சல் இல்லை. இத்தனைக்கும் சிங்கம் கூண்டுக்குள்ளதான் இருக்கு, வெளியில வரல. ஆனா எல்லோருக்கும் பயம். ஒரு வழியா அந்த மனுஷனைக் காப்பாத்திட்டாங்க.

கூண்டுக்குள்ள அடைபட்டுக் கிடந்த சிங்கத்தைப் பார்த்தே உதறல் எடுத்துச்சு. ஆனா கோபால், காட்டுக்குள்ள இருக்குற சிங்கத்தை சந்திச்சிருக்காரு. சந்தன வீரப்பனைப் பொறுத்தவரை அவன் ஒரு கொள்ளையன். 134 பேரை கொன்ற கொலைகாரன். யாரையும் கொல்வதற்கு அஞ்சாதவன். இதுதான் வீரப்பனின் வரலாறு. அப்படிப்பட்ட வீரப்பனின் கைகளில் 9 உயிர்கள் கிடைத்திருக்கிறது. அவனிடமிருந்து அந்த 9 பிணைக் கைதிகளை மீட்டு வரவேண்டும் என்ற உணர்வே பாராட்டுக்குரியது.

யார் மீட்டு வருவது? பூனைக்கு யார் மணி கட்டுவது? என்ற யோசனையில் இரு மாநில முதல்வர்களும் கோபாலை அனுப்ப முடிவு செய்தார்கள். கோபாலும் தைரியமாக காட்டுக்குள்

சென்று சிங்கத்தை அதன் குகையிலேயே சந்தித்தார். அதற்காக அவரை எவ்வளவு பாராட்டினாலும் தகும். யாரையும் அன்பால் வெல்ல முடியும் என மகாத்மா சொன்னதை நிரூபித்துக் காட்டியவர் கோபால்.

துணிச்சல், தன்னம்பிக்கை, பேச்சு சாதுர்யம் இதை மட்டுமே நம்பி ஒருமுறை அல்ல, மூன்றுமுறை காட்டுக்குள் போனார். முதல்முறை போய் திரும்பி வந்தபோது சில நிபந்தனைகளுடன் வந்தார். அந்த நிபந்தனைகள் யாராலும் ஏற்றுக்கொள்ள முடியாது. அடுத்தமுறை சென்றபோது உடல்நிலை சரியில்லாத ஒருவரை மட்டும் மீட்டுக்கொண்டு வந்தார். மூன்றாவது முறை வீரப்பனின் மனதை இளக வைத்து 9 உயிர்களையும் மீட்டுக் கொண்டு வந்த கோபால் நம் அனைவரின் பாராட்டுக்களுக்கும் உரியவர். அதனால்தான் தமிழ் சமுதாயமே இணைந்து நடத்துகிற விழா இது என்கிறோம்.

வீரப்பனுக்கும் கோபாலுக்கும் இருக்குற தொடர்பு பற்றி விசாரிக்கணும்னு சிலபேர் கூச்சல் போடுகிறார்கள். அப்படின்னா இதுக்கு முன்னால நடந்த இரு சம்பவங்களைப் பற்றியும் விசாரிக்கணும். ஒருமுறை டி.எஸ்.பி. சிதம்பரநாதன் கடத்தப்பட் டார். அப்போது அவரை நம்ம போலீஸ் போய் மீட்கவில்லை. அவராத்தான் தப்பிச்சு வந்தாரு. அதே மாதிரி அந்தியூர் வனச்சரக ஊழியர்கள் கடத்தப்பட்டு, மீட்கப்பட்டார்களே.. அப்ப ஆட்சி யாளர்களுக்கும் வீரப்பனுக்கும் ரகசிய தொடர்பு இருந்ததா? மீசை வச்ச இன்னொருத்தரு என்னென்னமோ பேசுறதா சொன் னாங்க. மீசை மட்டும் வச்சா போதாது, இதயம் இருக்கணும். அவரையெல்லாம் வீரன்னு ஒத்துக்கமாட்டேன். அவர் ஒரு பேடி. தைரியமா நின்னு சாதனை படைத்த கோபாலை கொச்சைப் படுத்தும் சின்னப்புத்தி அவருக்கு. மாவீரன்னு சொல்லிக்கிற அவர் வீரப்பன் நடமாடுற காட்டுக்குள்ள போயிருக்காரா? வீரப்பனை நேருக்கு நேர் சந்திச்சு சண்டை போட்டிருக்காரா? ஏதோ ஒரு ஓரமா காட்டுக்குள்ள நின்னு போட்டோ எடுத்து பத்திரிகைகளில் போட்டுக்கிறதுதான் அவர் வேலை.

அப்பாவி இளைஞர்களை சுட்டுக் கொல்வதுதான் அவரோட வீரம். நிராயுதபாணியாக இருப்பவர்களை சுட்டுக் கொல்லும் ஒருத்தர், சாதனை புரிந்துள்ள நக்கீரன் கோபாலைப் பற்றி வக்கணை பேசுவதை ஏற்றுக்கொள்ள முடியாது. மகத்தான சாதனை புரிந்துள்ள கோபால் அவர்கள் பன்னெடுங்காலம் வாழ்ந்து தமிழ்ச் சமுதாயத்திற்கு தொண்டாற்ற வேண்டும்.

ஏ.எம்.கோபு
(மூத்த கம்யூனிஸ்ட்)

நானும் ஒரு பழைய குற்றவாளிதான். பிரெஞ்சு-இந்திய அரசால் ஜென்ம தண்டனை விதிக்கப்பட்ட குற்றவாளி. அந்த தண்டனை இன்னும் ரத்தும் ஆகல, நடைமுறைக்கும் வரல. ஆனா நான் இன்னும் நடமாடிக்கிட்டிருக்கேன். ஏன்னா நம்மளோட புதிய அரசியல் சாசனம். தமிழ்நாட்டைச் சேர்ந்த ஒருவனை பாண்டிச்சேரிக்கு அனுப்பக்கூடாதுன்னு என்னுடைய அருமை நண்பர் மோகன்குமாரமங்கலம் வழக்கு தொடர்ந்தார். சி.எஸ். அவர்கள் அப்போது மந்திரியா இருந்தார். எல்லோரும் சேர்ந்துதான் என்னைக் காப்பாத்துனாங்க.

இந்த நாட்ல ஜனநாயகத்தைக் காப்பாற்ற முடியாது என்ற நம்பிக்கையில் இருந்தவர்கள் நாங்கள். ஆனால் காலப்போக்கில் நிலைமை மாறி ஜனநாயகத்தின் மேல் நம்பிக்கை வைத்ததால் மன்னிக்கப்பட்டோம். அப்போதைய ஆட்சியாளர்கள் காங்கிரஸ் காரர்களாக இருந்தாலும் இவ்வளவு நல்லதுகள் நடந்திருக்கிறது. வீரப்பனைப் பொறுத்தவரை அவனுக்கு வக்காலத்து வாங்க முடியாது. அவன் சரணாகதி ஆகுறேன்னு சொன்னது நல்ல திருப்பம். அந்த எண்ணம் வருவதற்கு சகோதரர் கோபால் எடுத்த முயற்சி வேலை செய்திருக்கு. காட்டுமிராண்டித்தனமான, முரட்டு சுபாவம் கொண்டவர்களை மனிதர்களாக மாற்ற முடியும். அதே போல் எதையும் எதிர்பார்க்காமல், எந்த கண்டிஷனும் போடாமல் சரண்டர் ஆவதுதான் உண்மையான சரண்டர்.

ஆனா வீரப்பன் சரணடைவதால் சிலருக்கு பயம் வந்திருச்சு. 'வீரப்பன் -கோபால் விஷயத்தில் சி.பி.ஐ. விசாரணை வேண்டும்' என முன்னாள் முதல்வர் கேட்பதுதான் சங்கடமா இருக்கு. அவுங்க மேலேயே ஏகப்பட்ட சி.பி.ஐ. விசாரணை நடந்துக்கிட்டிருக்கு. அதனால அதே நினைப்புலேயே இருப்பாங்க போல. நாங்களும் ஆயுதங்களுடன் காடுகளுக்குள் தலைமறைவு வாழ்க்கை நடத்தியவர்கள்தான். அதனால் காட்டுக்குள் பயணம் செய்ய கோபால் பட்ட கஷ்டம் எங்களுக்குத்தான் தெரியும். நாட்டுக்கு நல்லது செய்யும் விதமாகத்தான் 9 உயிர்களை மீட்டு வந்திருக்கிறார் கோபால். தைரியமிருந்தா அந்த மீசை வச்ச அவரு போய் மீட்டு வந்திருக்க வேண்டியதுதானே.

தீவிர கம்யூனிஸ்டுகளைப் பிடித்து வந்து ஃபேக் என்கவுண்டரில் சுட்டுக் கொல்வதுதான் அவரின் வீரம். இன்னும் அவருக்கு அந்த வெறி அடங்கவில்லை. சரணடைய வருகிறவனை

சுட்டுக் கொல்வேன்னு சொல்றது பித்துக்குளித்தனம். அப்படிப்பட்ட சோதாக் கும்பல் இந்த நாட்டின் போலீஸ் இலாகாவுல பெரிய அதிகாரியா இருந்ததை நினைச்சா கேவலமா இருக்கு. தமிழகத்திற்கே தலைகுனிவு.

கோபால் மீது சி.பி.ஐ. விசாரணை வேண்டும் என முன்னாள் முதல்வர் கேட்பது, எதையெடுத்தாலும் அரசியலாக்க வேண்டும் என்ற அவரது சிந்தனை பிச்சைக்காரத்தனம். இந்த நாட்டின் சிரமங்கள், கஷ்டங்களையெல்லாம் தாங்கள் ஆதாயப்படுத்த நடந்து கொள்வது ரொம்பக் கொடுமை. அது ஒரு அரசியல் அசிங்கம், அவ்வளவுதான் சொல்ல முடியும்.

Pen is equal to Gun என்று ரஷ்யாவின் புரட்சிக் கவிஞன் சொன்னான். நாம் அழிந்தாலும் பரவாயில்லை, இந்த நாட்டைக் காப்பாற்ற வேண்டும் என்ற கோபாலின் துணிச்சல் எவ்வளவு பெரிய விஷயம். நமக்கும் கர்நாடகத்துக்கும் காவிரிப் பிரச்சினை இருந்தாலும் அதையெல்லாம் ஒதுக்கிவிட்டு 9 மனித உயிர்களைக் காப்பாற்ற கோபாலுக்கு உறுதுணையாக இருந்த கலைஞர் அவர்களை எவ்வளவு பாராட்டினாலும் தகும். கோபாலைப் போலவே துணிச்சல் கொண்ட இன்னும் பலர் இந்த நாட்டில் உருவாக வேண்டும்.

வழக்கறிஞர் அருள்மொழி

வரலாறு என்பது வெற்றி பெற்றவர்களின் வாழ்க்கை. சாதனைகளின் தொகுப்பு. தன் வாழ்க்கையில் ஏதாவதொரு அடையாளத்தை விட்டுச் செல்கிற மனிதன் மட்டுமே அந்த தலைமுறைக்குப் பிறகும் பேசப்படுகிற சாதனையாளனாக இருக்கிறான். நக்கீரன் கோபால் செய்திருக்கிற, உலகில் எங்குமே நிகழாத சாதனையை நம்முடைய சகோதரர், நம்மவர் செய்த சாதனை என பெருமையோடு பாராட்டுகிறோம்.

மனித உயிர்களை மதிப்பவர்களுக்கு மொழியோ, இனமோ, நாட்டின் வரைபடமோ குறுக்கிடுவதில்லை. கியூபாவில் புரட்சியை வழி நடத்தி, அந்த நாட்டின் விடுதலைக்குப் பாடுபட்டு, அதே நாட்டின் நிதி அமைச்சர் பதவி தேடிவந்த போதும், இந்த நாட்டில் என் பணி முடிந்துவிட்டது. அயர்லாந்து விடுதலைக் காக கிளம்புகிறேன் என்று சொன்ன சே-குவேராவை இந்த உலகம் இன்னும் நினைத்துக் கொண்டிருக்கிறது. நக்கீரன் கோபால்

அவர்களுக்கும் அந்தப் பட்டியலில் இடமுண்டு.

மாணவர் தாகம் இதழில் 'இனியொரு முறை அண்ணன் அவர்கள் இந்த முயற்சியில் இறங்கக் கூடாது. எங்களுக்கு நீங்கள் வேண்டும்' என எழுதியிருந்தார்கள். ஏனெனில் கோபாலின் உயிருக்கு ஆபத்து என்ற அச்சம். நமக்குத் தெரிந்த வரையில் வரலாற்றில் இலங்கையில் இரண்டு முறை தூதர்கள் சென்றிருக்கிறார்கள். சிங்கள ராணுவ வீரர்களை மீட்பதற்காக, இன்றைக்கு தமிழர்களை வேட்டையாடுகின்ற சந்திரிகாவின் கணவர் தூதராகப் போனார். இரண்டு விடுதலைப் புலிகளை விடுவித்து, இரண்டு சிங்கள ராணுவ வீரர்களை மீட்டது ஒரு செய்தி. அதே நேரம் தூதர்கள் எல்லா நேரமும் காப்பாற்றப் படுவதில்லை. ராஜதந்திரம் கருதி பலியிடப்படுவதுண்டு.

அதே போன்ற அச்சம் தமிழர்களிடம் இருந்தது. கர்நாடக போலீஸ்தான் என்றில்லை, ராஜதந்திரம் என்று வந்துவிட்டால் எந்தப் போலீசும் அதைச் செய்யும். அது போலீசுக்கும் ராணுவத்துக்கும் உண்டான இலக்கணம். இந்திய அமைதிப் படைக்கும் விடுதலைப் புலிகளுக்கும் சண்டை நடந்த போது, ஜானி என்ற இளைஞன் இந்திய அமைதிப்படையால் தூதராக அழைத்துச் செல்லப்பட்டான். அவன் தலைவன் இருக்கும் இடத்தைக் காட்டிக் கொடுக்க மறுத்ததால் அவனது கண்களில் துப்பாக்கியால் சுட்டுக் கொல்லப்பட்டான்.

இதையெல்லாம் புரிந்தவர்களுக்கு சகோதரர் கோபால் அவர்களின் உயிர் பற்றிய அச்சம் இயற்கையானது. நாம் புறநானூற்றுக் காலத்தில் வாழவில்லை. போர் என்று ஒருவன் ஓலை கொண்டு வந்துவிட்டால், மாலை சூடும் வேளை என்றும் பாராமல் தோளில் சுற்றும் பெண் கொடியை விட்டுவிட்டு வாள் சுழற்றும் வீர மறவர் கூட்டம் என்று பேசுவதைக் கேட்க நன்றாக இருக்கும். அது தன்னுடைய உயிர் என்று வரும்போதுதான் வாளை சுழற்றியது யார், வான் நோக்கிப் பார்த்தது யார் என்று திரும்பிப் பார்ப்போம். கோபாலுக்கு முன்பாக நண்பர் சிவசுப்ரமணியனும் சுப்புவும் அந்தப் பாதையில் நடந்து கஷ் டத்தை அனுபவித்தவர்கள். அவர்களையும் சேர்த்து பாராட்டு கிறேன்.

தூக்குத்தண்டனை விதிக்கப்பட்டு பகத்சிங் சிறையில் இருந்தபோது அவனை சந்தித்த அவனது தந்தை, 'நீ மன்னிப்புக் கடிதம் கொடுத்தால் விடுதலை செய்வதாக ஆங்கிலேய அரசு சொல்வதாக' கூறினார். 'நீங்கள்தான் சொல்கிறீர்கள். ஆனால் எனது தாய் இந்த வார்த்தையை சொல்லமாட்டார்' என்றானாம்.

சாதனைத் திருவிழா ஆல்பம்

தங்கப் பேனா வழங்கும் முன்னாள் மத்திய அமைச்சரும் மராட்டிய மாநில முன்னாள் கவர்னருமான சி.சுப்பிரமணியம்

தாய், தந்தைக்கு மரியாதை செய்த எஸ்.ஆர்.பாலசுப்பிரமணியன்

மேடையில் அனைத்து தரப்பு தலைவர்கள்...

திருவிழா
9 பணயகைதிகளைமீட்ட
பாராட்டு விழா

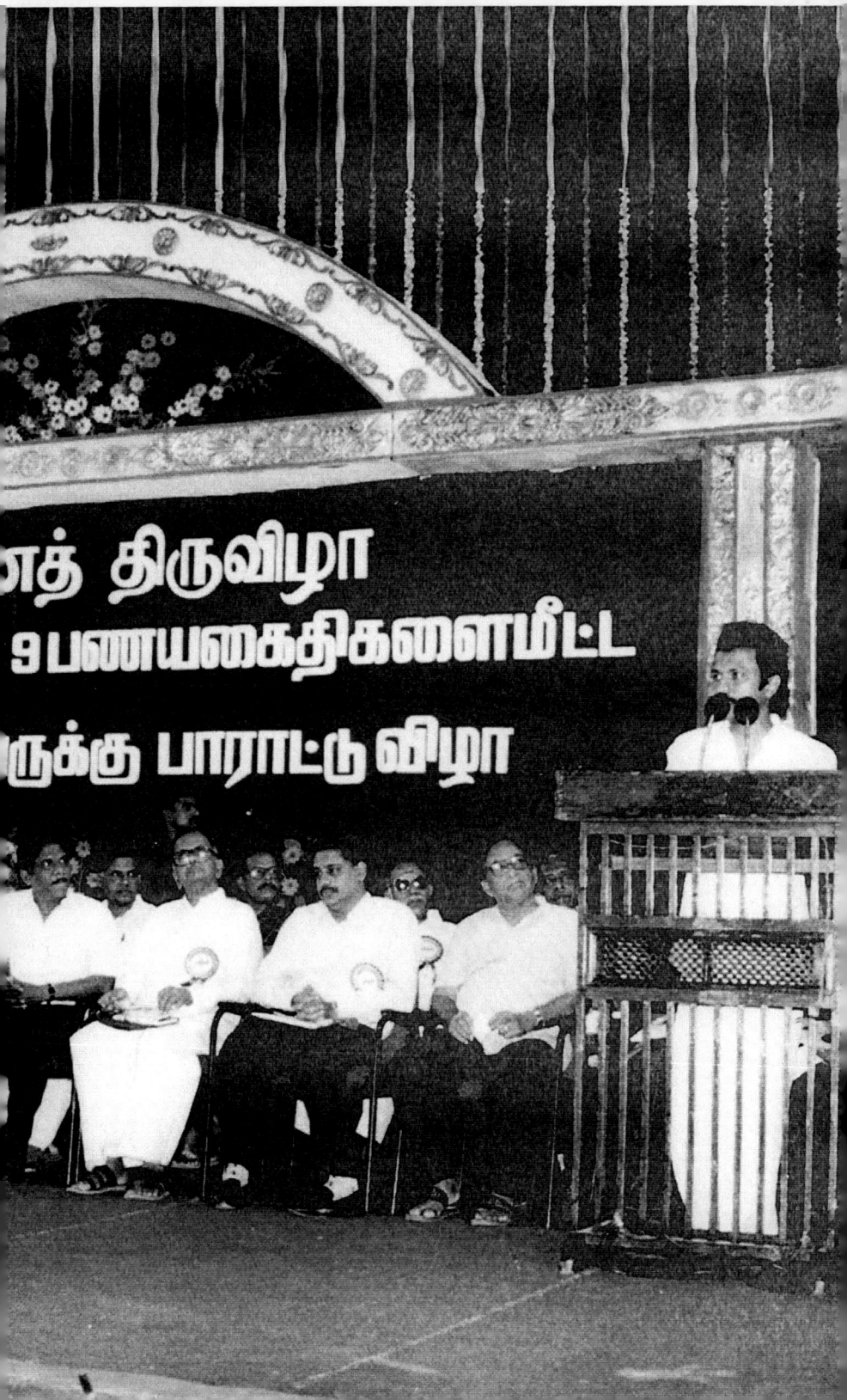

டாக்டர் ராமதாஸ் - இயக்குநர் பாரதிராஜா

நாஞ்சில் மனோகரன்

துணைவியாரை
கௌரவிக்கும்
தமிழ் அறிஞர்
சாலமன்
பாப்பையா

பாரதிராஜாவின் மரியாதை

விழா

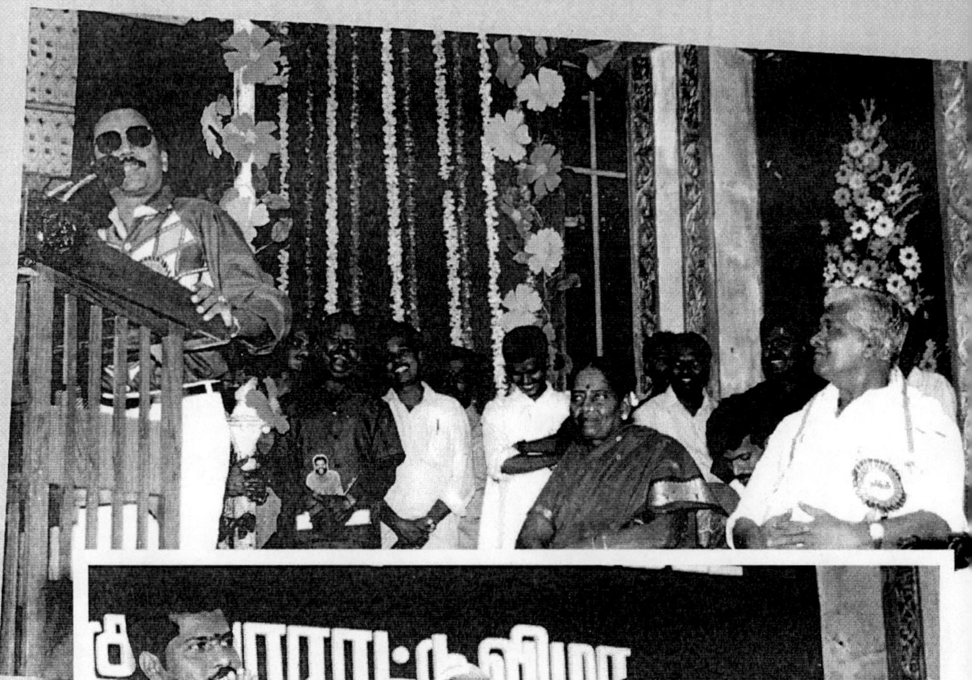

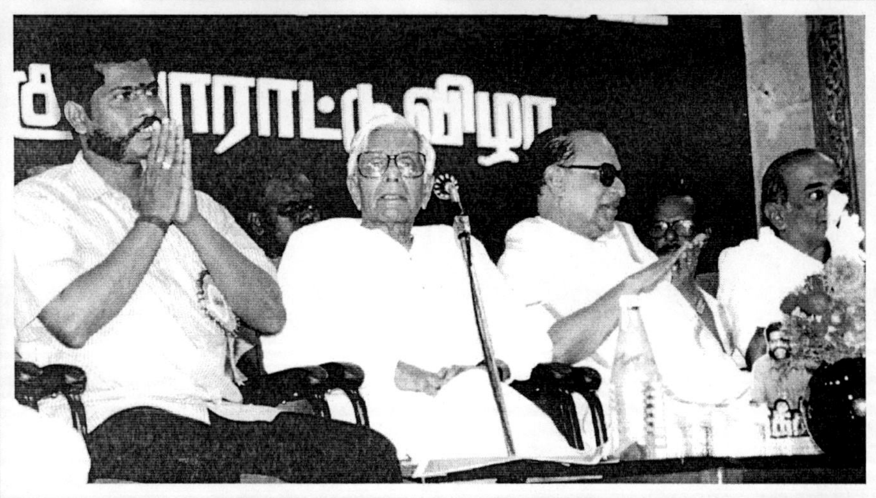

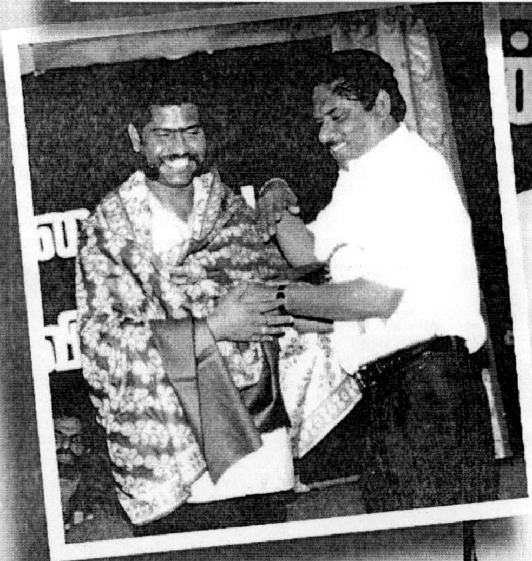

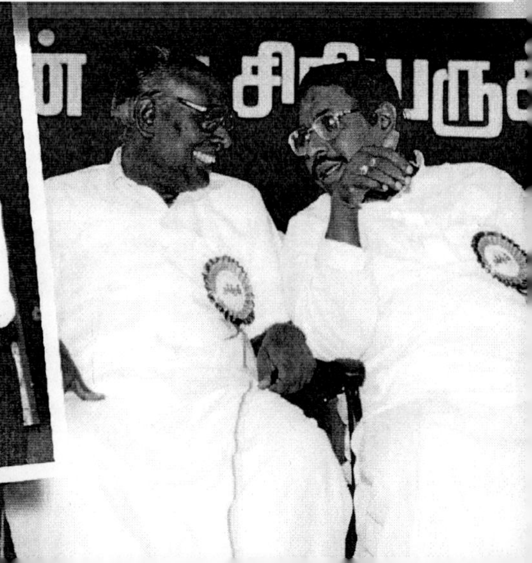

டி.ஜி.பி.ஸ்ரீபால் -
கமலி ஸ்ரீபால்

ஓட்டுநர்
மோகனுக்கு
நினைவுப் பரிசு
வழங்கும்
க.சுப்பு

சிவசுப்பிரமணி, சுப்புவை
கௌரவிக்கும் கவிப்பேரரசு

விழா

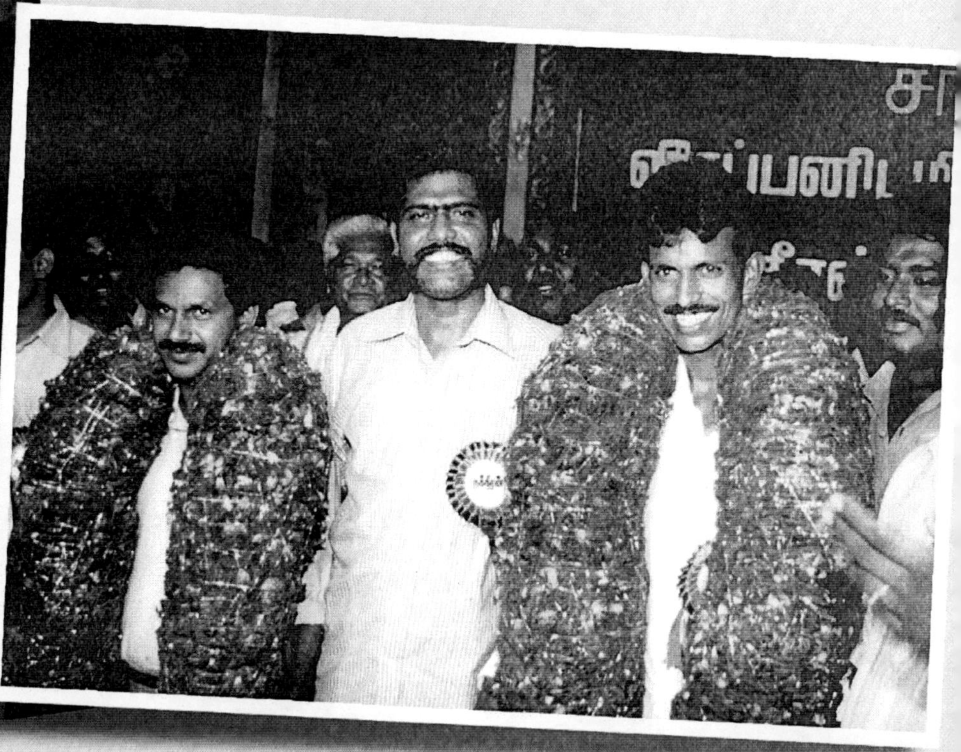

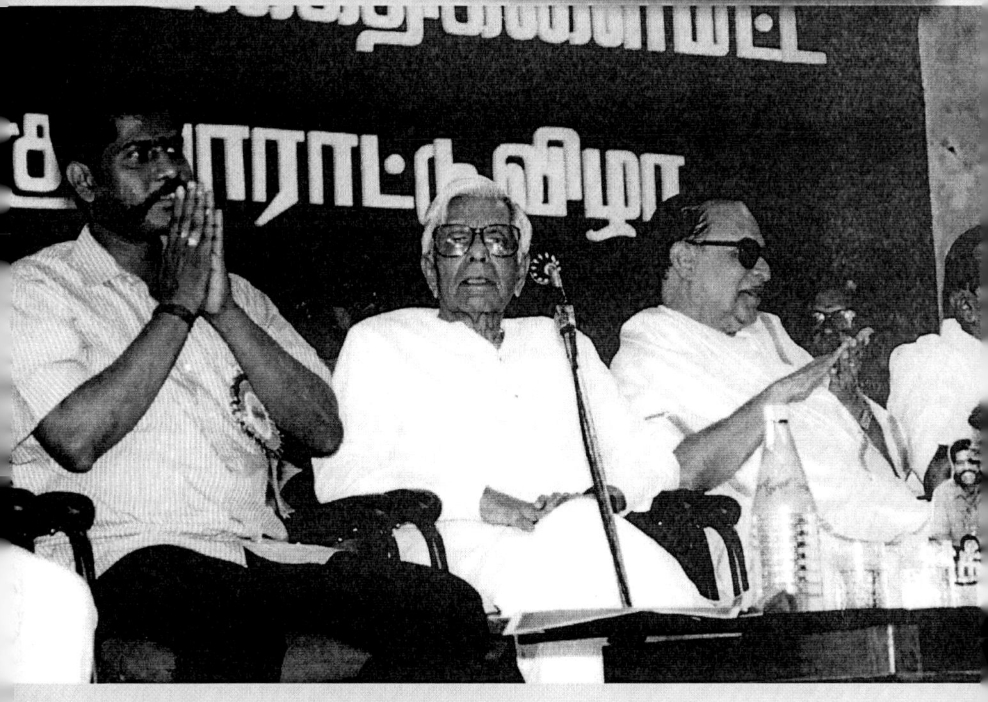

சாதனைத் திருவிழா

சாதனைத் திருவிழா
வீரப்பனிடமிருந்து 9
நக்கீரன் ஆசிரியருக்கு பாராட்டு

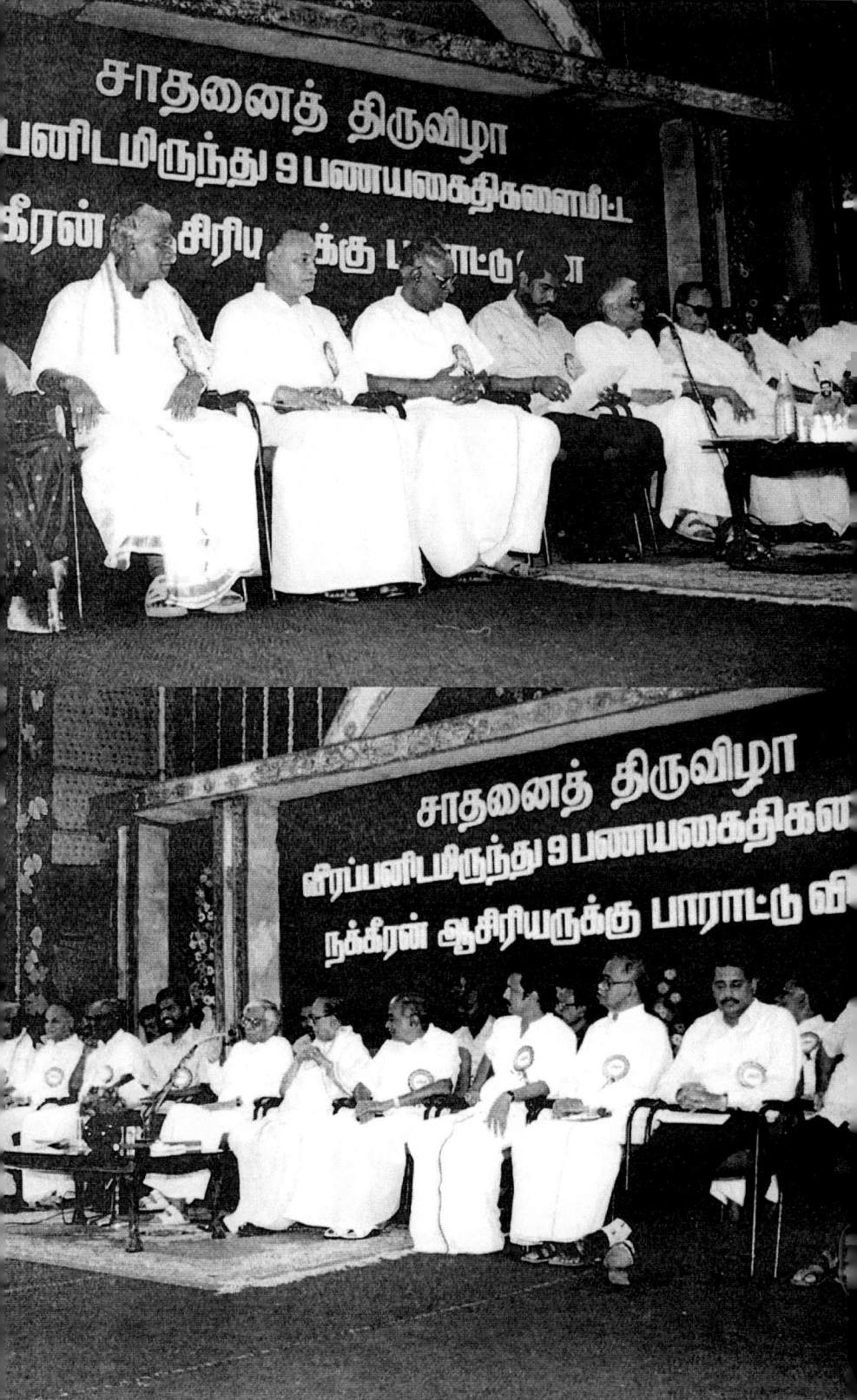

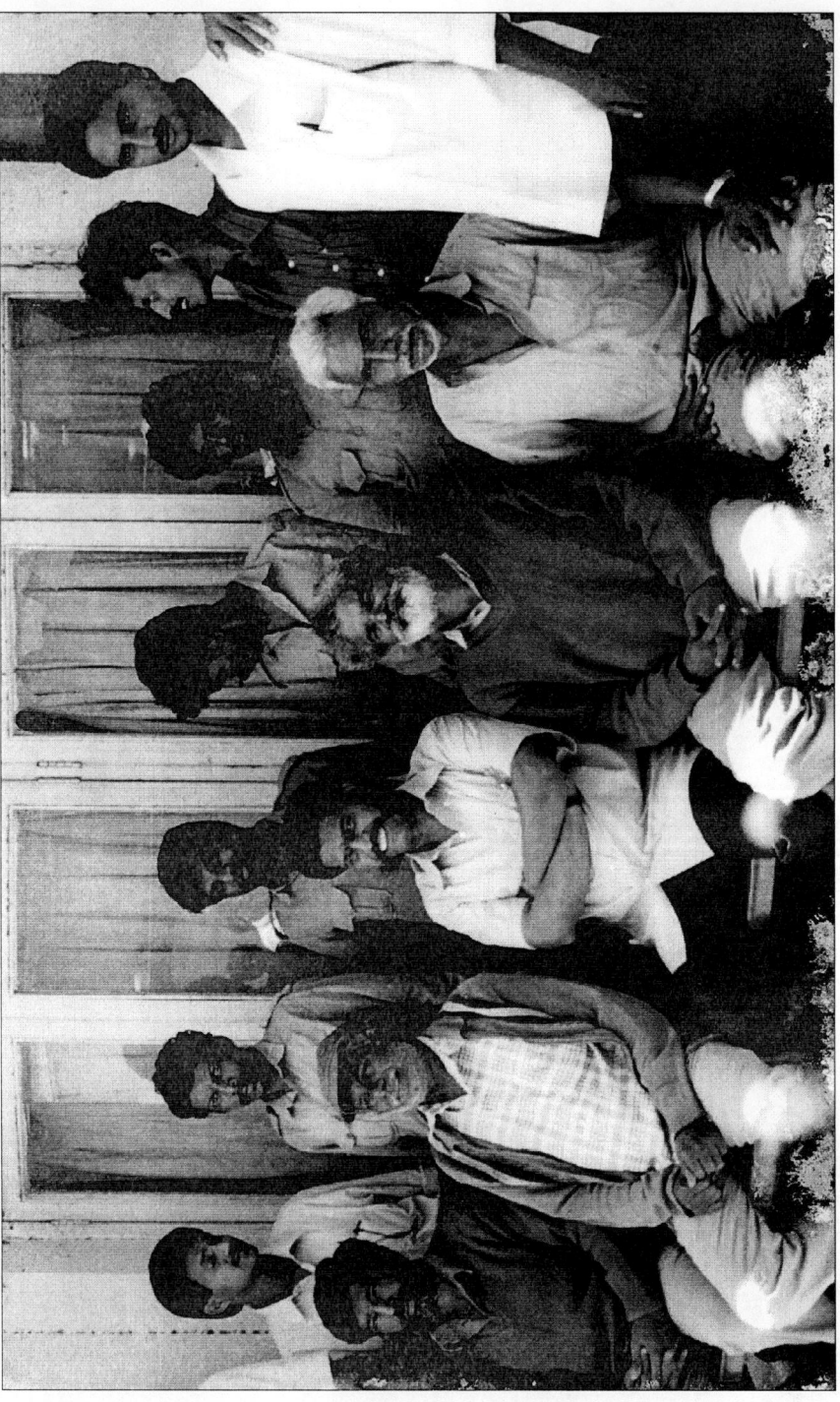

அதேபோல்தான் நக்கீரன்கோபால் குடும்பத்துப் பெண்கள். குறிப்பாக அவரது மனைவி, கோபால் காட்டுக்குப் போகும் போது எப்படிப்பட்ட மனநிலையில் இருந்திருப்பார்? அந்தப் பெண்மணியை இந்த அரங்கிற்கு அழைத்துப் பாராட்ட வேண்டும். உலகத் தமிழர்களின் ஆதரவு நக்கீரன் கோபாலுக்கு என்றென்றும் உண்டு.

சைதை துரைசாமி
அ.தி.மு.க. முன்னாள் எம்.எல்.ஏ.

நக்கீரன் கோபால் செய்துள்ள இமாலய சாதனைக்கு அ.தி.மு.க.-2-ன் சார்பில் பாராட்டுக்கள். 9 உயிர்களை மீட்டு வந்தார், தானும் மீண்டு வந்தார். காஷ்மீரில் காணாமல்போன வெளிநாட்டு சுற்றுலாப் பயணிகள் பற்றி 4 ஆண்டுகள் ஆகியும் எந்தத் தகவலும் இல்லை. ராணுவத்தால் கூட மீட்க முடிய வில்லை. ஆனால் கோபால் கர்நாடக வன ஊழியர்கள் 9 பேரை தனி ஒருவராக மீட்டுவந்தார். 'வெண்ணிலவைத் தொட்டு முத்தமிட ஆசை' என்று கவிஞர் வைரமுத்து எழுதினார். அடுத்த பிறவியில் நான் கோபாலாக பிறக்க ஆசைப்படுகிறேன்.

அன்புச் சகோதரர் கோபாலின் சாதனைகள் தொடரட்டும்.

முனைவர் மா.நன்னன்

பல்வேறுபட்ட துறைகளைச் சார்ந்தவர்கள் நக்கீரன் கோபாலைப் பாராட்ட வந்துள்ளார்கள். நான் ஒரு அரசியல் கட்சியைச் சார்ந்தவன் என்றாலும் தமிழ் உலகின் சார்பில், தமிழ் அறிஞர்களின் சார்பில் கோபால் அவர்களை மனம் நிறைந்த உவகையோடு பாராட்டுகிறேன்.

நக்கீரன் கோபால் அவர்கள் நக்கீரனாகவே வாழ்க என்று எழுதி ஒரு புத்தகத்தை அவரிடம் கொடுத்துள்ளேன். வீரப்பனுக்கு மன்னிப்பு கொடுக்கலாமா? என்பது குறித்து என்னிடம் கருத்து கேட்டு நக்கீரனில் அது வெளிவந்தது. அது சம்பந்தமாக எனக்கு நிறைய கடிதங்கள் வந்தன. அதில் ஒன்றையும் கோபாலிடம் கொடுத்துள்ளேன். வீரப்பன் அவர்களுக்கு எத்தனை ஆதரவாளர்கள் இருக்கிறார்கள் என்று அப்போதுதான் தெரிந்து

கொண்டேன். செயற்கரிய செயலை செய்த கோபாலை பாராட்ட வேண்டும். பொது நன்மைக்காக தன்னலத்தைத் துறந்து சேவை செய்பவரை பாராட்டுவது தனித்தன்மை வாய்ந்தது.

நாட்டில் பாராட்ட வேண்டியவர்களைப் பாராட்டினால் பாராட்டப்பட வேண்டியவர்கள் உண்டாவார்கள். நக்கீரன் கோபாலைப் பாராட்டினால் நாமும் இது போல் செய்யவேண்டும் என்ற ஆசை, ஆவல் இளைஞர்களுக்கு ஏற்படும். அப்படி பாராட்டாவிட்டால் அது வீணே போய்விடும். அதேநேரத்தில் கண்டிக்கப்பட வேண்டியவர்களைக் கண்டிப் பதற்காக இதேபோல் ஒரு கூட்டத்தைக் கூட்ட வேண்டும்.

பொதுவாக கெடுதல், தீங்கு செய்யும் ஒருவனையோ, ஒருத்தியையோ கண்டிப்பாக கண்டனம் செய்வதற்கு கூடுதல் வேண்டும். அதற்கு எல்லோர் சபை, பொதுமக்கள் மன்றம் என்று கூட பெயர் வைக்கலாம். வீரப்பன் செயல் ஒன்றும் இயற்கைக்கு மாறானது அல்ல. கொடியவர் என்று அவரைப் பற்றிப் பேசுகிறோம். நான்கூட சில இடங்களில் பேசியதுண்டு. கல் தோன்றி மண் தோன்றாக் காலத்திலிருந்தே இப்படிப்பட்ட வர்கள் இருந்திருக்கிறார்கள்.

குறிஞ்சி, முல்லை, மருதம், நெய்தல், பாலை என அய்ந்து வகையாக நிலங்களைப் பிரித்து வைத்திருந்தார்கள். பாலை நிலத்துல இருக்குறவனுக்கு தொழிலே வழிப்பறி, கொள்ளை யடிப்பது, கொலை செய்வதுதான். அவன் தேவைக்கு எதுவும் கிடைக்காத போது மனிதன் கொடியவனாக மாறுகிறான். அது போல் வீரப்பன் போன்றவர்கள் சமுதாயத்தில் உருவாகாமல் இருக்க நாம் எல்லோரும் சிந்திக்க வேண்டும். மலேரியா பரவும் போது கொசு மருந்து அடிக்கிறோம். அப்படி மருந்து அடித்தால் மட்டும் போதாது, கொசு உற்பத்தியையே தடுக்க வேண்டும். இதுதான் பெரியார் தத்துவம். தமிழ்நாட்ல, தமிழனுக்காக நடத்துற பத்திரிகைகள் தமிழில் பேர் வச்சா ஓடாதுங்குறான். படம் எடுக்குறவனும் தமிழில் பேர் வைக்க மாட்டேங்குறான் இந்த நடிகைகளுக்காவது தமிழில் பேர் இருக்கான்னா அதுவும் இல்லை. மங்கையர்க்கரசின்னு ஒரு பொண்ணு, நல்லா மூக்கும் முழியுமா லட்சணமா இருப்பா. அவளுக்கு கசமுசான்னு பேர் வச்சாத்தான் சினிமாவுல வாய்ப்பு கிடைக்கும்னு சொல்றாங்க. அப்படி பேர் வைக்கப்பட்ட நடிகை நடிச்ச படம் வெற்றியடைஞ் சிருச்சுன்னா போதும் தமிழ்நாட்ல பொறக்குற பொட்டைப் புள்ளைகளுக்கு கசமுசான்னு பேர் வைக்க ஆரம்பிச்சுடுவாங்க. நாலஞ்சு வரி ஆங்கிலத்தை அப்படியே தமிழ்ல எழுதுறான்.

இதற்கு என்ன அர்த்தம், இங்கிலீஷ் தெரியாதவன் என்னோட பத்திரிகைய வாங்காதேன்னு தமிழ் பத்திரிகை நடத்துறான். நாமதான் சொரணை கெட்டுப்போய் வாங்குறோம்.

இப்படிப்பட்ட நிலையில நக்கீரன்னு துணிஞ்சு தமிழில் பேர்வச்சு நடத்திக்கிட்டிருக்காரு நம்ம கோபால். அதனால்தான் அவர் மேல் எனக்கு பற்றுதல். சிவபெருமானே நக்கீரன் சொன்னது தப்புன்னு சொல்ல முடியல. ஆகவே நக்கீரா.... நக்கீரனாகவே வாழ வாழ்த்துகிறேன்.

லேனா தமிழ்வாணன்
பத்திரிகையாளர்

தமிழ்நாட்டிலே... முதலாளிக்கு ஊழியர்கள் விழா எடுப்பதை நினைத்தால் வியப்பாக இருக்கிறது. சில பேரிடம் பேசும்போது, அவர்களுடைய முதலாளியைப் பற்றிப் பேசினால் டென்ஷனாகிவிடுவார்கள். ஆனால் ஊழியர்கள் விழா எடுக்கிறார்கள் என்றால் அவர்களின் இதயத்தில் கோபால் எவ்வளவு உயர்வான இடத்தைப் பெற்றிருக்கிறார் என்பது புரிகிறது. எனக்குக் கிடைத்த அருமையான நண்பர் கோபால். ஆண்டாண்டு காலமாக எனக்கும் அவருக்கும் நட்பு. அவருடைய திருமணத்திலே தொடங்கி, அவருடைய நல்லது-கெட்டது அனைத்திலும் பங்கெடுத்து வருகிறேன்.

ஒரு ஓவியராக வாழ்க்கையைத் துவங்கி, இன்று பத்திரிகை உலகின் ஹீரோவாகத் திகழ்கிறார் அன்புச் சகோதரர் கோபால். பத்திரிகையாளர்கள் பேசுவார்கள், எழுதுவார்கள், விமர்சிப் பார்கள் ஆனால் செயலில் இறங்கமாட்டார்கள் என்ற தவறான எண்ணத்தை உடைத்தெறிந்திருக்கிறார் சகோதரர் கோபால். இந்த 9 உயிர்களை மட்டுமல்ல, வீரப்பனை அன்பினால் கட்டிப் போட்டு எத்தனையோ உயிர்களைக் காப்பாற்றியிருக்கிறார். மாபெரும் மனித சேவை புரிந்திருக்கிறார். கிடைக்கின்ற வெற்றியை தன்னுடைய ஊழியர்களிடம் பகிர்ந்துகொள்ளும் உயர்ந்த குணம் அவருக்கு. இந்த பெருந்தன்மையை எந்த பத்திரிகையாளரிடமும் காண முடியாது.

தனிமனிதனாக நான் சாதித்தேன் என்று எப்போதுமே அவர் கருதியதில்லை. காஞ்சி ஓட்டலில் நடந்த பத்திரிகையாளர்கள் சந்திப்பில்கூட தனது ஆசிரியர் குழுவை தன் அருகில்

வைத்திருந்தவர். நக்கீரனை நெருங்க முடியாதவர்கள், நக்கீரனால் விமர்சிக்கப்பட்டவர்கள் இன்றைக்கு நெருங்கி விட்டார்கள். இதுதான் அச்சமாக உள்ளது. அதனால் பாராட்டுக்கு மயங்கிவிடாமல் என்றென்றைக்கும் உங்கள் பேனாவை உயர்த்திப் பிடிக்கவேண்டும். வீரப்பன் சரணடைவதை நீங்கள் செயல்படுத்திக் காட்ட வேண்டும். அதற்கும் ஒரு பாராட்டு விழா நடக்க வேண்டும். அந்த மேடைக்கும் நான் வருவேன்.

நாஞ்சில் மனோகரன்
முன்னாள் தமிழக வருவாய்த்துறை அமைச்சர்

மாவீரன் கோபால் என்றால் அது மிகையில்லை. நான் பெரிதும் மதிக்கின்ற, மதித்தே தீரவேண்டிய திரு சி.எஸ். அவர்கள் தலைமையேற்றதிலிருந்தே இந்த நிகழ்ச்சியின் மகத்துவம் புரிந்திருக்கும். இந்த 38 வயதில் இவ்வளவு பெரிய ஆற்றல் கோபாலுக்கு இருக்கிறதென்றால் தமிழுலகம் கொடுத்து வைத்திருக்க வேண்டும். கரும்புலிகளின் அச்சுறுத்தலையும் யானைகளின் பிளிறலையும் மீறி, அடர்ந்த காட்டுக்குள் பயணித்து பார்க்க வேண்டியவர்களைப் பார்த்து, பேச வேண்டியவற்றைப் பேசி அருஞ்சாதனை புரிந்திருக்கிறார் கோபால்.

எதைப் பற்றியும் கவலைப்படாமல், யாரைப் பற்றியும் கவலைப்படாமல், தனக்கு சரி என்று பட்டதை அப்படியே எழுதிப் பழக்கப்பட்ட பெருமை கோபாலுக்கு உண்டு. காட்டுக்குப் போகும் தகுதி கோபாலுக்குத்தான் உண்டு என்பதைக் கண்டுபிடித்த பெருமை இந்த மாநிலத்தை ஆளுகின்ற முதல்வர் கலைஞரைத்தான் சாரும். கோபால் தலைசிறந்த வீரன். சென்றார், பார்த்தார், வென்றார், வெற்றியோடு திரும்பினார். தயவுசெய்து கோபால் அரசியலுக்கு வரவேண்டாம். சர்ச்சைக்குரிய பெருமகன் காட்டுராஜா வீரப்பனின் மீசை பெரிதா? கோபாலின் மீசை பெரிதா? என்ற சந்தேகத்துக்கு இன்னும் விடை கிடைக்க வில்லை.

அதேபோல் மீசை வைத்தவர்களெல்லாம் வீரர்களா என்றால் அதை நான் நம்பமாட்டேன். ஆனால் கோபால் நூற்றுக்கு நூறு வீரன். புகழ வேண்டியவர்களைப் புகழ வேண்டிய பொறுப்பு, பொறுப்பான அரசியல்வாதிகளுக்கு உண்டு. Dedecation, Determinaton, Destination இது அத்தனையும் ஒருங்கே அமையப் பெற்றவர்தான் அருமை நண்பர் நக்கீரன்கோபால்.

நீண்ட நெடுங்காலம் கோபால் நலமுடன் வாழவேண்டும் என்பதுதான் தமிழக மக்கள் அனைவரின் விருப்பம். வரலாற்றில் இடம் பிடித்துவிட்ட கோபால் பல்லாண்டு வாழ வாழ்த்துகிறேன்.

ஆர்.எம்.வீரப்பன்
எம்.ஜி.ஆர்.கழகத் தலைவர்:-

தமிழகத்தில் எத்தனையோ பாராட்டு விழாக்கள் நடந்திருந்தாலும் மாவீரருக்கு நடக்கும் இந்தப் பாராட்டு விழா மகத்தானது. இந்திய சுதந்திரப் பொன்விழா ஆண்டில், ஒரு பத்திரிகையாளர் அதிலும் தமிழர் நிகழ்த்தியிருக்கும் இந்த சாதனை சரித்திரப் புகழ் வாய்ந்தது. உயிரின் மதிப்பே தெரியாத ஒருவரிடமிருந்து 9 உயிர்களைக் காப்பாற்றியிருக்கிறார். கொடுமைக்காரன் ஒருவனை மனிதனாக மாற்றியதே இந்த நூற்றாண்டின் மிகப்பெரிய சாதனை. கத்தியின்றி, ரத்தமின்றி யுத்தம் ஒன்று வருகுது என்றார் நாமக்கல் கவிஞர். அதை அப்போது சாதித்துக் காட்டியவர் உத்தமர் காந்தி. இப்போது சாதித்துக் காட்டியவர் நம்முடைய கோபால்.

நெருங்க முடியாதவனையே நெருங்கி அவனை திருத்தியிருக்கிறார் அன்புச் சகோதரர் கோபால். போர் முனைக்குச் சென்று உயிரைத்துச்சமென மதித்து செய்தி சேகரித்த பத்திரிகையாளர்கள் இருக்கிறார்கள். அந்தக் காட்டுக்குள் நுழையும் தைரியம் அவருக்கு எப்படி வந்ததென்றால், கடந்த ஐந்து ஆண்டுகளாக இந்த நாட்டையே காடாக மாற்றியவர்களோடு போராடிப் போராடி இந்தத் தைரியம் வந்திருக்கிறது. உயிரை விலை கொடுத்தேனும் உரிமையை நிலை நாட்டுவேன் என உறுதியுடன் பயணிக்கும் எழுத்தாளன், பத்திரிகையாளன் நம்முடைய சகோதரர் கோபால். இப்படிப்பட்ட தைரியசாலிப் பிள்ளையைப் பெற்ற பெற்றோர்களுக்கும் அவரை கணவராக அடைந்த அவருடைய இல்லத்தரசிக்கும் நம்முடைய வாழ்த்துகளும் வணக்கங்களும். தமிழகத்தை ஆண்ட கொடியவர்களிடமிருந்தும் விடுதலை பெற்றுத் தந்திருக்கிறார் அன்புச் சகோதரர் கோபால்.

டாக்டர் ராமதாஸ்
பா.ம.க. நிறுவனர்

தமிழகத்திலே உள்ள பத்திரிகைகள் பெரும்பாலும் வீரப்பனை 'அவன்', 'இவன்' என்று எழுதும்போது தினமணி மட்டும் 'அவர்', 'இவர்' என்று மரியாதையுடன் எழுதியது. காவிரிப் பிரச்சினையின்போது அங்குள்ள லட்சக்கணக்கான தமிழர்கள் விரட்டியடிக்கப்பட்டபோது அவர்களுக்கு உதவி செய்தவர் வீரப்பன். 'காவிரிப் பிரச்சினை தீரவேண்டுமென்றால் அங்குள்ள ரெண்டுபேரை வீரப்பன் கடத்திக்கொண்டு வந்து, தண்ணீரை திறந்துவிட்டால் ரெண்டுபேரை விடுவிக்கிறேன் என்று சொன்னால் காவிரிப் பிரச்சினை தீர்ந்துவிடும்' என்று அப்போது நான் வேடிக்கையாகச் சொன்னேன். அதனால் பா.ம.க.விற்கு வீரப்பனைத் தலைவராக்கிவிடலாம் என்று என்னைக் கிண்டல் செய்தார்கள்.

வீரப்பன் பிரச்சினையில் மூன்று மாவட்டங்களைச் சேர்ந்த அப்பாவிகள் 300 பேருக்கு மேல் தடா சட்டத்தில் மைசூர் சிறையில் அடைபட்டுக்கிடக்கிறார்கள். இவர்களுக்கு ஆதரவாக யாரும் எழுதவில்லை. நியாயமாகப் பார்த்தால் கர்நாடக அரசே கோபாலுக்கு பாராட்டு விழா நடத்தியிருக்க வேண்டும். என்னவோ நடக்கவில்லை. வழிப்பறி கொள்ளையனாக இருந்த வால்மீகி இராமாயணம் எழுதினார். நாமும் பெருமையாகப் பேசுகிறோம். ஆனால் வீரப்பனுக்குப் பொதுமன்னிப்பு கொடுக் கக்கூடாது, அவனைச் சுட்டுக்கொல்ல வேண்டும் என்கிறார்கள். தர்மபுரி-திருப்பத்தூர் பகுதிகளில் அப்பாவி இளைஞர்கள் 200 பேரை, காக்கை, குருவியை சுடுவதுபோல சுட்டுக் கொன்ற போலீஸ், உயர் அதிகாரி ஒருவரின் வெறி, வீரப்பனை சுட்டுக்கொன்றால் அடங்கும் போல.

மாலன்
பத்திரிகையாளர்

வீரப்பன் ஒரு வழி தவறிய குழந்தை. இந்த சமூகத்தால் வஞ்சிக்கப்பட்ட குழந்தை. திருவிழாவில் காணாமல் போன குழந்தை என கோபால் நம்பினார். அவனிடம் அன்பாகப் பேசினார். அந்த அன்புதான் இன்று அவருக்கு வெற்றியைக் கொடுத்திருக்கிறது. விபரம் தெரியாத சில பத்திரிகையாளர் களே,

வீரப்பன் ஒரு காட்டான், பாமரன், விபரம் தெரியாதவன் என்று எண்ணிக்கொண்டிருக்கிறார்கள்.

ஆனால் அவன் ரொம்பவும் விபரமானவன். பி.பி.சி. ரேடியோ தமிழோசை நிகழ்ச்சியில் ஒரு பத்திரிகையாளர், வீரப்பனைக் கடுமையாக விமர்சித்து பேசினார். அதற்குப் பதில் கொடுக்கும் விதமாக வீரப்பன் பேசி, அதை கோபாலிடம் கொடுத்தனுப்பி, பி.பி.சி.யின் தென்னிந்திய நிருபர் சம்பத் குமாரிடம் கொடுக்கச் சொல்லியிருக்கிறான். அவன் பேசிய ஒலிப் பதிவு மிகத் துல்லியமாக இருந்தது என்று சொன்னார்கள். கோபால் அவர்கள் மூன்றாம் முறை காட்டுக்குப்போகும்போது எனக்குத் தயக்கமாகவும், பயமாகவும் இருந்தது.

என் மனைவி என்னிடம் "வீரப்பன் கோரிக்கையை அரசு நிறைவேற்றவில்லை. ஆனாலும் நீங்களெல்லாம் அவரைப் பாராட்டி கொம்பு சீவிவிட்டு, மூன்றாம் முறையாக காட்டுக்குள் அனுப்புகிறீர்கள். இந்த நேரத்தில் அவருடைய மனைவி, குழந்தைகள் மனநிலை எப்படி இருக்கும்? என்று யோசித்தீர் களா?" எனக் கேட்டுவிட்டு, "நாம் இருவரும் வேண்டு மானால் போய் அவர் குடும்பத்தாரை சந்தித்து ஆறுதல் கூறிவிட்டு வரலாமா?" என்று சொன்னார். அந்தக் கோணத்திலிருந்து அதை நினைக்கும்போது எனக்குப் பயங்கரமாக இருந்தது.

ஆனால் கோபால் நிச்சயம் ஒன்பது உயிர்களை மீட்டு வருவார், அந்த ஒன்பது குடும்பங்களும் கோபாலுக்காக பிரார்த் தனை செய்யும். அந்தப் பிரார்த்தனை கோபால் குடும்பத்திற்கு துணையாக இருக்கும் என்று சொன்னேன். அதேபோல் கோபால் மீட்டுக்கொண்டு வந்துவிட்டார். அந்த ஒன்பது குடும்பங்களும் தலைமுறை, தலைமுறையாக கோபாலுக்கு நன்றிக்கடன் செலுத்த வேண்டும்.

வார்த்தைச் சித்தர் வலம்புரிஜான்

பழத்தைப் பிழியலாம், சாறு கிடைக்கும். ஆனால் எத்தனை முறை பிழிந்தாலும் சாறு கிடைக்கும் ஒரே பழம் சூரியப்பழம். அதேபோல்தான் தம்பி கோபாலைப் பற்றி எத்தனை பேர் பேசினாலும் பேசப்பேச சாறு கிடைக்கும் சூரியப்பழம் தம்பி கோபால். இந்த நாட்டிலே அரசியலைத் தீர்மானிக்கிற ஒரு பத்திரிகைக்காரன் இருக்கிறான் என்றால், இந்திய வரலாற்றிலே அது கோபால்தான்.

இன்றைக்கு கோபாலுக்கு 38 வயது. ஆனால் அவருடைய 23 வயதிலே, அதாவது 15 வருடங்களுக்கு முன்பு அவர் வரைந்த முண்டாசுக் கவிஞன் பாரதியின் ஓவியத்தைப் பார்த்து, தாய் பத்திரிகையில் வேலைக்கு அமர்த்தியவன் நான். அப்போதே அவரிடம் சொன்னேன். எனக்குத் தேவை கொத்தனார்கள், சிற்பிகள் அல்ல. நீங்கள் சிற்பி என்று. ஓராண்டு காலம் தாய் பத்திரிகையில் அவர் பணியாற்றிய பக்கங்கள் மறக்க முடியாதவை. ரொம்பவும் கூச்ச சுபாவம் உள்ள கோபால், எப்படி இந்தப் பாராட்டு விழாவுக்கு ஒத்துக்கொண்டார் என்று நான் யோசித்த துண்டு. பல பத்திரிகையாளர்கள் கோபாலை பாராட்டினாலும் கயவர்கள் அவர் மீது பொறாமை கொண்டிருக்கிறார்கள். ஆனால் ஒட்டுமொத்த தமிழ்ச் சமூகமும் தம்பி கோபாலுக்குப் பின்னால் இருக்கிறது என்பதை காட்டுவதற்காகத்தான் இந்தப் பாராட்டு விழா. கலைஞரால் பாராட்டப்படுகிறார், கலைஞருடன் நெருக்கமாக இருக்கிறார் என்பதற்காக, இந்த அரசில் நடக்கும் தவறுகளை சுட்டிக்காட்ட அவர் தவறுவதில்லை. பேராண்மையுடன் அட்டைப் படத்திலேயே சுட்டிக்காட்டுகிறார்.

வீரப்பனைச் சுடுவோம், சுடுவோம் என்று சொல்லுகிறார்கள். சுடுங்கள், ஆனால் அதற்கு முன்னால் வீரப்பன் தேடுதல் வேட்டை என்ற பெயரில் எத்தனை இளம் பெண்ணைக் கற்பழித்திருக்கிறார்கள். எத்தனை பேரை கொன்று குவித்திருக் கிறார்கள். இந்தப் பாதகத்தைச் செய்த போலீஸ்காரனை சுட்டுக் கொன்றுவிட்டு அவனைச் சுடுங்கள்.

உயிர்களைக் காத்த உத்தமர் தம்பி கோபாலுக்கு, இந்திய அரசு பத்மஸ்ரீ பட்டம் வழங்கி கௌரவப்படுத்த வேண்டும்.

இயக்குனர் மகேந்திரன்

அபூர்வமான சாதனையை, யாரும் நிகழ்த்த முடியாத சாதனையை நிகழ்த்தியிருக்கிறார் நக்கீரன்கோபால்.

"பெற்றோர், மனைவி, குழந்தைகள், உற்றார், உறவினர் எப்படியெல்லாம் கவலைப்பட்டிருப்பார்கள். நக்கீரன் தம்பிகள் மனது என்ன பாடுபட்டிருக்கும்? ஏற்றுக்கொண்ட கடமையை நிறைவேற்றி, தமிழ் பத்திரிகை உலகுக்கு அகில உலகப் புகழ் பெற்றுத் தருவதில்தான் அவர் கவனமாக இருந்திருக்கிறார். இத்தகைய மாபெரும் குற்றங்களுக்காக இ.பி.கோ. பிரிவின்படி

மக்கள் மனங்களில் ஆர்.கோபால் அவர்கள் சிறை வைக்கப் படுகிறார்கள். சிறை வைக்கப்பட்டுள்ள ஆசிரியருக்கு தமிழ் அறிஞர்களும், கலைஞர்களும், கலைவாணர் அரங்கில் விலங்கு பூட்டுகிறார்கள். தப்பிக்கவே முடியாமல் மனச்சிறையில் மாட்டியிருக்கும் ஆசிரியரைக் காண அனைவரையும் அன்புடன் அழைக்கிறோம்" - இப்படி அழைப்பிதழையே அமர்க்களப்படுத்தி யிருக்கிறார்கள் நக்கீரன் குழுவினர்.

எங்கள் இதயத்தைக் கொண்டுவந்திருக்கிறோம்.

கவிப்பேரரசு **வைரமுத்து**

சில விழாக்களில் கலந்துகொள்வது கடமை. சில விழாக்களில் கலந்துகொள்வது உரிமை. இந்த விழாவில் கலந்துகொள்வது தமிழனாகப் பிறந்த ஒவ்வொருவரின் கடமை. இந்த விழா தனி மனிதனுக்கு நடத்தப்படும் விழா அல்ல. ஒட்டுமொத்த பத்திரிகை உலகுக்கு நடத்தப்படும் விழா. இந்த விழாவால் தமிழ் சமூகத்திற்கு மூன்றுவிதமான நன்மைகள் கிடைத்திருக்கின்றன.

முதலாவது 9 உயிர்கள் மீட்கப்பட்டிருக்கின்றன. இரண்டாவது, கர்நாடகத் தமிழர்கள் காப்பாற்றப்பட்டிருக் கிறார்கள். மூன்றாவது, பத்திரிகை உலகின் மீது விழுந்த பழியை இந்த மீசைத் தமிழன் துடைத்திருக்கிறான்.

இங்கிலாந்தின் டயானாவை துரத்தித் துரத்தி படம் எடுத்து மேற்குலகப் பத்திரிகைகள் பழியைச் சுமந்து கொண்டிருக்கிறது. அந்தப் பழியை கிழக்குப் பத்திரிகைச் சூரியனான கோபால் துடைத்தெறிந்திருக்கிறார். மேற்குலகம் சிலுவை சுமக்கிறது. கிழக்குலகம் கிரீடம் சுமக்கிறது. நக்கீரன் கோபாலின் மீசைக்கு அர்த்தமிருக்கிறது. அடர்த்தியான மலைக்காடு, புலி, யானை இவற்றையெல்லாம் தாண்டிப் போய் சாதனை புரிந்திருக்கிற கோபாலை ஒவ்வொரு தமிழனும் பாராட்ட வேண்டும். 'கேட்டது கிடைத்துவிட்டது' என்று பழி சுமத்துகிறார்கள். ஆனால் பேரம் பேசாமல், அன்பினால் ஒன்பது உயிர்களை மீட்டுக்கொண்டு வந்தவர் கோபால்.

இயக்குநர் பாரதிராஜா

பத்திரிகைக்காரன் என்றால் ஜிப்பா, சோல்னா பை, கண்ணாடி -இப்படித்தான் சினிமாவில் நாங்கள் அடையாளப் படுத்தியிருக்கிறோம். ஆனால் கோபால், என் படங்களில் வரும் மனிதர்களைப் போல் மீசையுடன் இருப்பதைப் பார்த்ததும் ஆச்சரியப்பட்டேன். இது மரபுக்காக நடக்கும் விழா அல்ல. மனசார நடக்கும் விழா. சமூகத்தில் நடக்கும் தவறுகளைச் சுட்டிக்காட்டி எழுதலாம். ஆனால் காரியம் ஆற்ற வேண்டும். உன்னிடம் பொய்மை இல்லாததால்தான் துணிச்சலுடன் காட்டுக்குள் பயணித்திருக்கிறாய்.

கோபால்... உன்னுடைய துணிச்சலைவிட உன்னுடைய துணைவியாரின் மன தைரியத்தைப் பெரிதும் பாராட்டுகிறேன். லேனாகூட சொன்னார், கோபால் இனிமேல் நீங்கள் ஜாக்கிரதை யாக இருக்க வேண்டும் என்று. யுத்த காலத்தில் எந்த தர்மப்படி இருக்க வேண்டும் என்று கோபாலுக்குத் தெரியும். மேல்மட்ட ஆட்களுக்காக நீ எழுதவில்லை. பாமரனுக்கும் எளிமையான வனுக்கும்தான் நீ பத்திரிகை நடத்துகிறாய். தார்மீகமான செயலைச் செய்துவிட்டு தலை குனியாமல் இருக்கிறாய். படித்தவர்கள் கருத்து விவாதம் செய்து கொண்டிருக்கும்போதே, சட்டையைப் பிடித்து அடித்துக் கொள்கிறார்கள். ஆனால் காட்டுவாசியான வீரப்பனிடம், அவனுடைய மொழியிலேயே பேசி, அவனின் சைக்காலஜியைப் புரிந்துகொண்டு 9 உயிர்களை மீட்டு வந்திருக்கிறாய். ஜர்னலிசத்தில் இது துணிச்சலான ஜர்னலி ஸம்.

நக்கீரா... நீ நக்கீரனாகவே இரு. தமிழனாக இரு. எதிர்காலம் உனக்கு சிறப்பாகவே அமையும்.

கே.பி.கே. குமரன்
(தினகரன் நிர்வாக ஆசிரியர்)

எழுதுவதோடு மட்டும் நின்றுவிடாமல் செயலில் சாதித்துக் காட்டியுள்ளார் கோபால். இது அனைத்துப் பத்திரிகையாளர் களுக்கும் இன்ஸ்பிரேஷன்.

எஸ்.வி.சேகர்

ஒன்பது பணயக் கைதிகளை மீட்டதற்காக நக்கீரன் கோபாலுக்கு பாராட்டுவிழா நடக்கிறது. 3,000 தொழிலாளர் களை ஃபெப்சியிலிருந்து மீட்ட படைப்பாளி பாரதிராஜா இங்கே இருக்கிறார். அவரும் கோபாலை பாராட்டியிருக்கிறார். கலைவாணர் அரங்கத்தில் நாடகம் போட்டு, அரங்கமே ஹவுஸ்ஃபுல்லா இருந்தாலும் 9 மணிக்கு மேல யாரும் இருக்கமாட்டாங்க. பஸ் பிடிச்சு போயிடுவாங்க. ஆனா 10 மணி ஆனாலும் இவ்வளவு பேர் இருக்கீங்கன்னா கோபால் மீது உங்களுக்கு இருக்கும் பிரியத்தைக் காட்டுகிறது.

கோபால் ஒரு சரித்திரம். டைரக்டர் அகத்தியன் ஒரு படத்தில் 'தேவாரம் மீசை வேண்டாம், வீரப்பன் மீசை வேண்டாம், கோபால் மீசை இருந்தால் போதும்'னு கதாநாயகனைப் பார்த்து கதாநாயகி பாடுவது போல் பாட்டெழுதியிருக்கிறார்.

சில பத்திரிகைகள் வாரப் பத்திரிகையாக ஆரம்பித்து, மாதப் பத்திரிகையாகி, அப்புறம் வருஷத்துக்கு ரெண்டு பத்திரிகையாகி, அதற்குப் பிறகு காணாமலேயே போய்விடும். ஆனா இன்வெஸ்டிகேஷன் பத்திரிகையான நக்கீரன் 5 லட்சம் பிரதிகள் விற்கிறதென்றால், இதைவிட பத்மஸ்ரீ பட்டம் பெரிதல்ல.

சாலமன் பாப்பையா

தம்பிகள் சிவசுப்ரமணியனும், சுப்புவும் முன்னுரை எழுதினார்கள். தம்பி நக்கீரன்கோபால் அவர்கள் அதை தொடர்ந்து வரலாறு படைத்துக்கொண்டிருக்கிறார். சங்க இலக்கியங்களில் காதலர்கள் தூதுவிடுவார்கள். மேகம், புறா, கிளி இவற்றை தூதுவிடுவார்கள். ஆனா இது எதுவுமே பேசாது. ஆனா இந்த மனுஷன் தூது போனது யாரிடம்? எந்த வழியா போனாரு? அந்த வழியா போனாரு, இந்த வழியா போனாருன்னு சொன்னாங்க.

உடுமலைப்பேட்டையிலிருந்து கேரளாவுக்கு போற வழியில கோயில்கடவு அப்படின்னு ஒரு ஊர் இருக்கு. அங்க ஒரு கூட் டத்துக்கு நாங்க போயிருந்தோம். போகும்போதே ஒருத்தன் சொன் னான். கோயில்கடவு போறீகளா.. பாத்துப் போங்க, பாத்து வாங்கன்னு. அட போய்யான்னு நாங்களும் அலட்சியமா சொல்லிட்டுப் போயிட்டோம். கூட்டமும் பேசி முடிச்சாச்சு. மணி ராத்திரி

ரெண்டரை. சரி கிளம்புவோம்னு நினைக்கும்போது இந்த நேரத்துல வேணாம், பார்த்துக் கங்கன்னு சொன்னாரு. அப்பவே பயம் கிளம்புச்சு. இருந்தாலும் ஜீப்லயும், கார்லயும் கிளம்பிப் போய்க்கிட்டிருக்கோம். எதுத்தாப்ல ஒரு ஜிப்ல வந்த ஆளுக இறங்கி, எங்களை மறிச்சி 'ஏ... ஒத்தக்கொம்பன் நிக்குறான் ஜாக்கிரதை'ன்னு சொல்லிட்டுப் போயிட்டாக. கொஞ்ச தூரம்தான் போயிருப்போம்... ரோட்டை மறிச்சிக்கிட்டு இம்மாம் பெரிய யானை நிக்குது. வண்டியில இருந்த எங்களுக்கு ஒடம்பெல்லாம் உதற ஆரம்பிச்சிருச்சு. மேடையில தமிழினமே எழு, வீர நடை போடுன்னு வீராப்பா பேசுற ஆளுகளுக்கெல்லாம் சப்தநாடியும் ஒடுங்கிப் போச்சு.

ஒத்த யானைகிட்ட நாங்க பட்ட பாடு பெரும்பாடு. ஆனா இந்த மனுஷன் யானைகள் கூட்டத்தையே கடந்து தூது போயிட்டு வந்திருக்காரு. கோபாலின் மனசுக்குள் உண்மை, சத்தியம் இருக்கிறது. காட்டுக்குள் விரட்டப்பட்ட வீரப்பனை நாட்டுக்குள் கொண்டு வந்து, இவனும் மனிதன்தான் என்பதை இந்த உலகத்திற்கு காட்டவேண்டும் என்பதற்காக, கணக்காக வீரப்பனிடம் பேசி சாதித்திருக்கிறார் தம்பி கோபால். இந்த நூற்றாண்டின் இணையற்ற வீரன் நக்கீரன்கோபால்.

கோபால் அவர்களின் மீசை சாதா மீசை அல்ல. கல்கியின் பொன்னியின் செல்வனில் வரும் பெரியபாளையக்காரன், சின்னபாளையக்காரன் இவர்களின் மீசையைப் போல் வரலாற்றுச் சிறப்பு வாய்ந்த மீசை. மதுரை மீனாட்சியின் அருளால் கோபாலுக்கு என்றென்றும் வெற்றி கிடைக்கட்டும் என வாழ்த்தி விடை பெறுகிறேன்.

ஏற்புரை :
நக்கீரன்கோபால்

இது சாதனை விழா அல்ல. எங்களின் கடமை விழா. என்னைப் பாராட்டிய பெரியவர்கள், சான்றோர்கள், பத்திரிகை உலக நண்பர்கள் அனைவருக்கும் நக்கீரன் குடும்பத்தின் சார்பில் நன்றி. என்னோட ஆசான் வலம்புரிஜான் எனக்கு பத்மஸ்ரீ விருது கொடுக்கணும்னு சொன்னாரு. எங்களோட அன்றாட வேலையைச் செய்வது போலத்தான் இதையும் செய்தோம்.

நம்மோட வரிப்பணம் 150 கோடி ரூபாய் வீணாப் போச்சு.

132 போலீஸ்காரர்கள், உயரதிகாரிகள் உட்பட பலபேரை கொன்னுருக்கான். 6 லட்சம் மக்கள் இன்றும் இருட்டுக்குள் வாழ்ந்துக்கிட்டிருக்காங்க. இதுக்கெல்லாம் காரணம் வீரப்பன். ஆனா வீரப்பன்னு ஒருத்தனே கிடையாதுன்னு இதுக்கு முன்னே இருந்த ஆட்சியாளர்கள் சொல்லிக்கிட்டிருந்தாங்க. அப்படி ஒருத்தன் இருக்கான்னு நிரூபிக்கணும்னா உயிரைப் பணயம் வச்சு காட்டுக்குள்ள போய் ஆகணும்னு முடிவு செஞ்சோம். இதுல முதல் கதாநாயகன் தம்பி சிவசுப்பிரமணி தான். அவருதான் முதன்முதலா வீரப்பனை சந்திச்சி போட்டோ எடுத்துட்டு வந்தாரு. எந்தப் பத்திரிகையாளரும் இதை நம்பலை. அவங்க ஆபீசுல இருக்கிற ஒருத்தருக்கு டிரெஸ் போட்டு போட்டோ எடுத்துட்டாங்கன்னு புரளி கிளப்பி விட்டார்கள்.

வீரப்பன் பற்றி பொய்யான தகவல்களை அரசாங்கம் திரும்பத் திரும்பச் சொல்லிக்கிட்டிருந்துச்சு. அதனால வீடியோ ஆதாரமா நிரூபிப்பதற்காக தம்பி சிவசுப்பிரமணி மீண்டும் காட்டுக்குள்ள போயி, வீடியோ பேட்டி எடுத்துட்டு வந்தாரு. அந்தப் பேட்டியில் சரணடையலாம் என்ற வீரப்பனின் எண்ணம் வெளிப்பட்டது. அதனால் இந்த விஷயத்தை நாம பொறுப்பா எடுத்துக்கிட்டு மிருகமா இருக்கும் ஒருவனை மனுஷனாக்குவது என்ற வைராக்கியத்துடன் காட்டுக்குள்ளே போனேன்.

அவனும் சில நிபந்தனைகளைச் சொன்னான். இதை அரசாங்கம் ஏத்துக்கணும்னா இனிமே கொலைகள் பண்ண மாட்டேன்னு எனக்கு சத்தியம் பண்ணிக்கொடுக்கணும்னு சொன்னேன். வன தேவதை சாட்சியா இனிமே கொலைகள் பண்ணமாட்டேன்னு சத்தியம் செஞ்சான்.

ஒன்றரை வருஷம் சும்மா இருந்தான். நாங்களும் நிம்மதியா இருந்தோம். ஜூலை 12. 1997 அன்னிக்கு தலையில இடி விழுந்த மாதிரி ஒரு செய்தி, 9 கர்நாடக வன ஊழியர்களை வீரப்பன் கடத்திட்டான்னு. தம்பி காமராஜும் நானும் சி.எம். அழைச்ச தால போனோம். அரசாங்க தூதுவரா நீங்கதான் போகணும்னு சி.எம்., ஹோம் செகரட்டரி, டி.ஜி.பி. எல்லோரும் சொன்னாங்க. இதைப் பெரிய கௌரவமா நினைத்து உயிரைப் பணயம் வைத்து காட்டுக்குள்ள போக முடிவுபண்ணிட்டோம். ஒரு எஸ்.பி. தலைமையில் போலீஸ் பட்டாலியன் பாதுகாப்புக்கு வச்சுக்கங்க, வயர்லெஸ் வச்சுக்கங்கன்னு கவர்மெண்ட் தரப்புல சொன்னாங்க.

ஆனா, இது எதுவுமே வேணாம். எங்க பின்னால் எந்த போலீசும் பாலோ-அப் பண்ணாம இருக்க நீங்க உத்தரவு போட்டா போதும்னு சி.எம்.கிட்டே சொன்னேன். அவரும்

ஏத்துக்கிட்டாரு. நாங்களும் காட்டுக்குள்ளே போக ஆரம்பித்து விட்டோம். 80 சதவிகித மக்கள் வீரப்பனுக்கு ஆதரவாகவும் 20 சதவிகித மக்கள் போலீசுக்கு ஆதரவாகவும் இருந்தார்கள்.

ஒவ்வொரு 3 கி.மீ.க்கும் சிக்னல் கிடைச்ச பிறகுதான் நாங்க பயணத்தைத் தொடர முடியும். அப்படிப்போய் ஒரு குடிசைக் கிட்ட நிற்கும்போது நாய் ஒண்ணு பயங்கரமா குரைச்சுச்சு. சரி, நாம தொலைஞ்சோம்னு நினைச்சுக்கிட்டிருந்தபோது, குரைப்புச் சத்தம் நின்னுருச்சு. என்னன்னு அங்க இருந்தவர் கிட்ட கேட்டபோது, 'எவ்வளவு பெரிய விஷயத்துக்காக நீங்க வந்திருக்கீங்க. இந்த நாய் குரைச்சுக் காட்டிக் கொடுத்துரும்னு இப்பதான் அதோட கழுத்தை திருகிப் போட்டேன்'னு சொன்னாரு. அந்த அளவுக்கு வீரப்பனுக்கு சப்போர்ட்டா அந்த மக்கள் இருந்தாங்க.

அந்த 9 பேரை போட்டோ எடுக்க முதலில் சம்மதிக்காத வீரப்பனை எப்படியோ சம்மதிக்க வைத்து போட்டோ எடுத்துத் திரும்பிட்டோம். ரெண்டு மாநில முதல்வர்களையும் சந்தித்து கொடுத்தோம். அப்ப கர்நாடக முதல்வர் "நீங்கதான் இரண்டாவது முறையாக காட்டுக்குப் போறதுக்கு ரைட் பெர்ஸன்"னு சொன்னாரு.

அவன் பொதுமன்னிப்பு கேக்குறான். அந்த உத்தரவாதம் இல்லாம நான் எப்படி காட்டுக்குள்ள போறதுன்னு யோசிச்சேன். அப்ப நம்ம சி.எம்., "காவிரி பிரச்சினைல அவுங்க மனிதாபிமானத்தோட நடந்துக்கல. இந்த 9 பேரை நாம மீட்டு, நாங்க மனிதாபிமானத்தோட இருக்கோம் என்பதை நிரூபிப்போம் கோபால்" அப்படின்னு சொன்னாங்க. மறுபடியும் காட்டுக்குள் போக ஒத்துக்கிட்டேன். ஆனாலும் மனசுக்குள் திக்... திக்...குன்னு இருந்துச்சு.

ரெண்டாவது தடவை காட்டுக்குப் போகக்கூடாதுன்னு எங்கப்பா பெரிய தர்ணாவே நடத்துனாரு. அருப்புக் கோட்டையில இருக்கிற என்னோட பிரெண்டுக்கு போன் பண்ணி, அம்மாவுக்கு உடம்பு சரியில்லைன்னு போன்பண்ணி அப்பாவைக் கூப்பிட்டுக்கோன்னு சொன்னேன். என் துணைவியாரைப் பார்த்து, மூணு முறை காட்டுக்குப் போய் வந்துட்டேன், உங்களுக்கு பயமா இல்லையான்னு கேட்டேன். முதல் தடவை பயமில்லை. மூணாவது தடவை நீங்க போகும்போது மகள் பிரபாவுக்கு டாட்டா காட்டிவிட்டு நல்லா படிக்கணும்னு சொல்லிட்டுப் போனதும் பயம் வந்துருச்சுன்னு சொன்னாங்க.

ஒருவழியா எல்லாத் தடைகளையும் தாண்டி வீரப்பனை சந்திக்கப் போயிட்டோம். அங்கே 8 பேரை நாய்ச் சங்கிலியால் கட்டி வச்சிருக்கான். அந்த மாதிரி காட்சியை வாழ்க்கையில நாம பார்க்கவே கூடாது. பொது மன்னிப்பு இல்லேன்னா ரிலீஸ் பண்ண முடியாது என தீர்மானமா சொல்லிட்டான். அஞ்சு பேரையாவது கூப்பிட்டுக்கிட்டு போகலேன்னா, அங்க பெரிய பிரச்சினையாயிடும்னு நான் சொன்னேன். அப்ப சரி 25 கோடி ரூபா கொடுத்துட்டு கூட்டிட்டுப் போன்னு சொன்னான். என்னது 25 கோடி ரூபாயான்னு கேட்டதுக்கு, 5 கோடி ரூபா கொடுத்துட்டு கூட்டிட்டுப் போன்னு சொல்லிட்டான். ஒருவழியா சமாளிச்சி, சாகக்கிடந்த ஒருத்தனை மட்டுமாவது விடு, அப்பதான் மக்களுக்கு உன்மேல நம்பிக்கை இருக்கும். நீ நல்லவன்னு நினைப்பாங்க. 5 கோடிய கொடுத்துட்டு மீதி 8 பேரை கூட்டிட்டுப் போறேன்னு ஒருத்தனை மட்டும் மீட்டுக் கூட்டிட்டு வந்தோம். முதல்வரிடம் ஒப்படைத்தோம். 5 கோடி ரூபாயை எப்படிக் கொடுப்பதுன்னு நீங்களே முடிவு பண்ணி சொல்லி ருங்க. இனிமே நான் சத்தியமா காட்டுக்குள்ள வரமாட்டேன்னு நம்ம முதல்வர்ட்ட சொல்லிட்டேன். இருந்தாலும் அந்த 8 பேரின் நிலையை நினைச்சு என் மனசு வேதனைப்பட்டுச்சு. லெட்டர், கேசட்டுன்னு தூது அனுப்பிப் பார்த்தோம். ரேடியோவிலும் அறிக்கை வாசிச்சாங்க. இதற்குப் பலனா நான் சரண் அடைகிறேன்னு கேசட் அனுப்பினான்.

ரெண்டு மாநில முதல்வர்களும் அழைச்சாங்க. சந்திச்சோம். அவனுடைய 15 கோரிக்கை களில் நியாயமான 9 கோரிக்கைகளை ஏத்துக் கிட்டாங்க. அதுக்கான உறுதிமொழியும் கொடுத்தாங்க. வீரப்பனையும் சேர்த்து அழைச்சுக்கிட்டு வாங்க, மற்றதை அப்புறம் பேசிக்கலாம்னு சொல்லிட்டாங்க.

அவனும் கிளம்பி வரத் தயாராக இருந்தான். திடீர்னு ஜெயலலிதாகிட்ட இருந்து ஒரு அறிக்கை வந்துச்சு. நாங்க காட்டுக்குள்ள போறதுக்கு முன்னாலயே அவனுக்கு அறிக்கை போய் சேர்ந்துருச்சு. என்ன இப்படி வந்திருக்குன்னு கேட்டான். விடுய்யா சில ஜந்துகள் அப்படித்தான் அறிக்கை விடும்னு சமாளிச்சேன். இந்த 8 பேரை நீ ரிலீஸ் பண்ணினா கர்நாடகா வுலயும் தமிழ்நாட்டுலயும் ஒனக்கு நல்லபேரு கிடைக்கும். நீதான் ஹீரோ அப்படி இப்படின்னு ஐஸ் வச்சிப் பேசினேன்.

மூணு பேரை அனுப்புறேன்னு சொல்றான். சரி பேசிக்கலாம்னு நைட்டு படுத்துட்டோம். ராத்திரி 10 மணி இருக்கும் ஆசிரியர்ட்ட பேசணும்னு வீரப்பன் உசுப்புறான்.

என்னன்னு கேட்டா... அஞ்சு நாளைக்கு நீ இங்கே இரு. உன்னோட தம்பி ஒரு ஆளை நேரா டெல்லிக்கு அனுப்பு. அங்க உள்துறை அமைச்சர்கிட்ட உத்தரவாதம் வாங்கிட்டு வரச் சொல்லுன்னு குண்டைத் தூக்கிப் போட்டான். அதெல்லாம் சாத்தியப்படாது. நானோ, எம் தம்பியோ போயிட்டு திரும்பி வரும்போது போலீஸ் எங்க பின்னாலேயே வரும். எட்டு பேரையும் என்னையும் விட்டுட்டு நீ ஓடிப்போயிருவே. போலீஸ்தான் எங்களை மீட்டதா வரும்னு சொன்னேன்.

சரி, படு. காலையில பேசிக்கலாம்னு சொன்னான். காலையில எந்திரிச்சு பேசும்போது ஒத்துக்கிட்டான். பாதி தூரம் நீயும் கூட வா. டி.வி.யில மக்கள் உன்னைப் பார்த்து சந்தோஷப்படுவாங்கன்னு சொன்னதும் சரின்னு கூடவந்தான். காட்டை விட்டு வெளியில வந்ததும் சி.எம்.முக்குதான் முதல் போன் பண்ணினேன். ஒங்க போனைத்தான் எதிர்பார்த்துக் கிட்டிருந்தேன். பத்திரமா வந்து சேருங்கன்னு சொன்னாரு. கொண்டு வந்து ஒப்படைச்சுட்டோம்.

ரஜினி போன்பண்ணி வீட்டுக்கு கூப்பிட்டாரு. நானும் தம்பிகளும் போனோம். சந்தோஷமா கட்டிப்பிடிச்சு 8 பேரை மட்டுமல்ல, கர்நாடகத்தில் வாழும் 2 லட்சம் தமிழர்களை காப்பாத்தியிருக்கீங்க. இது சாதாரண காரியமில்லைன்னு மனம் திறந்து பாராட்டுனாரு. எல்லாம் நடந்து முடிய 43 நாட்கள் ஆகிப்போச்சு. இந்த 43 நாளும் வாயைப் பொத்திக்கிட்டிருந்த பலபேரு புழுதி வாரி தூத்த ஆரம்பிச்சாங்க. அதுல முக்கியமான ஆளு சுப்பிரமணியசாமி. உலகத்துலயே ஒண்ணாம் நம்பர் பிராடு இந்த சாமி. அந்த யோக்கியர், “பெட்டி கை மாறிடுச்சுன்னு பேச ஆரம்பிச்சாரு. இதுக்கடுத்து சோ இராமசாமி. இந்தியாவிலேயே மிகப்பெரிய குழப்பவாதி. துக்ளக் கேள்வி-பதிலில் “கோபால் திறமைசாலி, வீரர்னு சொல்லிட்டு, முன்னாள் முதல்வர் நாடகம்னு சொல்றாங்களே’ என்ற அடுத்த கேள்விக்கு ‘ஆமாம்... நாடகம்’தான்னு சொன்னாரு.

இந்த மாதிரி ஆளுங்களுக்கு நினைப்பே இந்த ஆபரேஷன் தோத்துப் போயிரும்னு. நாட்ல குழப்பத்தை உண்டுபண்ணியே பொழப்பு நடத்துறவங்க. நீங்க வேண்டாம். கொச்சைப் படுத்தாம இருங்க. இந்த வேலையை ஒரு வேள்வியாக நினைத்துதான் நக்கீரன் குடும்பம் செய்தது. என்னிடம் இருக்கும் தம்பிகளை வைத்துக்கொண்டு இதைப்போல் இன்னும் எத்தனையோ சாதனைகளைப் படைப்போம். யாராலும் செய்ய முடியாததை நக்கீரன் செய்துகாட்டும் என்பதை நிரூபிப்பதற்காகத்தான் இதை

செய்து முடித்தோம். என்னுடைய தம்பிகளின் சப்போர்ட், மக்களாகிய உங்களின் நல்லாசி இதெல்லாம்தான் இந்தக் காரியம் வெற்றியடைய துணை நின்றது.

என்னையும் நக்கீரனையும் வாழ்த்தி கிரீடம் சூட்டிய பெரியவர்கள் அத்தனைபேருக்கும் நெஞ்சார்ந்த நன்றிகள்!

குறிப்புகளுக்காக...